உயில் மற்றும் பிற கதைகள்

உள் அட்டையில் காணும் சிற்பக் காட்சியில், பகவான் புத்தரின் அன்னை மாயாதேவி கண்ட கனவின் பலனை மன்னர் சுத்தோதனருக்கு நிமித்திகர் மூவர் விளக்குகின்றனர். அவர்களுக்குக் கீழே அமர்ந்து அந்த விளக்கத்தை எழுதுகிறார் ஓர் எழுத்தர். எழுதும் கலையைச் சித்திரிக்கும் முதல் இந்தியச் சிற்பம் இதுவாகவே இருக்கலாம்.

நாகார்ஜுன் மலைச்சிற்பம் கி.பி. இரண்டாம் நூற்றாண்டு.

(பட உதவி: நேஷனல் மியூசியம், புது தில்லி)

உயில் மற்றும் பிற கதைகள்

ஒரியா மூலம்
ஜே.பி. தாஸ்

ஆங்கில மொழிபெயர்ப்பு
அசோக் கே. மோகந்தி

தமிழாக்கம்
சுப்ரபாரதிமணியன்

சாகித்திய அகாதெமி

Ooil matrum pira kathaigal - Selected short stories of J.P.Das Translated from Original Oriya by Ashok K. Mohanthi, from English to Tamil translation by Subrabarathimanian, Sahitya Akademi, 2014, Rs. 160/-

© சாகித்திய அகாதெமி

முதல் பதிப்பு: 2014

தலைமை அலுவலகம்:

சாகித்திய அகாதெமி 'இரவீந்திர பவன்,' 35, பெரோஸ்ஷா சாலை, புது தில்லி: 110 001.

விற்பனை அலுவலகம்:

'ஸ்வாதி' மந்திர் சாலை, புது தில்லி - 110 001.

மண்டல அலுவலகங்கள்:

மத்தியக் கல்லூரி வளாகம், பல்கலைக்கழக நூலகக் கட்டிடம், டாக்டர் அம்பேத்கர் வீதி, பெங்களூரு - 560 001.

4, டி.எல். கான் சாலை, கொல்கத்தா - 700 025.

172, மும்பைய் மராத்தி கிரந்த சங்கிரகாலய சாலை, தாதர், மும்பைய் - 400 014.

சென்னை அலுவலகம்:

குணா பில்டிங்ஸ், 443, அண்ணா சாலை, தேனாம்பேட்டை, சென்னை - 600 018.

ISBN- 978-81-260-4375-0

Rs. 160/-

Visit our website at http://www.sahitya-akademi.gov.in
E.mail: sahityaakademichennai@gmail.com

ஒளிஅச்சு: ***Image Digital***, Chennai - 17.

அச்சகம் : ***Imperial Graphic, Chennai - 1.***

உள்ளடக்கம்

முன்னுரை	... ...	7
1. உயில்	... ...	11
2. தன்னந்தனியே	... ...	27
3. பிம்பம்	... ...	47
4. கதாபாத்திரங்கள்	... ...	68
5. முன்னோடி	... ...	90
6. வழிகாட்டி	... ...	117
7. கடமை	... ...	141
8. வழித்தோன்றல்	... ...	163
9. சரிசமம்	... ...	181
10. கண்கள்	... ...	198
11. கவிதையின் நீண்ட பயணம்	... ...	225

முன்னுரை

"எழுத்திற்கெதிரான எழுத்து"

ஜேபி அவர்களுக்கு மிக முக்கியமான இலக்கிய ஆளுமைக்கு தற்போது "சரஸ்வதி சன்மான்" விருது அவரின் "பரிக்கிரமா" என்ற கவிதை நூலுக்கு வழங்கப்பட்டிருக்கிறது. ஒரிய சிறுகதை வரலாற்றில் அவருக்கென்று தனியிடம் ஒன்று உள்ளது. அவரின் அசாதாரணமானக் கோணங்களின் அணுகுமுறைகளால் அத எல்லைகளை அகலமாக்கியது மட்டுமின்றி அதனை நவீனமாக்கவும் செய்தார். மேலும் அவர் கற்பனை, மாயம், யதார்த்தம் ஆகியவை சந்திக்கும் விபரீதமான எல்லையில் நின்று திறமையான தன்னை உணர்ந்து கொண்ட சுயஉணர்வுடன் கற்பனை விரியும் திறமையுடன் எழுதி வருகிறவர். சற்றே மதிப்புக் குறைவான எழுத்தாளர்கள் மத்தியில் இயல்பாக கொண்டுள்ள தன் எழுத்தைப் பற்றிய பிரமிப்போ அல்லது எதிர்நிலையாக, எழுதுகிறவன் பொய்யைப் புனைபவனாகக் கொண்டுள்ள தாழ்வு மனப்பான்மையை வெளிப்படுத்துகிறது என்பதன் பொருளா இது? பதிலாக, நான் எதிர்மறையாக நினைக்கிறேன். ஜேபிக்கு எழுத்தென்பது கற்பனையில் உலவும் ஒரு நிழலாகவும், யதார்த்த உலகத்தை வலுவாகவும் பாதிக்கிறது. எழுத்து அதன் அழகியல் சார்பை மீறி அதற்கான தத்துவம் சார்ந்த செயல்பாடும் நடவடிக்கையும் உள்ள ஒன்றாக உள்ளது. ஆனால் ஜேபி, வாழ்ந்து கொண்டிருக்கும் ஒரு சில ஒரிய எழுத்தாளர்கள் மத்தியில் எழுத்து, சமூக அதிகார அமைப்பு ஆகியவை குறிப்பிட்ட சூழலில் செயல்படும் இடங்களில் பொதுக்கோட்டை உருவாக்குவதில் தெளிவு கொண்டவர்.

இந்தத் தொகுப்பு ஒரிய மொழியிலிருந்து ஆங்கிலத்திற்கு அசோக் மோகந்தியால் மொழிபெயர்க்கப்பட்டு ஜே.பி.யின் 11

கதைகளைக் கொண்டிருக்கிறது. ஒரு கதையைத் தவிர வேறெதுவும் ஆங்கிலத்தில் பிரசுரமாகவில்லை. முன்பு மொழிபெயர்க்கப்பட்ட ஓரியச் சிறுகதைகளின் தொகுப்பான “ஏன்ட்ஸ், கோஸ்ட்ஸ் அண்ட் விஸ்பரிங் ட்ரீஸ்” (2003) என்னும் நூலில் “தி இன்டர் லூடு” என்ற பெயரில் வெளிவந்த கதைகூட இத்தொகுப்பில் “தன்னந்தனியே” என இடம் பெற்றுள்ளது. இதுவரை ஆங்கிலத்தில் வெளிவராத ஜேபியின் கதைகளையே இத்தொகுப்பிற்குத் தேர்வு செய்ய வேண்டும் என்பது மொழிபெயர்ப்பாளருக்குத் தரப்பட்ட குறிப்பாதலால் உள்ளடக்க அடிப்படையில் கதைகளைத் தேர்வு செய்ய அவருக்கு வாய்ப்பு அதிகம் இருந்திருக்காது. இக்கதைகளைப் படிக்கும்போது இவற்றில் ஐந்து கதைகள் இருந்திருக்காது. இக்கதைகளைப் படிக்கும்போது இவற்றில் ஐந்து கதைகள் எழுத்தாளர்கள் மற்றும் எழுத்து குறித்து அமைந்திருப்பது ஒருவருக்கு ஆச்சர்யம் தரும். பிற ஆறு கதைகள் பெண்களை மையமாகக் கொண்டவை. அதனளவில் சிறந்ததான ஒரு மர்மக் கதையும் உள்ளது. மற்றைய இரண்டு, ஓரிய கலாச்சார வாழ்வு குறித்தான ஜே.பி.யின் சிறப்பான கையாளலில் அமைந்துள்ளன.

பெண்களை மையங்களாக கொண்ட மூன்று கதைகள் குறித்து படிப்போர் கவனம் கொள்ளலாம். திகில் கதை, மற்றொன்று பெண்களை பிரதானமாக்கி அமைந்திருப்பது. கடவுள் சுபத்ரா ஜப்பானிய பெண் வடிவத்தில் வந்து கதை சொல்லிப் பெண்ணிற்கு பூரியில் நேர்கிற அவள் எடுத்த புகைப்படங்களை மீட்டுருவாக்கம் செய்வது. மற்றைய ஐந்து கதைகளில் எழுத்தென்ற வசீகரமில்லாத வேலை குறித்த உருவாக்கமாய் இருக்கிறது. இரு கதைகள் புகழ்பாடுகிற, முடமான அரசியல் கலாச்சாரம் குறித்தவையாகவும், அவற்றின் முடிவு இன்னும் தெளிவாக எடுத்துக் கூறத்தக்கதாகவும் உள்ளன. எனவே நான் சற்றே அலசி தனித்துக்காட்டி முன் வைக்க முயற்சிக்கிறேன்.

பெண்கள் மையமாக மூன்று கதைகளில் அவர்கள் வாழ்க்கை யினை கட்டுப்பாட்டில் எடுத்துக் கொள்ளும் அவர்களின் வாழ்க்கை மற்றும் பணி பற்றிய கவனம் வெளிப்படையாகவும், நுட்பமாகவும் வெளிப்பட்டிருக்கிறது. மேலும் “தன்னந்தனியே” கதையில் ரஞ்சனா தனிமைப்பட்ட நிலையில தானே மகிழ்ச்சி கொள்ள முயல்வது டி.எச். லாரன்ஸ் கதைகளின் வகையாக “எனது

வெதுவெதுப்பான மனதுடனான தனியாளாகவும்," "சமூக மயமான என் மனம்" என்ற வகைகளுக்கிடையிலும் இருந்து மரபான ஆண் ஆதிக்கத்திற்கு மாறியதாகிறது. "கண்கள்" கதையில் மஞ்சள் நிறம் மற்றும் மங்கோலிய சுபத்ராவிற்கும் (நாடோடிகளின் தேவதை எனப்படுவள்), ஜப்பானியப் பெண்ணிற்கும் இடையிலாக முரண் ஒத்திசைவு குறித்தாக அமைந்துள்ளளது. மரியோன் கிராபோட் எழுதிய "அப்பர் பர்த்" தை வாசித்த திகில் அனுபவத்துடனே இதை யும் வாசித்தேன்.

எழுத்தாளர்கள், எழுத்து பற்றிய ஐந்து கதைகள் வெகு சிறப்பானவை. நுகர்வு கலாச்சாரத்தில் எழுத்தின் விதியை ஜேபி. இவற்றில் பிரதிபலிக்கிறார். 'பேட்ரன் செயின்ட்' கதையில் சோம்பிரகாஷ் வார்த்தை மாறிப் பேசுகிறவனாக இருக்கிறான். நுகர்வுப் பொருளின் மாயம் பற்றின எப்போதும் எழுத்தப்படாத சிறந்த அக்கதையில் சோம்பிரகாஷின் மது, பெண், செல்வம் ஆசைகளை மறைத்து, எழுத்தென்பது ஒரு நுகர்வு விஷயமென்று சொல்லப்பட்டிருக்கிறது. "பிம்பம்" மற்றும் "கவிதையின் நெடு வாழ்வு" கதைகளில் இலக்கிய அதிகார அரசியல் நமது கலாச்சாரத்தை கொண்டு செல்லும் விஷயம் பற்றி மழுங்கலான பார்வையை வெளிப்படுத்துகின்றன. "முன்னோடி"யில் ஒரு புதினம் திரைப்படமாகும் போது வேடிக்கை நிறைந்த அதிகாரம் எளிய செய்கையாக வெளிப்படுகிறது. "உத்தராயன்" நாவல் "தட்சிநாயன்" ஆகும்போது எழுத்தாளன் படைப்பாக்கத்திலிருந்து வெளியேற்றப்படுகிறான். இது உலகள விலான நுகர்வு தன்மை உள்ளூர் தேவைகளை மாற்றத்தில் நசுக்கி விடக்கூடியதாக உலக பொது நலனுக்கு ஏற்றதாக இருக்கிறது. இறுதியாக வாழ்க்கையின் நிலையாமை பற்றியும் "கதாபத்திரம்" கதை உள்ளது. வெளிப்படையாக வேடிக்கையாக வெளிப்படும் விஷயங்கள் அடியாழத்தில் அபாயகரமானதாக இருப்பதை சொல்லும் அக்கதை புனைவிற்கும், நிஜ வாழ்க்கைக்குமான ஒற்றுமைகளைப் பற்றிய ஜேபி. அவர்கள், காப்கா (விசாரணை) மற்றும் கார்சிய மார்க்குவசு (தவிர்க்க இயலாத உதாரணம் இங்கு 'தி கிரானிக்கல் ஆப் த டெத் போர் டோல்டு') ஆகியோரின் படைப்புக்களையொட்டி இவற்றை அமைத்திருக்கிறார் எனத் தோன்றுகிறது.

இவை உருச்சிதைந்த உண்மைகளெனக் கொள்வதிலும் கதைகளில் காணப்படும் இவ்வித நிகழ்வுகள் வாசகர்களை மேலும் வாசிக்கச் செய்யும். வாசகர்கள் நன்கு வரையறுக்கப்பட்ட நிராசை மற்றும் முடக்கமான கற்பனைத்தன்மை மொழிபெயர்ப்பில் வரவியிருப்பதை அறிவர். எனவே ஆர்வத்தைத் தூண்டும் வகையிலான கற்பனைக் கதை சொல்லும் ஜே.பி.யின் திறமைக்காக எப்போதும் அவர் அதற்காகப் பாராட்டைப் பெறுவார்.

ஹிம்மன்சு எஸ். மகாபாத்ரா
ஆங்கிலப் பேராசிரியர்,
உட்கல் பல்கலைக்கழகம்.

1

உயில்

மனோரமா முன்பே பலதரம் படித்த தென்றாலும் அக்காகிதத்தை மீண்டும் பார்த்தாள். இப்போது அந்தப் பத்திரத்தின் ஒவ்வொரு வார்த்தையும் அவளுக்குப் பரிச்சயமாகி விட்டது:

"இதனால் அனைவருக்கும் தெரிவிப்பது என்னவென்றால், நான் மதி மனோரமா இதன்மூலம் எனது கடைசி உயில் என்றும், என் மரணத்திற்குப் பின் இது அமுலாகும் என்பதையும் தெரிவித்துக் கொள்கிறேன். பொது மக்களின் உபயோகத்திற்கான இந்த உறுதிமொழி, எளிமையான மொழியிலும் நான் நல்ல திடகாத்திரமான உடல் நலத்தோடும் இருக்கும்போது செய்யப்படு கிறது. யாருடைய வழிகாட்டுதல், விண்ணப்பம், பயம், அபிப்ராயம், பாதிப்பு அல்லது தவறான வழிநடத்தையும் எந்தத் தரப்பிலும் இல்லாமல் முழுமையான சுயநினைவுடன் இது செய்யப்படுகிறது. எனது பெயரில் உள்ள கீழ்க்கண்ட சொத்துக்கள் இருப்பதால், ஸ்ரீ/ ஸ்ரீமதி ... ...என்பவர் எனது இறப்பிற்குப் பிறகு அசையும் மற்றும் அசையாச் சொத்துக்களுக்கு முழு உரிமையாளர் ஆவார். மற்றும் அவரின் வாழ்நாளில் இதை அவர் பயன்படுத்தலாம். எனவே இதன் மூலம் ஸ்ரீ / ஸ்ரீமதி... ...இச்சொத்தின் முழு பாத்தியப்பட்டவர் என்பதை அறிவிக்கிறேன். இத்தியாதி... இத்யாதி..."

நெடுநாளைக்கு முன்பு இந்த உயிலை எழுத அவள் ஒரு வழக்கறிஞரை நியமித்தபோது, மனோரமா இந்த உலகத்தில் இனி வாழ இது தற்காப்பாகப் பயன்படும் என நினைத்தாள். இது எதிர் ஆயுதமாகவும் பயன்படும் என்பதை அவள் அனுபவங்களி லிருந்தும் கற்றுக்கொண்டதாய் சமாதானப்படுத்திக் கொண்டாள். மனோரமாவிற்குச் சொல்லவியலாத தைரியமும் பலமும் இந்த பத்திரத்தைக் கைவத்திருக்கும் போது கிடைப்பதாகத் தோன்றும்.

முன்பெல்லாம் அவள் கணவன் சிவநாத்தைப் பற்றி நினைக்கிறபோதெல்லாம் கட்டுப்படுத்த இயலாத கோபம் ஏற்படுவது வழக்கம். உலக லௌகீக சந்தோஷங்களைத்

தருவதற்கு முன் இரண்டு இளம் குழந்தைகளை விட்டுவிட்டு சிவநாத் இறந்து விட்டார். சிவநாத் அவனது மரணத்தை அவனாகவே தேர்வு செய்து அவளைப் பழிவாங்கும் விதமாய் இறந்து விட்டான் என்று அப்போது மனோரமா நினைப்பாள். திருமண காலத்திய எவ்வித ஆசைகளும் அவளின் வாழ்க்கையில் நிறைவேறியதில்லை. அவனின் பெற்றோருடன் அவளை விட்டு விட்டு சிவநாத் நகரத்திற்கு வேலைக்குச் சென்று விட்டான். விடுமுறை நாட்களில் சிவநாத் கிராமத்திற்கு வரும்போது மட்டும் அவர்கள் சந்தித்துக் கொள்வார்கள். அவனின் ஆரம்ப காலங்களை நகரில் கழித்தவர்களுக்கு கிராம வாழ்க்கை என்பது பெரிய தண்டனையாகத்தான் இருந்தது. இதைத்தவிர அவனின் மாமனார் குடும்பங்களின் மாமியாரின் தொடர்ந்த கண்காணிப்பு மற்றும் அதிகார அடக்குமுறையும் இருந்தது. சின்ன வயதிலேயே இரண்டு குழந்தைகளைப் பெற்றெடுத்து, எதிர்பார்க்கமுடியாத பொறுப்புகளைச் சுமப்பது சுகமான அனுபவமல்ல. இந்த வகையில் இவளின் இளம் வயதிலேயே அவளைத் துக்கம் பீடித்திருந்தது.

ஆரம்பத்தில் சிவநாத்திடம் அவளை டவுனுக்குக் கூட்டிச் சென்று அவனுடன் தங்கக் கெஞ்சுவாள். குறைந்த சம்பளம், பெற்றோர், இளைய சகோதரனின் பொறுப்புகளைச் சுமக்கும் விதமாய் சிவநாத் அவளைக் கிராமத்திலேயே தங்குமாறு வலியுறுத்துவான். சிவநாத் நகரத்தில் வாடகை வீட்டில் வசித்து வந்தான். இரு குடும்பச் செலவுகளைச் சந்திப்பது அவனுக்குச் சிரமமாக இருந்தது. அவனின் சம்பளத்தின் பெரும்பகுதியை அவன் ஒவ்வொரு மாதமும் அவனின் அப்பாவிற்கு அனுப்பி விடுவான். அவனின் அப்பா கறாரான பேர்வழி என்பதால் அவன் அனுப்பியதில் சிறிது சேமித்து சிவநாத் பெயரில் கொஞ்சம் இடம் வாங்கியிருந்தார். சிவநாத் குழந்தைகளின் எதிர்காலம் பற்றியே அவளிடம் எப்போதும் பேசுவார். மனோரமா அது குறித்துக் கவலை கொண்டதில்லை. இன்றைக்கு எல்லாமே வீணான விருப்பங்கள், கவலைகளின் மத்தியில் இருந்துகொண்டு எதிர்கால சௌகரியமான வாழ்க்கை பற்றிக் கனவு காண்பதில் என்ன அர்த்தம்?

இன்னொரு விதத்தில் மனோரமா அவளின் குழந்தைகள் பற்றிக் கவலைப்படுவாள். சிவநாத் பெற்றோர் இரண்டு குழந்தைகளையும் தங்கள் கட்டுப்பாட்டில் வைத்திருந்தனர்.

மனோரமா வெளியாளாகவே பெரும்பாலும் உணர்ந்திருக்கிறாள். குழந்தைகளை எந்த விஷயத்தில் தட்டிக் கேட்டாலும் அவளின் மாமனார் மாமியார் அவளைத் திட்டுவார். தாத்தா பாட்டியின் தொடர்ந்த ஆசை காரணமாக, குழந்தைகளும் எதிர்ப்புணர்வும், கீழ்ப்படியாமையும் கொண்டிருந்தனர். மனோரமாவின் கட்டுப்பாடு களிலிருந்து நிவாரணம் பெறும் விதமாய், தாத்தா பாட்டியிடம் அடைக்கலமாவார்கள். ஒவ்வொரு முறையும் அம்மாவை அலட்சியப்படுத்துவார்கள். எனவே மனோரமா வரவேற்கப்படாத விருந்தாளியாகப் புகுந்த வீட்டில் இருந்தாள்.

சிவநாத்தின் உடல்நலமின்மை பற்றிச் செய்தி வந்ததும் அவள் அதை யாரிடமும் கலந்தாலோசிக்காமல் குழந்தைகளை கூட்டிக்கொண்டு மாமியாரிடம் பெரிதாய்ச் சண்டை போட்டுக் கொண்டு நகரத்திற்குச் சென்றுவிட்டாள். நகரத்திற்கு மனோரமா சென்றபின் மனோரமாவின் சகோதரர் அவரை மருத்துவமனைக்குக் கூட்டிச் சென்றுவிட்டதாக தகவல் சொன்னார். அவளின் சகோதரர் கண்காணிப்பில் குழந்தைகளை விட்டுவிட்டு மனோரமா நேராக மருத்துவமனைக்குச் சென்றாள். சிவநாத் மரணத்திற்குப் பிறகே அவள் திரும்ப முடிந்தது.

சிவநாத்தின் பெற்றோர், சகோதரர் ஆகியோர் அதற்குப் பிறகே நகரத்தை அடைந்து சிவநாத்தின் வாடகை வீட்டில் தங்கினர். மருத்துவமனைக்கு வருவதை வழக்கமாக்கினர். சிவநாத்தை மருத்துவமனையில் பார்த்துக்கொள்ள வேண்டியிருந்தது. கிராமத்திலிருந்து வரும் விருந்தினர்களின் சௌகரியங்களைச் பார்த்துக் கொள்வது அவளுக்குத் தலையாய விசயமாக இருந்தது. ஒரு விஷயத்தில் அவள் மகிழ்ந்தாள். அந்தச் சின்ன வீட்டினை அவளின் மாமனார் மாமியாரை மீறி அவள் கையிலெடுத்துக் கொண்டதாகும். ஒருவரின் சொந்த வீட்டின் தலைவியாக இருப்பதைப் பற்றி மனோரமா உணர்ந்தாள். மாமியார் மாமனார் வகையினர் வீட்டு விஷயங்களில் அவளை மீற முயன்றனர். ஆனால் மனோரமா குறுக்கீடு செய்ய அனுமதிக்காமல் அவர்களை விருந்தினர்களாகவே இருக்கச் செய்தாள்.

துக்கமும், இறுதிச்சடங்குகளும் முடிந்தபின் மனோரமா எவ்விதக் காரியங்களுமின்றித் திரும்பிக் கிராமத்திற்குச் செல்வதில்லை என்று நிச்சயித்திருந்தாள். குழந்தைகளின் படிப்பு பற்றி மாமியார்

வகையினர் பிரச்னைகளை எழுப்பினர். மனோரமா நகரப் பள்ளியில் அவர்களைச் சேர்த்து அவளுடன் வைத்துக் கொள்வ தாகச் சொல்லி விட்டாள். தாத்தாவின் வற்புறுத்துதலால் குழந்தைகள் கிராமத்திற்குத் திரும்புவது பற்றி வலியுறுத்தினர். ஒரு சமயத்தில் மனோரமா தாத்தாமார் கட்டாயமாக்கிக் குழந்தைகளைக் கிராமத்திற்குக் கூட்டிச் சென்று விடுவர் எனப் பயப்பட்டாள். எனவே குழந்தைகளைக் கூட்டிக்கொண்டு சில நாட்களுக்கு அவளின் சகோதரர் வீட்டில் தங்க வைத்தாள். அவளைச் சமாதானப்படுத்தும் முயற்சியும், தோல்வியும் காரணமாக அவளை மிரட்டினார். மனோரமா விட்டுக் கொடுக்கவில்லை. மனோரமா கிராமத்திற்குத் திரும்பாவிட்டாலும் பேரக் குழந்தைகளை ஏதாவது தில்லுமுல்லு செய்தாவது கூட்டிச் செல்வோம் என்று மிரட்டி இறுதியாக மாமனார் வகையினர் கிராமத்திற்குத் திரும்பி விட்டனர்.

அவர்கள் சென்றபின் மனோரமா வீட்டைக் கவனிப்பதில் அக்கறை கொண்டாள். அதற்குமுன் அவளாகவே தீர்மானித்து, வீட்டை நடத்துவது வழக்கமாகவில்லை. பள்ளியில் குழந்தைகளைச் சேர்ப்பதில் பிரச்னைகள் எழுந்தன. பக்கத்தில் வசித்து வந்த சகோதரனால் அப்பிரச்னைகள் தீர்ந்தன. குழந்தைகளின் பள்ளிச் சான்றிதழ்களையும், அவளது பொருட்களையும் கொண்டுவர அவனைக் கிராமத்திற்கு அனுப்பினாள். மாமனார் வகையினர் மனோரமாவின் நகைகளைத் தர மறுத்தாலும், அவளது சகோதரர் மற்றவற்றைக் கொண்டு வருவதில் வெற்றியடைந்தார். குழந்தைகள் பள்ளியில் சேர்க்கப்பட்டார்கள். குழந்தைகள் பள்ளிக்குச் சென்ற முதல் நாளில் மனோரமா பெருமூச்சு விட்டுக்கொண்டாள். நீண்ட காலத்திற்குப் பிறகு சிவநாத்தைப் பற்றி அவள் நினைத்தாள். குழந்தைகளை வளர்ப்பதில் இருக்கும் பாரம் பற்றி உணர்ந்தாள். குழந்தைகள் கிராமத்தைப் பற்றிக் கவலைப்பட்டு, நகரத்தில் சந்தோஷமாக இல்லை. ஆனால் மனோரமா எல்லாவற்றையும் அவர்கள் சீக்கிரம் மறந்து அவர்களின் புது வாழ்க்கைக்கு ஒத்துப் போவார்கள் என நம்பினாள். தன்னுடன் குழந்தைகள் இருப்பது என்பது மனோரமாவிற்கு மிகுந்த மகிழ்ச்சியைத் தந்தது. ஆனால், மாமனார் வகையினரிடமிருந்த குழந்தைகளைப் பறித்து அவர் களுக்குத் துக்கம் உண்டாக்கியது பற்றின நினைப்புகள் அவளுக்கு

மிகுந்த மகிழ்ச்சியைத் தந்தன.

ஆரம்பத்தில் மனோரமா நிறைய சங்கடங்களைச் சந்தித்தாள். ஆனால் பின்னாலான நாட்களில் எல்லாம் மறைந்துவிட்டன. சிவநாத்தின் மரணத்தையும் பெரிதாக எடுத்துக் கொள்ளவில்லை. ஒரு வகையில் சிவநாத் அவளுடன் எப்போதும் வெகு நெருக்கமாக இருந்ததில்லை. காரணம், கணவனும் மனைவியுமாக அவர்கள் கூட இருந்தது வெகுகுறைவான காலம்தான் என்பதால் குழந்தைகளும் சிவநாத்திற்கு நெருக்கமாக இருக்கவில்லை. அதனால் அவரின் மரணமும் அவர்களைப் பெரிதாகப் பாதிக்கவில்லை. ஆரம்பத்தில் கிராமத்தையும், தாத்தா பாட்டியையும் விட்டு, புதுப் பள்ளியில் வினோதமான சூழலில் மாட்டிக்கொண்டு விட்டதாக எண்ணினர். ஆனால் சீக்கிரம் நண்பர்களாலும், நகர வாழ்க்கைக்கு ஒத்துப்போயினர். சில மாதங்களில் மனோரமாவும் குழந்தைகள் போலவே சிவநாத், கிராமம் மற்றும் மாமனார் வகையினர் ஆகியோர் ஒரு கெட்ட கனவு போலவும், கடைசியாக வாழ்க்கை சுமூகமாக அவளை வைத்திருப்பதையும் உணர்ந்தாள்.

சில நேரங்களில் மனோரமா கிராமத்தை விட்டு விட்டு வந்ததால் பல பந்தங்களிலிருந்து அவள் விடுதலையாகிவிட்டதாக உணர்ந்தாள். மரணத்தின் மூலமாகச் சிவநாத் புது வாழ்க்கையை அவளுக்குக் கொடுத்திருப்பது போலவும், அவள் எப்போதும் விரும்பும் வாழ்க்கையை அவள் தொடர வாய்ப்பும் என்றானது. இவ்வகையான எண்ணங்களால் அவளுக்கு அவளே நொந்து கொண்டாள். ஆனால் அவள் எப்படி அவளை மீட்டெடுக்கும் முயற்சிகளின் உணர்வுகளை நிராகரித்த முடியும்? சுதந்திரமான வாழ்க்கைக்குக் கொண்டு செல்லும் முயற்சிகளுக்கு அவள் வேறு வகையில் விரும்பினாள். கிராமத்தில் தங்கி மாமனார் வகையினரின் தொல்லைகளைத் தாங்க வேண்டியதில்லை. குழந்தைகள் அவளுக்கே சொந்தமானவர்கள். எந்த வகையிலும் அவளைத்தவிர வேறு யாரும் குழந்தைகள் மீது உரிமை எடுக்க முடியாது. இது அவளுக்குப் பெரும் பலமானது. இப்போது அவள் தான் விரும்பிய மாதிரி குழந்தைகளை வளர்க்கலாம். மனோரமாவிற்கு பென்சன் கிடைப்பதால் இதற்கான பணம் அவளிடம் இருக்கிறது. அவனின் சிறிய வருமானத்தை மீறி ஒரு பெரிய இன்சூரன்ஸ் பாலிசியையும் எடுத்திருந்தான். இதில் சிவநாத்தின் அப்பா குறுக்கிட்டு சிவநாத்

அவனின் சகோதரனுக்காக இந்தப் பாலிசியை எடுத்திருப்பதாக வாதிட்டார். மனோரமா அவரை ஒதுக்கி, அவர் மீண்டும் அந்தப் பிரச்னையைக் கிளப்பியபோது அவளின் சகோதரனை அனுப்பி வைத்தாள். ஆனால் அவளும் அவள் சகோதரனும் எந்த வழிவகையும் இன்றிச் சட்டத்தின்படி மனோரமாவே அந்தப் பணத்தைப்பெறத் தகுதியானவள் என்பதைச் சொல்லினர். சிவநாத் இது குறித்து உயில் ஏதாவது எழுதியிருந்தால் மட்டுமே இது பற்றி மேற்கொண்டு பேசமுடியும் என்பதால் இது முடிவுக்கு வந்தது. அவளின் மாமனார் தந்திரங்களைப் பிறகு மாற்றிக்கொண்டு சகஜமானார். குழந்தைகளுடன் சிநேகிதமாக இருக்க முயற்சித்தார். சிலதினங்களுக்குக் கிராமத்திற்குக் கூட்டிப் போகவும் விரும்பினார்.

சிவநாத்தின் மரணத்திற்குப் பின் அவளின் மாமனார் குழந்தைகளைக் கிராமத்திற்குக் கொண்டுபோவது பற்றின விஷயத்தைப் பல சமயங்களில் பேசினார். ஆனால் மனோரமாக ஏதோ வகையில் அந்த விஷயத்தைக் கைக்குள் வைத்துக் கொண்டாள். ஒவ்வொரு முறையும் மாமனார் அவர்களிடம் வரும்போது குழந்தைகளை அவர் பக்கம் இழுக்க முயற்சிப்பார். அவருடன் குழந்தைகள் அதிக நேரம் இருப்பது பற்றி ஜாக்கிரதையாக இருந்தாள். அவர்களுக்கு இடையிலான இந்தச் சண்டையைக் குழந்தைகள் சரியாகப் புரிந்து கொண்டு, அவர்களின் தாத்தா அங்கிருக்கும்போதெல்லாம் இதைப் பொழுது போக்கும் விஷயமாக எடுத்துக் கொண்டனர். அவர் இருக்கும்போது சில நாட்களுக்கு அம்மாவை விட்டு விலகியும் தாத்தாவுடன் நெருக்கமாகவும் இருப்பர். அம்மாவிற்கு அடிபணியவும் மாட்டார்கள். மனோரமா இந்த நீண்ட நாடகத்திற்கு முற்றுப்புள்ளி வைக்க ஆசைப்பட்டாள். ஆனால் இதுவரைக்கும் செய்ய முடிந்த தில்லை.

கிராமத்திற்கு மறுபடியும் குழந்தைகளைக் கொண்டு செல்ல மாமனார் பிரச்னையைக் கிளப்பும்போது ஒரு புது ஆட்டம் ஆடுவதை மனோரமா உணர்ந்தாள். ஒருநாள் குழந்தைகளைப் பள்ளியில் இருந்து கூட்டிவந்து அவளின் சகோதரர் இடத்தில் விட்டாள். மாமனார் கேட்டபோது குழந்தைகளை அவர் கெடுப்பதால் அவளின் சகோதரர் வீட்டில் விட்டு விட்டதாகச் சொன்னாள். எரிச்சலடைந்த அவர், கிராமத்திற்குப் போய் விடுவதாக மிரட்டினார். அவர்களை எப்படி அவளுடன்

வைத்துக் கொள்ளப் போகிறாய் என்றும் எச்சரிக்கை விடுத்தார். அவர்களை எப்படியாவது கூட்டிச் சென்றுவிடுவேன் என்றார். மனோரமா அவரை அங்கிருந்து போகும்படியும், மறுபடியும் இங்கு வரக்கூடாது என்றாள். சில மிரட்டல்களை விடுத்தபின் அவர் சென்றுவிட்டார். நீண்ட காலத்திற்கு மனோரமா அவள் அங்கில்லாதபோது குழந்தைகளைக் கூட்டிச் சென்று விடுவார் எனும் பயத்தில் இருந்தாள். சகோதரரின் அறிவுரையின்படி இது குறித்து காவல் நிலையத்தில் ஒரு புகாரையும் தந்தாள்.

சில தினங்களுக்குப் பின் அவளுக்கு வக்கீல் நோட்டீஸ் ஒன்று வந்தது. அவளின் மாமனார் சிவநாத்தின் இன்சூரன்ஸ் பாலிசியில் ஒரு பங்கு கேட்டும், சிவநாத்தின் விருப்பத்திற்கேற்ப குழந்தைகளைத் தன்னுடன் கிராமத்தில் வைத்துக்கொள்ளும் உரிமையைக் கோரியும் இருந்தார். மனோரமா அவளின் சகோதரனிடம் இந்த நோட்டீசைக் காட்டினாள். அவர்கள் வழக்கறிஞரின் அறிவுரைப்படி அந்த நோட்டீசை நிராகரிப்பது என்றும் மௌனம் காப்பது என்றும் முடிவானது.

சில தினங்களுக்குப் பின் மனோரமா அவளின் சகோதரனுடன் கிராமத்திற்குச் சென்றாள். அவளின் மாமியாரைச் சந்திக்க அவள் செல்லவில்லை. அதற்குப் பதிலாக,கிராமத்தைச் சார்ந்த சிலருடன் சிவநாத்திற்குச் சொந்தமான நிலத்தை விற்பது பற்றி கலந்தாலோசித்தாள். அவளின் மாமனார் அதைப்பற்றிக் கேள்விப்பட்டு அங்கு வந்து சிவநாத்தின் சொத்தை விற்க அனுமதிக்க முடியாது என்றார். ஆனாலும், அந்த நிலத்தை வாங்கச் சிலர் தயாராக இருந்தனர் என்பதால், அந்தச் சூழ்நிலையை மனதில் கொண்டு மாமனார் பிரச்னை செய்யாமல் இருப்பதாக முடிவெடுத்தார். விற்கும் பணத்தில் கொஞ்சம் சிவநாத்தின் இளைய சகோதரனுக்குத் தரும்படி மனோரமாவிடம் வேண்டுகோள் விடுத்தார். அதற்கு மனோரமா பதில் எதுவும் சொல்லாமல் அவளின் நகைகளைப் பற்றி ஞாபகமூட்டினாள்.

அந்த நிலம் விற்கப்பட்டு மனோரமா அதில் வந்த பணத்தை அவள் வாடகைக்கு இருந்த வீட்டை வாங்கினாள். இப்போது அவள் சௌகரியமாக வாழ்க்கையை வாழ்ந்து கொண்டிருக்கிறாள். இனி வீட்டிற்கு வாடகை எப்போதும் தர வேண்டியதில்லை. புத்திசாலித்தனமாக அவள் முதலீடு செய்த பணத்திலிருந்து

ஒவ்வொரு மாதமும் தொடர்ந்து வருமானம் வந்தது. மனோரமா செலவுகளைக் கவனித்துக் கொண்டது மட்டுமின்றி சேமிக்கவும் செய்தாள். ஆண்டுகளுக்குப் பிறகு மனோரமா அவளின் நீண்ட கால நிராகரிக்கப்பட்ட தோற்றத்தைப் போல இருந்து வீட்டை ஒழுங்காக்கினாள். பக்கத்தில் இருப்பவர்களுடன் நட்பை ஏற்படுத்திக் கொண்டாள். சகோதரனின் வழக்கறிஞர் நண்பர் பொருளாதார பிரச்னைகளை பற்றி ஆலோசிக்க வந்தபோது கொஞ்சம் அக்கறை எடுத்துக்கொண்டு தன் தோற்றத்தை மாற்றி யிருந்தாள்.

இவற்றுக்கு மத்தியில் சிவநாத்தைப் பற்றி அவள் யோசிப்ப தில்லை என்பது மட்டுமல்ல அந்த நினைவுகளின் உணர்ச்சியோ, அன்பின் ஊற்றோ இருக்கவில்லை. சிவநாத் அவளுக்கு காதலும் அன்பும், நெருக்கமும் என அவன் உயிருடன் இருக்கும்போது எதுவும் தந்ததில்லை. ஆனால் சாவில், அவளுக்கென்றொரு வீடு, பொருளாதார ஸ்திரத்தன்மை மற்றும் எதிர்காலத்தில் கவனித்துக்கொள்ள இரண்டு குழந்தைகளைத் தந்திருந்தான். மனோரமா இந்தக் காரணங்களுக்காகவே அவனை நினைத்தாள், வேறெதுவும் இல்லை. இப்போது அவளின் அன்பும், நேசிப்பும், நேரமும் எல்லாம் குழந்தைகளுக்காக அர்ப்பணிக்கப்பட்டவை. அவளின் இப்போதைய வாழ்க்கை லட்சியம் அவர்களை நன்கு வளர்க்க வேண்டும் என்பதேயாகும்.

இந்த வகையில் வாழ்க்கை சென்று கொண்டிருக்கும்போது இன்னொரு வழக்கறிஞர் நோட்டீஸ் அவளின் மாமனாரிடம் இருந்து வந்தது. மனோரமாவின் நடத்தையைக் குற்றம் சொல்லி, பேரக்குழந்தைகளைக் காப்பாற்ற வேண்டியது பற்றிக் கேட்டிருந்தார். மனோரமா நிலைகுலைந்து போனாள். அவர் பணத்துக்காக இவ்வளவு கேவலமாக நெருங்கிய உறவில் இவ்வளவு கேவலமாக நடந்துகொள்வார் என்பதை நினைத்துப் பார்க்கவில்லை. அவள் நடத்தை பற்றிய குற்றச்சாட்டுகள் அவளை நிலைகுலைய வைத்தன. வழக்கறிஞர் இதுபோன்ற அபாண்ட பொய்கள் நீதிமன்ற வழக்குகளில் வழக்கமானது என்றார். ஆனால் மனோரமா வேதனையடைந்தாள். இவ்வளவு வருடங்களாய் வெகு ஜாக்கிரதையாக இருந்து கொண்டிருந்தவளுக்கு யாரோ ஒருவர் இப்படிக் குற்றச்சாட்டுகளைக் கூறுவது அவளது கற்பனைக்கே

கூட எட்டாததாக இருந்தது. அந்த நோட்டீஸிற்குப் பதிலாக மனோரமாவின் வக்கீல் ஒரு நோட்டீஸை கடுமையான வார்த்தைப் பிரயோகங்களுடன் அனுப்பி வைத்தார். இதற்கெல்லாம் தலையாயதாக, அவளின் மாமனாரின் முன்னோர் சொத்தின் ஒரு பகுதியை குழந்தைகளுக்காக உரிமை கோரி ஒரு நோட்டீசை அனுப்பினார். அதற்குப்பின் மாமனாரிடமிருந்து எந்தப் பிரச்னை யும் வரவில்லை. ஆனால் அந்த தாறுமாறாய் குற்றம் சாட்டிய வழக்கறிஞர் நோட்டீஸ்மனோரமாவை இன்னொரு வித்தியாசமானவளாக ஆக்கியது.

வழக்கறிஞர் நோட்டீஸ் மனோரமா பலவீனமானவள் என்றும், பல ஆண்களுடன் அவளுக்கு உறவு இருப்பதாயும் இது சிவநாத்தின் குழந்தைகளிடம் மோசமான தாக்கத்தை ஏற்படுத்தியதாகவும் குறிப்பிடப்பட்டிருந்தது. இப்படியொரு குற்றச்சாட்டை யாரோ எழுப்பியதற்கு என்ன காரணமாக இருக்க முடியும் என்பது பற்றி அவள் நினைத்துப் பார்க்க முயற்சித்தாள். அவள் தொடர்பு கொண்டிருந்தவர்களை ஞாபகப்படுத்திப் பார்த்தாள். ஆனால் அந்த வழக்கறிஞர் நோட்டீஸில் சொன்னபடி உறவுக்கான எந்த சாத்தியமும் இல்லை. ஆனால் அவளுக்கு உறுத்தலாகவே இருந்தது. என்றாலும் இதைவிடக் கறாரான வாழ்க்கையை அவள் மேற்கொண்டிருக்க வேண்டும். ஆகவே வாழ்க்கையினை இன்னும் கறாராகவும், எளிமையாகவும், இந்த சமூகம் தன்மேல் சுமத்தியிருக்கும் விதவை எந்த விதத்தில் வாழ்வது என முடிவெடுத்தாள்.

மனோரமா வெள்ளைச் சேலை உடுத்தத் தொடங்கினாள். சகத் தொடர்புகளைத் துண்டித்துக் கொண்டாள். சகோதர னின் வழக்கறிஞர் நண்பனை வீட்டிற்கு அதன் பிறகு வர அனுமதிக்கவில்லை. குழந்தைகளிடம் கண்டிப்பாக நடந்து கொண்டாள். இதனூடே, சிவநாத் என்பவன் தன் வாழ்க்கையில் இருந்ததை தன் மனதிலிருந்து அழித்துவிட்டாள். அவளும், இரண்டு குழந்தைகளும் ஒரு புது வாழ்க்கையை இப்பொழுது அவளுக்காக ஆரம்பித்துள்ளனர். இரண்டு குழந்தைகளை வெற்றிகரமானவர்களாக்குவதைத் தவிரவேறு குறிக்கோளோ விருப்பமோ அவளின் வாழ்க்கையில் இல்லை. இந்த முடிவுக்காக அவளின் முழுமையான நேரம், வாழ்க்கை, முயற்சிகள் மற்றும்

ஆசைகளைச் சமர்ப்பித்தாள்.

ஆனால் இந்த முயற்சிகள் குழந்தைகளிடம் வினோதமான மோசமான விளைவுகளை ஏற்படுத்தின. மனோரமா ஏற்படுத்திய கட்டுப்பாடுகள் காரணமாக வீடு அவர்களுக்கு ஒரு சிறையாகி விட்டது. மனோரமா அவர்களை எல்லா நேரமும் பாதுகாத்துப் பள்ளி நேரத்தைத் தவிர முழுமையாக அவளுடன் செலவிடவும், அவளின் அறிவுரைகளின்படி நடக்கவும் நிர்ப்பந்தித்தாள். ஆனால் அவளின் கடுமையான ஒழுங்கு நடவடிக்கைகள் இரு குழந்தைகளிடம் வேறு விளைவுகளை ஏற்படுத்தின. மகன் சுமன் அம்மாவுக்குக் கீழ்ப்படியாதவனாகி வீட்டிலேயே அடைந்து கிடந்தான். ஆனால் சுனிதா, இரண்டு வயது இளையவள், தன்னலமானவளாக அலைந்தவள், கலகக்காரியாகவும் மாறினாள். இந்த நிலைமை மனோரமாவுக்கு வேதனை தந்தது. எப்படியானாலும் சுமனை வெளியில் செல்வதற்கும் அவளோடு இணங்கி இருப்பதற்கும் அவள் உற்சாக மூட்டினாள். ஆனால் இன்னொருபுறம், முளைக் கயிற்றில் கட்டுவது போல மகளை வைத்திருக்க முயற்சித்தது அவள் அம்மாவுக்கு கீழ்ப்படியாதவளாகவும், அவளிடமிருந்து விலகுபவளாகவும் மாறிவிட்டாள். அவளே எல்லாவற்றையும் செய்யும்போது மனோரமா அவளின் வாழ்க்கையில் ஓர் ஆண் இல்லாதது பற்றிப் பல சமயங்களில் உணர்வாள். ஆனால் அந்த ஆண் நிச்சயமாக சிவநாத் அல்ல. வாழ்க்கை சீராகவே சென்றது. ஆனால் அவ்வப்போது அவளின் சகோதரனின் உதவியை நாட வேண்டியிருந்தது. இதைத்தவிர, அவளுக்கு நாற்பது வயதுகூட இல்லையென்றாலும் அவள் கிழவியாகி வருவதாய் உணர ஆரம்பித்தாள். அவளைக் கவனித்துக் கொள்வதற்காக தேவையான ஏற்பாடுகளைச் செய்ய வேண்டும் என உணர்ந்தாள். அவள் மன உறுதியோடு இருந்தாலும் கடுமையான நெருக்கடிச் சூழல்கள் தொடர்ந்தன.

பள்ளிப்படிப்பை முடித்தபோது சுமன் கலைப் பாடங்களில் அக்கறை கொண்டிருந்தாலும் அவள் சுமனை விஞ்ஞானப் பாடத்தை எடுத்து மருத்துவம் படிக்கக் கட்டாயப்படுத்தினாள். சுமன் அவனின் உணர்வை வார்த்தையாக வெளிக்காட்ட வில்லையென்றாலும் அவன் ஆழமான கோபத்தில் இருப்பதை அறிவாள். ஆனால் இன்னொருபுறம் சுனிதா, நன்றாகப் படிப்பவளாக இல்லாவிட்டாலும் அவள் கலைப்பாடங்கள் எடுக்கச்

சொன்னபோது அவள் அம்மாவை எதிர்க்கிற எண்ணத்தில் விஞ் ஞானப்பாடங்களுக்கு விருப்பம் தெரிவித்தாள். முடிவாக அவள் தேர்வில் தோல்வியடைந்தாள்.

இவ்வாறு மனோரமாவின் காலம் மன உளைச்சலுடன் எந்தவித நல்ல முடிவுகளில்லாமல் சென்றது. அவளின் தலை நரைக்கத் துவங்கி, உடல் எடை கூடியது. அவள் தோற்றம் பற்றி அவள் கவலைப்படவில்லை. வீட்டை வியாபார எண்ணத்துடன் நடத்துபவள் போல நடத்தி, சேமிக்க முடிந்த பணத்தில் ஒரு இடத்தையும் நகரத்தில் வாங்கினாள். ஆனால் மனோரமாவின் குடும்பம் மகிழ்ச்சியாக இல்லை. மூன்று பேரும் மூன்று வெவ்வேறு விதமான வாழ்க்கையைக் குறைந்தபட்ச பிணைப்புடன் நடத்தினர்.

சுமன் தன்னை தனிமைப்படுத்திக் கொள்ளவும், சுனிதா படிப்பைத் தொடராமல் அவளின் நண்பன் ஒருவனை இளம் வயதிலேயே திருமணம் செய்துகொண்டதும் ஆக நிலைமை ஒருவழிக்கு வந்தது. அம்மாவும் மகளும் இந்த நிலைமை குறித்துத் தொடர்ந்து சண்டையிட்டனர். சுனிதா ஒருநாள் வீட்டைவிட்டு வெளியேறிப் பக்கத்து ஊரில் இருக்கும் பையனைத் திருமணம் செய்துகொண்டாள். மனோரமா அவளுடன் எந்தத் தொடர்புக்கும் மறுத்து சுமனையும் அவன் சகோதரியிடம் எந்தத் தொடர்பும் கொள்ள அனுமதிக்கவில்லை.

சுமன் மருத்துவப்படிப்பை முடித்தவுடன் அவன் தனக்கான பெண்ணை அவனே தேர்ந்தெடுத்துக் கொள்ளக்கூடாது. என் திருமணத்தை நடத்தி வைத்தாள். அவள் நிறைய பெண்களைப் பார்த்து அவர்களை நிராகரித்தாள். அவள் இறுதியாகத் தேர்வு செய்தவள் சுமாராகப் படித்தவளாகவும் இருந்தாள். மனோரமா மகனைக் கைக்குள் வைத்துக்கொள்ளும்படியும் அவளை வயதான காலத்தில் பார்த்துக் கொள்கிறபடியும் இருக்க முடியும் என நம்பினாள்.

ஐம்பத்தைந்து வயது நிறைவின்போது மனோரமா அவளின் திட்டங்களை எப்படித் தவறானவை என்பதை உணர்ந்தாள். முதுமையில் அவள் கற்பனை செய்த அந்த அழகான வாழ்க்கை என்னவானது? சுமன் அரசுத் துறையில் வேலைக்குச் சேர்ந்து இப்போது வேறு ஊரில் வசிக்கிறான். வெளிப்பார்வையில்

மென்மையானவளாக இருக்கும் அவள் மருமகள் எதிர்நிலைக்கு மாறிவிட்டாள். சுமனைக் கைக்குள் போட்டுக்கொண்டு அவள் சொல்கிறபடி அவனைக் கேட்க வைத்தாள். மகனும் மருமகளும் மரியாதை அளித்தாலும், அதில் உண்மையில்லை என்பதை அவள் அறிவாள். இந்நிலையில் சுனிதாவுடன் அவள் உறவு முன்னேற்றம் கண்டது. சுனிதாவின் கணவன் எதற்கும் லாயக் கற்றவன் என்று அவள் நினைத்தவள் வியாபாரத்தில் மூழ்கி அவனளவில் நன்றாக வியாபாரம் செய்து கொண்டிருந்தான். அவனும் மனோரமாவின் முந்தைய நடவடிக்கைக்குப் பின்னும் மரியாதையுடன் நடந்துகொண்டான்.

இந்த வகையில் தனிமையான வாழ்க்கையை அவள் மேற்கொண்டாள். தினப்படி வாழ்க்கையில் வீட்டை எப்படிப் பராமரிப்பது, உணவு, பழக்கம், அவளின் உடல்நலம், நேரத்தைச் செலவழிப்பது பற்றித் திட்டமிடலில் அவளின் வெறுமையைத் தவிர்க்க முயற்சித்தாள். அவள் மீதான அக்கறை என்றில்லாமல் குழந்தைகள் அவர்களின் நேரத்தை, தேவையை முன்னிட்டே அவளை வந்து பார்ப்பதையும் அவள் தெரிந்து கொண்டாள்.

சுனிதா கர்ப்பமானபோது சுனிதாவுடன் தொடர்பைப் புதுப்பித்துக் கொண்டாள். மனோரமாவும் சுனிதாவும் நேரடியாக பிரசவம் பற்றிபேசிக் கொள்ளாவிட்டாலும் பிரசவம் வரைக்கும் அவள் தங்குவது என்று முடிவானது, ஒருநாள் காலை சுனிதா கணவனுடன் வந்து சேர்ந்தாள். அம்மாவும் மகளும் ஒருவரை யொருவர் கட்டியணைத்து நெடுநேரம் அழுதார்கள். அவளின் முதுமையில் அவளுடனான உறவு எந்த நிலையிலும் பிளவுபடக் கூடாது என்று சுனிதா முடிவு செய்தாள். சுனிதா சீரான உறவைக் கடந்த சில ஆண்டுகளில் கொண்டிருக்காததை அறிந்தாள். அவள் கணவனுடன் அனுசரணையுடன் உறவை வளர்த்தாள். எந்தக் காரணமும் இல்லாமல் இவ்வளவு வருடங்களாய் உறவு வைத்துக் கொள்ளாமல் இருந்தது அவளுக்கு வருத்தமாக இருந்தது.

குழந்தை பிறப்பிற்குப் பின் சுனிதா சென்று விட்டாள். சில மாதங்களுக்குப் பிறகு சுமனின் மனைவி கர்ப்பிணியாக வந்து சேர்ந்தாள். இந்த முறை அவள் மரியாதையாகவும், பொறுமை யாகவும் பழகினாள். மனோரமா அது பாசாங்கு என்பதை அறிந்தாள். அப்போது அவர்களுக்கு அவள் தேவைப்பட்டாள்.

இதை அறிந்திருந்தாலும் அவர்களைக் கவனித்து சுமூகமான பிரசவத்தில் மகிழ்ச்சி அடைந்தாள். அவளின் இரு குழந்தைகளை இப்படிக் கவனித்துக் கொண்டது போதும் என்ற முடிவுக்கு வந்தாள். அவளுக்கு வயதாகிவிட்டது. இனி குழந்தைகளே அவர் களைக் கவனித்துக் கொள்ளட்டும். இனி அவள் நல்ல ஓய்வு எடுக்க வேண்டும். அதன் பின் மகனும் மருமகளும் அவளைப் பற்றிக் கவலைப்படவில்லை. வயதான அவளின் தனிமையை அவள் ஏற்றுக்கொள்ள அறிந்து கொண்டாள்.

இவ்வாறாக, புதிய மாற்றமாக எதுவுமில்லாமல் அவள் வாழ்க்கை தொடர்ந்து கொண்டிருந்தது. அவள் வாங்கிய நிலத்தைச் சுற்றி அரசு பெரிய வியாபார காம்ப்ளக்ஸ் கட்டுவதற்குத் திட்ட மிட்டிருந்தது. அதன் விளைவாய் கற்பனைக்கு எட்டாத வகையில் நிலத்தின் மதிப்பு உயர்ந்து விட்டது. சுனிதாவின் கணவன் பெரிய அளவில் இதிலிருந்து பணத்தை சம்பாதிக்க இந்த நிலத்தை வியாபார நோக்கங்களுக்காகப் பயன்படுத்துவது பற்றி வந்து சொன்னபோது மனோரமா அறிந்தாள். அதன்பின் வெகு சீக்கிரத் தில் ஒரு கட்டிட நிர்வாகி அவளைச் சந்தித்து அவளின் நிலத்திற்கு நல்ல விலை தருவதாகச் சொன்னார். ஒரு பெரிய புதையலின் மேல் தான் உட்கார்ந்திருப்பதாக மனோரமா உணர்ந்தாள்.

எனவே அவளின் சொத்தைப் பற்றி ஒரு உயிலை எழுதிவைக்க முடிவு செய்தாள். ஒரு வழக்கறிஞரிடமிருந்து மாதிரிப் பத்திரம் ஒன்றை வாங்கி வந்தாள். சுனிதாவையும், சுமனையும் இதைப்பற்றி ஆலோசிக்க ஒருநாள் வரச் சொன்னாள். ஆரம்பத்திலேயே சுமனுக்கு இந்த விவகாரத்தில் சுனிதாவை உட்படுத்துவது குறித்து மகிழ்ச்சியில்லை. சுமன் அவன் அம்மாவின் சொத்திற்கு ஏகபோக வாரிசாளன் ஒரே மகனான தான்தான். மகளுக்குச் சொத்தில் பங்கு தரம் வேலைக்கே இடமில்லை என்று சுமன் நினைத்ததாக இருக்கலாம். மேலும் சுனிதா வீட்டை விட்டு அவளாகவே சென்றவள். அவர்கள் சந்தித்தபோது இப்பிரச்சனை ஆலோசனைக்கே வரவில்லை. மனோரமா இன்னும் நெடுநாள் வாழப்போவதாயும் எனவே உயிலைப்பற்றி ஆலோசிக்க அவசியம் இல்லை என்றும் அவர்கள் அவளிடம் தெரிவித்தனர். ஆனால் அவர்களின் மனதில் இருந்தது வேறு விஷயமாகும்.

மனோரமா ஐம்பத்தைந்து வயதைக் கடந்துவிட்டாள். அவளுக்குப் பெரிதாய் வயதாகவில்லை. ஆனால் இடைவெளிகளில் நோய்கள் அவளை சிரமப்பட வைத்தன. அவள் அவளின் உடல் நலப்பிரச்னைகள்பற்றித் தகவல் தெரிவிப்பதில்லை. ஆனால் அவள் மீது சற்று அதிகப்படியான அக்கறையை சுமனுடன் சுனிதாவும் எடுத்துக்கொள்ள ஆரம்பித்திருப்பதை அவள் கவனித்தாள். அவளுக்குச் சற்றே சுகவீனம் ஏற்படும்போது கூட அவர்களின் வீடுகளுக்கு வந்துவிடும்படி அவளைக் கேட்க முயற்சித்தனர். குடும்பத்தினருடன் மொத்தமாக அவளைப் பார்க்க வருவதும், அவர்களின் குழந்தைகளை மனோரமாவுடன் நெருக்கமாக்கவும் முயன்றனர். அவள் தனியாக வீட்டில் தங்கப் பழகிக் கொண்டாள். ஒரே சமயத்தில் பலருடன் இருப்பது கூடவில்லை. குழந்தைகள் தொடர்ந்து அவளுடன் இருப்பது அவளுக்கும் சங்கடமாகவே உணர்ந்திருக்கிறாள்.

அவளின் நிலத்தைப் பற்றி, எப்போதும் நேரடியாக இல்லாமல், பல சமயங்களில் பேச்சு வந்திருக்கிறது. நிலத்திலிருந்து நல்ல வருமானம் கிடைப்பதற்காக அதைச் சரியாகப் பயன்படுத்துவது பற்றி மனோரமாவிற்கு அறிவுரைகள் வழங்குவர். ஆனால் மனோரமா இந்தப் பிரச்னையில் எவ்வித முடிவும் எடுக்க மனமில்லாமல் அதைத் தள்ளி வைத்திருந்தாள்.

ஒருதரம் அவள் சுகமில்லாமல் இருந்தபோது சுமன் கட்டாயப்படுத்தி அவனின் வீட்டிற்குக் கூட்டிச் சென்றான். அவளை நன்கு கவனித்துக் கொண்டனர். ஆனால் எல்லாவற்றிலும் நேர்மைக் குறைவு இருப்பதாக மனோரமாவிற்குப் பட்டது. நீண்ட காலத்திற்கு முன் சுமனை மருத்துவக் கல்லூரியில் சேர்த்த போது மனோரமா மகன் அவளை முதுமைக் காலத்தில் நன்கு பார்த்துக் கொள்வான் என நினைத்திருந்தாள். ஆனால் அவன் இப்போது தனியாக இருந்து அவளைப் பார்த்துக் கொள்வதை விரும்பினாள். மகனிடமிருந்தோ, மருமகளிடம் இருந்தோ உதவியை விரும்பவில்லை.

சுமன் வீட்டில் இருந்துவிட்டு வந்த சில நாட்களுக்குப் பின்சுனிதா வந்து மனோரமாவை அவளின் வீட்டிற்குக் கூட்டிச் சென்றாள். சுனிதாவும் அவள் கணவனும் அபரிமிதமான வகையில் அவளைக் கவனித்துக் கொண்டாலும், அவர்களின் நடத்தையில் அக்கறையைக் கண்டுபிடிக்க முடியவில்லை. அவர்கள்

இருவரும் உண்மையில் அக்கறை கொண்டவர்கள். ஆனாலும் மனோரமா அங்கிருப்பது பிடிக்காமல் வெகுசீக்கிரம் வீட்டிற்கு வந்துவிட்டாள்.

சில வருடங்களில் அவளின் நிலத்தைச் சுற்றிப் பெரிய வியாபார காம்ப்ளக்ஸ் வந்தது. அந்நகரக் கட்டிடக்காரர்கள் மனோரமா நிலத்தை வாங்க திரும்பத் திரும்ப முயன்றனர். அவள் தங்கச் சுரங்கத்தின் மேல் உட்கார்ந்திருப்பதாகவும் அவர்கள் அவளிடம் சொன்னார்கள். இப்போது இருப்பதை வைத்துக்கொண்டு சௌகரியமாக இருப்பதாகவும் நிலத்தின் மதிப்பு கூடட்டும் என்று சொல்லிக்கொண்டிருந்தாள். கடைசி யில் சுமன்ஒரு நல்ல லாபமுள்ள வியாபாரத்திற்கு அந்த நிலத் தைப் பயன்படுத்தப்போவது குறித்துப் பேசினான். அந்தச் சந்தர்ப்பத்திற்காகக் காத்திருந்ததாக அவள் கடைசி ஆயுதத்தை பிரயோகித்தாள். இந்த பிரச்னையிலிருந்து வெளிவர விரும்புவதாக அவள் சொன்னாள்.

“உனது தொழிலினை நீ நன்றாகச் செய்கிறாள். சுனிதா வின் வியாபாரம் ஏற்ற இறக்கங்களுடன் இருக்கிறது. இதை விட நீ எப்போதும்பிசியாக இருக்கிறாய். இந்த நிலத்தில் கட்டிட வேலைகள் நடந்தால் அதைப் பார்க்க உனக்கு நேரம் கிடைக்குமா? சுனிதாவின் கணவன் இதை மிகச் சரியாகச் செய்யக்கூடும். அவரிடம் பேசுவேன்.” சுமன் ‘மிகச் சரியாகச் செய்வான்’ என முணுமுணுத்தான். ஆனால் அவன் மிகவும் ஏமாற்றமடைந்திருப்பதாக மனோரமா அறிந்து கொண்டாள்.

சுனிதா அவளைப் பார்க்க வந்திருந்தபோது நிலம் பற்றிய பிரச்னை பேச்சில் வந்தது. சுனிதாவின் கணவன் மாமியாரின் சொத்தில் தனக்கு அக்கறை இல்லை என்று கறாராகச் சொல்லி விட்டான். அவன் ரத்த உறவு இல்லை என்பதால் கணவனுக்கு அக்கறை இதில் இல்லாமல் இருக்கலாம், ஆனால் அவளுக்கு அம்மாவின் சொத்தில் உரிமை உண்டு என்பதைச் சொன்னாள். அவள் அவளின் உரிமையிலிருந்து ஏன் விலகவேண்டும்? மனோரமா அவள் சொல்வது சரியென்றால் அவர்கள் அவளின் சொத்தைப் பார்த்துக் கொள்ள வேண்டும் என்றாள். ஆனால் மற்றவர்கள், சட்டப்படியென்றாலும் அவள் சொத்தை மகள் பெயரில் உயில் எழுதுவது வேண்டாம் என்றனர். சுனிதா இந்த

பேச்சின் திருப்புமுனையாகச் சொத்தைப் பற்றிப் பேசவில்லை என்றாள். மகனும் மகளும் அம்மாவின் முன் சமம் என்பதைக் குறிப்பிட்டுச் சொன்னாள். உயிலைப் பற்றி வேறெந்தப் பேச்சையும் பிறகு மனோரமா தவிர்த்தாள்.

இப்படியாக நாட்கள் நகர்ந்தன. சுமன் அவனாகவே இந்த விஷயத்தை எப்போதும் எழுப்பவில்லை. அரசாங்க வேலையிலிருந்து ராஜினாமா செய்துவிட்டு நர்சிங்ஹோம் அமைக்க அவனுக்கு நிஜமாகவே அக்கறை இருக்கிறதா? என மனோரமா கேட்டாள். சுமன் வங்கியிலிருந்து கடன் வாங்கிப் பெரிய நர்சிங் ஹோம் ஒன்றைக் கட்டுவது பெரிய அளவில் பணப்புழக்கத்திற்கு கொண்டுவரும் என்ற அவனின் திட்டத்தைச் சொன்னான். ஆனால் மனோரமா அதை ஆறப்போட்டுவிட்டாள்.

சில சமயங்களில் அவள் சுனிதாவின் பெயரையும், சுமனின் பெயரையும் உயிலில் எழுதுவாள். சீக்கிரம் அதை அழித்துவிட்டுப் பிறகு யாராவது ஒருவர் பெயரை எழுதுவாள். அந்த ஒரு பெயரையும் பிறகு அழித்துவிடுவாள். சுமனையோ, சுனிதாவையோ எடுத்தபின் உயிலை மறுபடியும் டைப் செய்யச் சொல்வாள். மகனும் மகளும் அம்மா உயிலை விளையாட்டு விஷயமாக்கியிருப்பதை அறிந்திருந்தனர். அவளின் விளையாட்டு விஷயம் என்பது அழகான யதார்த்தமாக - மனோரமாவின் அரிய சொத்தாக இருந்தது.

மனோரமாவின் குழந்தைகளும், அவர்களின் குழந்தைகளும் காலப்போக்கில் பெரியவர்களாகிவிட்டனர். அவள் நிலத்தின் மதிப்பு வானளாவ உயர்ந்துவிட்டது. மனோரமா கண்ணாடியின் முன் நின்று அவள் கிழ வயதையும், இழந்த உடல் நலத்தையும் பார்த்துக் கொள்வாள். அவளின் கண்கள் உயில் பத்திரத்தின் மீது நகர்ந்தன.

“இன்றைய நாளில்... எனது முழு பிரக்ஞையுடன், இத்யாதி... இத்யாதி... ஸ்ரீமதி மனோரமா ஆகிய நான் இதன் மூலம் தெரிவிப்பது...” பயனடைபவர்களின் பெயர்களைப் பலமுறை அதற்கெனப் காலியாக உள்ள இடத்தில் எழுதுவாள். பிறகு அழிப்பாள். அவள் சாவுக்கு முன்னால் யாராவது ஒரு பெயரை அவள் எழுதப்போவதில்லை என்பதை மனோரமா அறிவாள். அல்லது யாருடைய பெயரையும் எழுதாமல் இருக்கவும் முடி வெடுக்கக் கூடும்.

2

தன்னந்தனியே

ரஞ்சனா கணவனையும், குழந்தை களையும் அனுப்பிவிட்டுக் கதவைச் சாத்தியபோது அவளின் மனம் வினோதமான உணர்வு களால் நிரம்பியிருந்தது. அந்தப் பெரிய வீட்டில் அவள் தனியானவள். கணவன், குழந்தைகள், வேலைக்காரர்களால் எப்போதும் நிரம்பி இருக்கும் வீடு தற்போது காலியாகவும், மௌனமாகவும் ஆகிவிட்டது. இப்போது மாதிரி அவள் எப்போதும் இவ்வளவு தனிமையாய் இருந்ததாக அவளுக்கு ஞாபக மில்லை.

அவளின் குழந்தைப் பருவம் முதல் சகோதரர்கள், சகோதரிகள், மாமன்மார்கள், அத்தைகள் மத்தியிலான பெரிய குடும்பத்தில் வளர்ந்தவள். திருமணத்திற்குப் பிறகு அவளின் கணவன் குடும்பத்தி லிருந்தோ அவளின் குடும்பத்திலிருந்தோ அவள் எப்போதும் விலகி இருந்ததில்லை. அஸ்யுதோஷ் அபூர்வ மாக வெளியூர் செல்லும்போது குழந்தைகள் அவளுடன் எப்போதும் இருப்பர். குழந்தைகள் வளர்ந்த போது காலை முதல் நடு இரவு வரை வீட்டில் எப்போதும் கூட்டம் இருந்தது. குழந்தைகள் மற்றும் நாய் ஆகியோரால் இன்றும் எல்லோரும் மாலையில் கிளம்பிப் போகிறவரை வீடு இரைச்சலாகத்தான் இருந்தது. அஸ்யுதோஷ் அவரின் அப்பாவின் உடல்நலமின்மை பற்றிக் கேள்விப்பட்டு கிராமத்திற்குச் செல்ல முடிவு செய்தபோது, குழந்தைகள் கோடை விடுமுறை என்பதால் அவளையும் வர வலியுறுத்தினர். கல்லூரியில் அவளுக்குச் சில வேலைகள் இருந்ததால் ரஞ்சனா அவர்களுடன் செல்ல இயலவில்லை. சில நாட்களுக்கு முன்பு வேலைக்காரப் பையன் அவனின் வீட்டிற்குச் சென்றுவிட்டான். இந்தச் சூழலில் அவள் தனியாக இருந்தாள்.

மற்ற எல்லா அறைகளையும் மூடியபின்பு ரஞ்சான படுக்கையறைக்குள் நுழைந்தாள். இரவு உணவை முன்னதாகவே மாலையில் உண்டு விட்டாள். வேறு எதுவும் செய்ய வேலை

இல்லை. படுக்கையில் உட்கார்ந்து சுற்றிலும் பார்த்தபோது அவளை ஒருவித பயம் சூழ்ந்தது. சற்றே நம்பிக்கை அவளுக்கு இல்லை. அவள் இப்போது என்ன செய்ய முடியும்? இந்தத் தனிமை கணத்தில் ஏதாவது தனிப்பட்ட வேலை இருக்கிறதா? என்று யோசிக்க முயற்சித்தாள். தனிப்பட்ட வேலை என் இப்போதெல்லாம் அவளுக்கு இருந்ததில்லை. குடும்ப சந்தேஷங்கள், துக்கங்கள், தேவைகள், உணர்வுகள், கிளர்ச்சிகளெல்லாம் அவர்கள் எல்லோருக்குமானதாகிவிட்டது. கணவன், குழந்தைகள் மற்றும் வடு இவற்றைத்தவிர அவளுக்கான தனித்த அடையாளம் என்று எதுவுமில்லை. அவள் மனைவியாகவோ, அம்மாவாகவோ, அந்த வீட்டின் தலைவியாகவோ இருந்தாள். அவளின் கல்லூரி வேலை அவள் வாழ்க்கையில் குறிப்பிடத்தக்கதாக இல்லை.

இந்த வகையான வாழ்க்கையை அவள்மீது யாரும் திணிக்க வில்லை. அவளாகவே தேர்வு செய்து கொண்டதுதான். குழந்தையாக இருக்கும்போது கூட ரஞ்சனா கனவு காண்பவளாக எப்போதும் இருந்ததில்லை. அவளின் பெற்றோர்கள் தேர்ந்தெடுத்த மாப்பிள்ளையைத் தான் அவளின் படிப்பிற்குப் பிறகு அவள் திருமணம் செய்து கொண்டாள். அஸ்யுத்தோஷ் பட்டப்படிப்பு முடித்தபின் அரசுத்துறையில் மருத்துவராகச் சேர்ந்தான். அவளின் ஆரம்ப காலத்தின் குறைந்த சம்பளத்தில் வீட்டை நடத்தும் பொறுப்பை ஏற்றுக் கொண்டாள். இந்தவகை முயற்சியிலேயே அவளின் நேரம் கழிந்தது. ஒரு கிராம சுகாதார மையத்திலிருந்து இன்னொரு மையத்திற்கு அஸ்யுத்தோஷ் மாற்றப்பட்டபோது இரு குழந்தைகளும் பிறந்தனர். கடைசியில் அவன் ஒரு சிறு நகரத்தில் பணியில் அமர்த்தப்பட்டான். தனிப்பட்ட மருத்துவ வேலைகாரணமாக அவனின் வருமானம் பெருகியதால், அவனின் பொருளாதார நிலைமை முன்னேற்றமடைந்தது. அவளின் தனிப்பபட்ட மருத்துவ வேலை ஓரளவு நிலைபெற்றபோது, மறுபடியும் அவனுக்கு மாற்றல் உத்தரவு வந்தது. இந்த முறை அஸ்யுத்தோஷ அரசு சேவையிலிருந்து ராஜினாமா செய்துவிட்டு சொந்தமாக மருத்துவமனையைத் தொடங்கினார். வீட்டைப் பார்த்துக் கொள்வதும், குழந்தைகளை வளர்ப்பதும் தவிர வாழ்க்கை யில் எந்தவிதக் குறிக்கோளும் இல்லாததால் ரஞ்சனாவிற்கு இது சம்பந்தமாக எந்த அபிப்ராயமும் இருக்கவில்லை.

நகரத்தில் பெண்களுக்கான தனியார் கல்லூரி ஒன்று ஆரம்பித்த போது அஸ்யுத்தோஷ் அவளை விரிவுரையாளராகச் சேரக் கேட்டுக்கொண்டான். கல்லூரி நாட்களில் அவள் படித்ததையெல்லாம் மறந்துவிட்டதால், ஆரம்பத்தில் ரஞ்சனா இதிலிருந்து தப்பிக்க நினைத்தாள். எப்படி அவளால் அந்தப் பெண்களுக்கு போதிக்க முடியும்? அஸ்யுத்தோஷ் அவளுக்குப் புத்தகங்களை வாங்கிக்கொடுத்தார். கல்லூரியில் முழுநாளையும் செலவழிக்கிறபோது குழந்தைகளை யார் கவனித்துக்கொள்வது என்று அவளுக்கு ஆச்சர்யமாக இருந்தது. அஸ்யுத்தோஷ் இன்னொரு வேலைக்காரனைத் தேடிக் கண்டுபிடித்தார். அஸ்யுத்தோஷனிடம் சிகிச்சை பெற்றுவந்த அக்கல்லூரியின் நிறுவனர் ஒருநாள் ரஞ்சனாவிடம் விரிவாக எடுத்துச் சொல்லி அவளை ஒத்துக்கொள்ளும்படிச் செய்தார். கல்லூரி வகுப்பை டானிக்குகளும் கொடுத்து ஊக்குவித்து பின் இறுதியாக ரஞ்சனா கல்லூரியில் சேர ஒப்புக்கொண்டாள்.

கல்லூரி செல்ல நல்ல சேலை ஒன்றுகூட இல்லை என்பதை அவள் வேலைக்குப் போவதற்குச் சில தினம் முன்பு உணர்ந்தாள். கடந்த சில வருடங்களாக அவளின் உடைகளிலும் தோற்றத்திலும் முழுமையான அக்கறையற்று இருந்தாள். முதல் குழந்தை பிறந்த பிறகு பாலுறவிலும் அவள் அக்கறையில்லாமல், அஸ்யுத்தோஷினுடனான உறவு தவிர்க்க இயலாததாக- கடமையாக எண்ணி நடந்து வந்தாள். அவளின் தனிப்பட்ட உடல் நலத்தைப் பற்றி அவள் அக்கறை எடுத்துக்கொள்ளவில்லை. அவளின் தோற்றத்தைப் பற்றின அக்கறையைப் போலவே குழந்தைகளின் தேவைகளைக் கவனித்துக் கொள்ளும் நாட்களில் குளிப்பதுகூட இல்லை. குளிப்பதும், கூந்தலைப் பராமரிப்பதும் அவளுக்கு முக்கியமானவை அல்ல, மாடு மற்றும் நாயைக் கவனிக்கிற அவள் சுத்தமில்லாத வாழ்க்கையினை முறையாக ஏற்றுக் கொண்டாள். அவளின் வீடு ஒருவகை ஒழுங்கின்மையிலும், சுத்தமின்மையிலும் எப்போதும் இருந்தது என்பது வினோதமல்ல. கல்லூரி போவதற்காக சேலைகளும், ஜாக்கெட்டுகளும் வாங்கு வதைத் தவிர, ரஞ்சனா அவளை ஒழுங்குபடுத்திக் கொள்ள வேண்டியிருந்தது. அந்தச் சமயத்தில் அது தேவையில்லாத சுமையாக இருந்தது- உறவினர்களோ, விருந்தாளிகளோ

வருகிறபோதும் அவள் முழுமையான ஒழுங்கில்லாத தோற்றத் தில் தான் இருப்பதைப் பழக்கமாகக் கொண்டிருந்தாள். அதுபற்றி அஸ்யுத்தோஷ் சில சமயங்களில் மகிழ்ச்சியாக இல்லை யென்றாலும், ரஞ்சனா கவலைப்பட்டதில்லை. மற்றவர்கள் எண்ணங்கள்பற்றிக் கவலைப்படாமல் அவளுக்கேற்ப சுலபமானவளாக இருப்பதை அவள் தேர்ந்தெடுத்திருந்தாள். வீட்டைவிட்டுச் செல்வதும், கல்லூரியில் போதிப்பதும் இன்னொரு உலகத்தில் நுழைவது போலிருந்தது அவளுக்கு. உடைகளைப் பொறுத்தவரை இன்னொரு வகையான விதிகளுக்கு உடன்படுவது மட்டுமல்லாமல், வீட்டிற்கு வெளியே மற்றவர்களுடன் பழக வேண்டியிருந்ததும்கூடத் தெரியாத மனிதர்களுடன் புதுச்சூழலில் பழகுவது என்பது ஆரம்பத்தில் அவள் பெரிய சிக்கல்களைச் சந்திக்க வேண்டியிருந்தது. கல்லூரியில் ஒவ்வொருவருடனும் குறைந்த அளவே பழகினாள். வகுப்பெடுப்பதைத் தவிர கல்லூரியில் எவ்விதப் பிணைப்பையும் ஏற்படுத்திக்கொள்ளவில்லை. மெதுவாகக் கல்லூரிக்குச் செல்கிற போது தன்னை முன்நிறுத்திக் கொள்வதை நிறுத்திக் கொண்டாள். ஒழுங்கற்ற தோற்ற வகையில் இருப்பதைப் பற்றி அவள் கவலைப் பட்டதில்லை. மற்றவர்கள் என்ன நினைப்பார்கள் என்பதைப் பற்றி அவள் கவலைப்படவில்லை. அவளைப் பொறுத்தவரை கல்லூரி என்பது அவளின் சாதாரண வாழ்க்கையில் சிறு மாறுதலானது என்றானது. வீட்டிற்குத் திரும்பியவுடன் அதை மறந்துவிடப் பழகிக் கொண்டாள்.

அவளின் அக்கறையின்மையும், சாதாரண நடத்தையும் காரணமாக அவளுடன் கூட வேலை செய்பவர்கள் சாதாரண வாழ்க்கையை நடத்த ரஞ்சனாவை அனுமதிக்கவில்லை. வகுப்புகளுக்கு இடையில் நேரம் கிடைக்கிற போது அவளுடன் நட்புடன் பழகவும், இணக்கமாக இருக்கவும் முயன்றனர். மருத்துவக் கணவனிடம் மருத்துவ சேவைக்காக அவர்கள் அவளின் வீட்டிற்கு வருவர். ரஞ்சனா அவர்களுடன் அவளைப் பற்றி பேசுவதில்லையென்றாலும், அவர்களின் ரகசியங்களைப் பகிர்ந்து கொண்டு அவளிடம் நெருங்கி வரமுயன்றனர். ரஞ் சனா அவர்கள் பேசுவதை எந்தவித ஆர்வமும் இல்லாமல் கேட்பாள். அவர்கள் பேசும்விஷயங்களிலும் அக்கறை எடுத்துக் கொள்ளமாட்டாள். குடும்பம், உடைகள், வீட்டைப் பார்ப்பது

போன்றவற்றைத் தவிர காதல், விவகாரங்கள், பாலியல் குறித்தும் அவர்களின் பேச்சு இருக்கும். நகரில் பல்வேறு விதமான ஊழல்கள் பற்றி அறிந்த அவர்கள் அவற்றை விரிவாகப் பேசினர். அவர்களின் ஆண் சக ஊழியர்கள் விவாதத்தின் தலையாய விஷயங்களாக இருந்தன. அந்தப் பெண்கள் கல்லூரியில் எல்லா விரிவுரையாளர்களும் பெண்களே. முதல்வர் அரசாங்க சேவையிலிருந்து ஓய்வு பெற்ற பின் முதல்வராக நியமிக்கப்பட்டவர். அதில் ஒருவர் வயதான அக்கறையில்லதவர். எனவே அவர்களின் அரட்டையின் மையம் இளம் வயதினரான பார்க்க லட்சணமான ஸ்ரீமந்த் பற்றியதாக இருக்கும். ரஞ்சனா ஸ்ரீமந்தைச் சரியாகக் கவனித்ததில்லையென்றாலும் ஒரு நாகரீகமானவனாகத் தோன்றியிருக்கிறான். அவள் அவனைப் பற்றி உலவும் பல்வேறு கதைகளை நம்ப மறுத்தாள். ஆனால் அவற்றைக் கவனத்துடன் கேட்டாள்.

படுக்கையில் படுத்துக் கொண்டு ரஞ்சனா இந்த சக ஊழியர் களைப் பற்றி நினைத்தாள். அவளைப்போலத் தனியாக இருந்தால் அவர்கள் என்ன செய்வார்கள்? பிரவினா என்ன செய்வாள்? அவள் ஒரு பையனுடன் திருமணத்திற்கு முன்பு காதலித்ததாகவும், அவனின் எல்லாக் கடிதங்களையும் சேகரித்து வைத்திருப்பதாயும் ஒருமுறை சொல்லியிருந்தாள். வீட்டில் தனியாக இருக்கும் போது அவற்றைப் பிரித்து மீண்டும் படிப்பாளா? நிஹாரிகா என்ன செய்வாள்? ஸ்ரீமந்த் அவள்மீது பைத்தியமாக இருப்பதாகவும், ஆனால் அவன்மீது துளியும் அக்கறையில்லை என்றும் அவள் கூறியிருந்தாள். ஆனால் அவளை எல்லோரும் பகல் கனவு காண்பவளாக நிராகரித்திருந்தனர். இச் சூழலில் நிஹாரிகா ஸ்ரீமந்த்துடன் நம்பிக்கையைக் கொண்டிருப்பாளா? ஜோதி, சுஷ்மா, அனுராதா ஆகியோர் தங்களின் காதல் கதைகளைச் சொன்னதில்லை. அவர்களின் வெறுமையான கடந்த கால விஷயங் களை நினைத்துப் பார்ப்பதில் அவர்கள் முழு இரவையும் கழிப்பார்களா?

இந்த வகையில் சிந்தித்த ரஞ்சனா, இந்தத் தனிமையான இரவை அவள் எப்படிக் கழிப்பது என்பது பற்றி ஆச்சரியப்பட்டாள். இந்த வீட்டில் அவளுக்கானது என்று பார்க்கவும், கொள்ளவும் எதுவும் இல்லை. அவளின் ரகசியங்களை அவளுடன் பகிர்ந்து கொள்ளும்

வகையில் அவளுக்கு ஆத்மார்த்த சிநேகிதி யாரும் இல்லை. ரஞ்சனாவைப்போல ஒருத்திக்கு வாழ்க்கையில் ரகசியங்கள் என்பது இல்லை. ஆனால் தனிமையான அனுபவம் என்று அவளுக்கான எதுவும் இல்லை. ஆனால் தனிமையான அனுபவம் என்று அவளுக்கானது எதுவும் இல்லை. இந்த இரவில் அதைப்பற்றி அவள் நினைத்துப் பார்க்கப் பலமுறை நினைத்தாள். ஆனால் தோல்வியடைந்தாள். அப்படியொரு நிகழ்வு நடக்கவில்லையென்று நம்ப வேண்டிய அளவு பல பிரச்னைகள் கிளம்பி, அதை முழுமையாக அவள் கற்பனை செய்து கொள்வதாக, அவள் நினைத்தது தான் காரணமாகும். அந்தத் தனிமையான இரவில் தனியாக வீட்டில் இருந்தபோது சில நாட்கள் நடந்ததில் அவள் ஈடுபடுத்திக் கொள்ள முடிவெடுத்தாள்.

ரஞ்சனா படுக்கையில் உட்கார்ந்தாள். இல்லை, அவள் சாதாரண முறையில் அந்த சம்பவங்களை நினைவுபடுத்திக்கொள்ள மாட்டாள். கடந்ததை எதிர்கொள்ள அவளை தயார்படுத்திக் கொள்ள முடிவெடுத்தாள். இப்போதைக்கு ரஞ்சனாவிற்கு அவசரமும் இல்லை. அவளுக்கு முன் முழு இரவும் அதற்காக உள்ளது.

அவளின் உடைகளைக் களைந்துவிட்டுத் தொட்டுணர்ந்த போது வினோதமான உணர்வு அவளை ஆக்கிரமித்தது. கொட்டாவி விட்டாள். உடம்பை நீட்டி, படுக்கையில் இருந்து மெதுவாக எழுந்து கண்ணாடி முன் நின்றாள். முதல் முறையாக அவளை முழுத்தோற்றத்தில் கண்டாள். அது புதுமையான கண்டுபிடிப்பாக இருந்தது. பாதம் முதல் தலைவரை பார்த்தாள். அவள் உடம்பு பற்றி அவள் முன்பு அறிந்திருக்கவில்லை. அவள் உடம்பு சதைகளால் பல ஆண்டுகள் சூழப்பட்டு அதனுடன் பழக்கமாகியிருந்தாள். வெவ்வேறு நிலைகளிலிருந்து அவளைப் பார்த்து அவளின் உடம்பு பாகங்களை அறிந்து கொள்ள ரஞ்சனா முயற்சித்தாள்.

வெற்று உடம்புடன், வெற்று கால்களுடன் தலை உயர்ந்து கண்ணாடி முன்பு நிற்பது அவளுக்குப் புது அனுபவமாக இருந்தது. படுக்கையறையை விட்டு வெளியே வந்து மற்ற அறைகளின் கதவுகளைத் திறந்தாள். விளக்குகளைப் போட்டு வீட்டைச்

சுற்றி அவளின் உருமாற்றத் தோற்றத்தை ஒவ்வொருவருக்கும் விளம்பரப்படுத்துவது போல நகர்ந்தாள். அறையில் ஒளிந்திருக்கும் இருட்டில் அவளை நெருக்கமாகப் பார்க்கவும், கைகளை நீட்டி தொட்டுணரவும், அவளுடன் சம்பந்தம் ஏற்படுத்திக் கொள்ளவும் கேட்டுக் கொண்டாள். அடுத்த அறைக்குச் சென்று நாற்காலி ஒன்றில் உட்கார்ந்தாள். வராண்டாவின் சுவற்றில் சாய்ந்து கொண்டு நின்றாள். சமையலறைக்குத் தண்ணீர் குடிக்கச் சென்றாள். குளியலறைக்குச் சென்று வழக்கமானது என்பது போல் மூடினாள். ஷவரின் முன் நின்று குளித்தாள்.

சிறிது நேரம் கல்லூரியை அவள் வாழ்க்கையில் சம்பந்தப் படுத்திப் பார்த்தாள். வீட்டிற்குள்ளும் வெளியிலுமான வாழ்க்கை யில் சாதாரண சமநிலையை எண்ணினாள். கல்லூரி வாழ்க்கை எல்லாம் தினப்படி சாதாரணமானவை. அதே பழைய பாடத் திட்டங்கள். ஒவ்வொரு ஆண்டும் வகுப்புகளில் முகங்கள் மாறும். இல்லையெனில் ஒருவகுப்பு இன்னொன்றாக மாறுவது போலத்தான். வேலையிலிருந்து ஓய்வு பெறும் வரைக்கும் மீறி விட்டுப் பராமரிப்பையும் இதே வகையில் கூடுதலான கல்லூரிப் பொறுப்பைக் கவனிப்பது என்பதை ரஞ்சனா நினைத்தாள். ஆனால் சில ஆண்டுகளுக்குப் பின்னால் பி.எச்டி. செய்யவேண்டிய அதிகப்படியான தேவை உண்டானது. படிப்பை விட உயர்பதவி பெறுவதைத் தவிர்க்கலாம் என்றும் அவளின் வயதில் ஆராய்ச்சி செய்யவேண்டும் என்றும் நினைத்தாள். அஸ்யுத்தோஷ் இதைத்தொடர வற்புறுத்தினார். அவளுக்கான வழிகாட்டுதலுக்காக ஒருவரை அவர் கண்டுபிடித்தார். வெவ்வேறு வகைகளில் தேவையானவற்றை சேகரித்தார். ஒரிசா சரித்திரத்தின் கண்டுபிடிக்காத காலத்திற்கு மாறுபவளாக அவளின் ஆராய்ச்சிப் பணியில் மூழ்கினாள். அவளின் ஆராய்ச்சி தொடர்ந்தபோது தன்னம்பிக்கையை வளர்த்துக் கொண்டாள். அவள் ஆராய்ச்சி ஏட்டை எழுத ஆரம்பித்து, முடித்தபின் குறிப்பிட்ட காலத்திலேயே பல்கலைக்கழகத்திற்கு சமர்ப்பித்தாள்.

ரஞ்சனா எவ்வளவு நேரம் ஷவருக்கு அடியில் உட்கார்ந் திருந்தாள் என்பது தெரியவில்லை. உடம்பு ஜில்லிட்டது. ஷவரை நிறுத்திவிட்டு ஈரத்தைத் துடைத்துவிட்டு படுக்கையறையில் கண்ணாடிமுன் உட்கார்ந்தாள். அவளின் டிரஸ்ஸிங் டேபிள்

டிராயரில் அவள் உபயோகப்படுத்தாத நிறைய அழகுசாதனப் பொருட்கள் இருந்தன. மிகுந்த கவனத்துடன் சிலவற்றை உபயோகப்படுத்தினாள். கஜாலை கண் இமைகளில் பூசிக் கொண்டாள். தலைமுடியைக் கவனமாகக் கட்டினாள். கண்ணாடி முன் நின்று அவளையே பார்ப்பதில் ஆனந்தம் அடைந்தாள்.

அவளின் ஆராய்ச்சி ஏட்டை இரண்டு தேர்வு பரிசோதகர்கள் புகழ்ந்தார்கள். என்றாலும் லண்டனைச் சார்ந்த வெளிநாட்டு தேர்வு பரிசோதகர் ஆராய்ச்சி ஏடு சிறந்ததாக இருந்தாலும், லண்டனில் உள்ள இந்திய அலுவலக நூலகத்தைப் பயன் படுத்தி இதற்குத் தேவையான பல்வேறு தகவல்களைப் பயன் படுத்தலாம் என எழுதியிருந்தார். இவை ஆராய்ச்சி ஏட்டில் சேர்க்கப்படவில்லையெனில் ஆராய்ச்சி பணி முழுமை பெற்றதாக இருக்காது. அவர் லண்டனுக்கு வந்து இதைச் செய்ய எல்லா வகைகளிலும் உதவி செய்வதற்கு முன்வந்தார். ரஞ்சனாவிற்கு ஒரு வகையில் இந்தச் செய்தி ஏமாற்றம் அளிப்பதாக இருந்தது. ஆனால் என்ன விடுபட்டன என்பதை அறிய அவள் விரும்பினாள். ஆனாலும் லண்டனுக்கு ஆராய்ச்சிப் பணிக்காகச் செல்வதைப் பற்றி சிந்தித்ததில்லை. பி.எச்டி. ஆய்வு பற்றியும், அவளின் பதவி உயர்வு பற்றியும் மறந்து விடுவதாய் முடிவு செய்தாள். அஸ்யுத்தோஷ் அதை விடுவதற்கு தயாராயில்லை. லண்டனில் இருக்கும் பேராசிரியருக்கு ரஞ்சனாவை கடிதம் எழுதும்படி வலியுறுத்தினார். பேராசிரியரிடமிருந்து வந்த நீண்ட பதில் கடிதம் மிகவும் உற்சாகப்படுத்துவதாக இருந்தது. பல்கலைக்கழகம் பயணச் செலவை ஏற்றுக்கொள்ள ஒத்துக் கொண்டது. லண்டனில் குறைந்த செலவில் தங்க இடம் கண்டுபிடிக்கப்பட்டது. ஆரம்பத்தில் ரஞ் சனாவிற்கு இருந்த பயமும் தயக்கமும் மெல்லக் குறைந்து அவள் செல்வதற்கான ஏற்பாடுகள் ஆரம்பமாயின. விசாவும், பயணச் சீட்டும் கடைசியில் வந்தபோது ரஞ்சான காய்ச்சலால் சுகவீனம் அடைந்தாள். அவளின் பயணத்தை ரத்து செய்வதற்கு இது தகுந்த காரணம் என்று நினைத்தாள். அஸ்யுத்தோஷ் அவளுக்கு சிகிச்சை அளித்து, பயணத் தேதியை தள்ளி வைத்து தாமதம் பற்றிச் சம்பந்தப்பட்டவர்களுக்கு தகவல் தந்தார். அஸ்யுத்தோஷ் லண்டனில் தேவைப்படும் பொருட்களைப் பட்டியலிட்டு, பேக் செய்தார்.

ரஞ்சனாவிற்கு என்ன உடுத்துவது என்று ஆச்சர்யமாக இருந்தது. கப்போர்டை திறந்தாள். சேலைகளின் வரிசைக்குக் கீழ் புளூ ஜீன்ஸ் அவளின் கண்களில் பட்டது. அவற்றை அவள் நெடும்காலமாக உடுத்தவில்லை. அது இருப்பதையே மறந்திருந்தாள். படுக்கையில் உட்கார்ந்து அதை உடுத்த முயல்கை யில் அது இறுக்கமாக இருப்பதை உணர்ந்தாள். அவளுக்கு எடை கூடிவிட்டது. என்றாலும் ஜிப்பை மேலே இழுத்து இடுப்புப் பட்டனைப் போட முயன்றாள். இறுக்கமான ஆடையில் சௌகரியப்படுத்திக் கொள்வதற்காக அறைக்குள் நடமாடுவதற்கு முன் படுக்கையில் பலமுறை உட்கார்ந்தும் எழுந்தும் பயிற்சி செய்தாள்.

கப்போர்டிற்கு மீண்டும் சென்று ஜீன்ஸ் மேல் அணிவதற்கான உடையைத் தேடினாள். அடர்த்தியான ஸ்வெட்டர் ஒன்றை எடுத்து அணிந்து கொண்டாள். தரையில் கிடந்த காலுறைகளை எடுத்து அணிந்து கொண்டாள். அதன்பின் கண்ணாடி முன் நின்றாள்.

ஹித்ரோ விமான நிலையத்தில் இறங்கி இமிகிரேஷன் கவுண்டர் முன் நீண்ட வரிசையில் நின்றிருந்தபோது அவளுக்கு அழவேண்டும் போலிருந்தது. அவள் வீட்டை விட்டு வெளியே தனியே சென்றதில்லை. அதுவும் வெளிநாட்டிற்கு அவளாகவே வந்துள்ளாள். அவளை அறிந்தவர் அங்கு யாருமில்லை. அவளைச்சுற்றி இருந்தவர்கள் வெகு அந்நியமானவர்களாக இருந்தனர். அவள் சுதாரித்துக்கொண்டு அவளின் ரிஸ்ட்வாட்ச் நேரத்தைச் சரி செய்யப் பார்த்தாள். அவளுக்கு அடுத்து நின்ற ஒரு வெள்ளைக்காரன் அவளிடமிருந்து அதைப் பெற்றுக்கொண்டு சரியானநேரத்திற்கு மாற்றியமைத்தான். நீண்ட நேரம் வரிசையில் நின்றிருந்து மதியம் இரண்டு மணிக்கு விமான நிலையத்தை விட்டு வெளியே வந்து குளிரான சீதோஷ்ண நிலையை எதிர்கொண்டாள். அது அவளின் மனநிலையை இன்னும் சோர்வாக்கியது. லண்டனை அடைவதற்கு இத்தனை சிரமப்படத் தேவைப்படவில்லை. டாக்ஸி நகரத்தில் நுழைந்தது அவள் சுற்றிலும் பார்த்தபோது பரவசமாக இருந்தது. இவ்வளவு தூரமிருந்து வந்தபின் அவளது பணியைச் சிறப்பாக செய்ய வேண்டும். இந்த விநோத நகரத்தில் மூன்று வாரங்கள் அவள் தங்க வேண்டும். டாக்ஸி ஒரு மணி நேரத்தில்

சரியான முகவரிக்கு வந்து சேர்ந்தது.

கதவின் மணியை டாக்ஸி ஓட்டுனர் அழுத்தினார். கதவு திறந்தபோது ஒரு இந்தியப் பெண்ணைப் பார்ப்பது ரஞ்சனாவிற்கு மகிழ்ச்சியாக இருந்தது. ஆனால் டாக்ஸி கட்டணமாகப் பெரிய தொகையைத் தரவேண்டியிருந்தது அவளைக் கவலைப்பட வைத்தது.

திருமதி பட்டேல் ரஞ்சனாவின் சூட்கேஸை மாடிக்குக் கொண்டு சென்று அவளின் அறையைக் காட்டினாள். மூன்று அறைகளின் மத்தியில் இருந்தது அவளுடையது. பட்டேல் குடும்பம் கென்யாவிலிருந்து இடம் பெயர்ந்து வந்ததாகும். கணவனின் மரணத்திற்குப் பின்னால் 'பேயிங் கெஸ்டுகளுக்காக' ஐந்து அறைகள் கட்டிவிட்டாள். பெரும்பாலும் மாணவர்கள், பேராசிரியர்கள், மற்றும் ஆராய்ச்சியாளர்கள் அங்குத் தங்கியிருந்தனர். அவள் வீட்டின் விதிமுறைகளைப் பற்றி ரஞ்சனாவிடம் எடுத்துரைத்தாள். மாலை ஆறு மணிக்கு டின்னர் வழங்கப்படும். பிரிட்ஜிலிருந்து தேவையானதை எடுத்து விருந்தாளிகளே காலை உணவைத் தயாரித்துக் கொள்ள வேண்டும். தொலைபேசி அழைப்புகள் வந்தால் அவள் தங்கியிருப்பவர்களைக் கூப்பிடுவாள். ஆனால் அவளின் தொலைபேசியிலிருந்து வெளியில் தொலைபேசி செய்ய அனுமதிக்க மாட்டாள். 'பே போன்' மூலமாகச் செய்து கொள்ளலாம். திருமதி பட்டேல் ஒரு வார வாடகையை முன் பணமாகப் பெற்றுக் கொண்டாள். பிரிட்ஜில் உள்ளவற்றைக் காட்டினாள்.

சமையலறையில் ஓவனை எப்படி இயக்குவது என்று காண்பித்தாள். வீட்டில் மாலையில் யாருமில்லாததை சௌரியமாக எடுத்துக் கொண்டாள். திருமதி பட்டேல் மாடியில் மூன்று அறைகளுக்கும் ஒரே பாத்ரூம் இருப்பதாகவும், மற்ற இரண்டு அறைகளில் இரண்டு ஆண்கள் தங்கியிருப்பதாகவும் சொன்ன போது அவள் சங்கடமாக உணர்ந்தாள். உடுத்தியிருந்த சேலையுடனே தூங்குமளவுக்கு அவளின் நீண்ட பயணத்தில் களைப்படைந்திருந்தாள். திருமதி பட்டேல் அவள் அறையில் தனியே விட்டு விட்டுச் சென்றாள்.

தன்னந்தனியே 37

ரஞ்சனா இறுக்கமான ஜீன்ஸ் மற்றும் அதன் மேல் போட்டிருந்த ஸ்வெட்டரைக் கண்ணாடியில் பார்த்தாள். அவளுக்குப் பிடித்திருந்தது. சேலையைத் தவிர வேறு எதையும் அணிந்தவளல்ல. அஸ்யுத்தோஷ் லண்டனுக்குச் செல்வதற்கு முன் வாங்கி வந்திருந்தார். ஸ்வெட்டரை அவளே வாங்கியிருந்தாள். சேலையில் உடம்பு முழுவதையும் மூடிக்கொண்ட அவள் உடம்பு வித்தியாசமாய்த் தோற்றமளித்தது. அவள் இளமையாகவும் வழக்கத்தைவிட உற்சாகமாகவும் இருப்பதாகத் தோன்றியது. கண்ணாடி முன்னால் உட்கார்ந்து நகங்களுக்கு நக பாலீஷ் போட்டாள். ஒரு பெட்டியிலிருந்து மிகவும் பிரகாசமான இதுவரை உபயோகிக்காத ஒரு லிப்ஸ்டிக்கைத் தேர்ந்தெடுத்து உதட்டில் பூசினாள்.

இடுப்பில் கைவைத்தபடி கண்ணாடி முன் நின்றாள். இடதும் வலதுமாகக் கைகளையும் உடம்பையும் அவளைப் பார்த்தே வளைத்தாள். அவளின் பிரதிபலிப்பை முத்தமிடும் முன் கண்ணாடியை இரண்டு கைகளாலும் பிடித்தாள்.

மாலை ஆறு மணிக்குச் சரியாக திருமதி பட்டேல் அவளை எழுப்பி டின்னரை வழங்கினாள். அதிர்ஷ்டவமாக அதுவரை மற்ற விருந்தாளிகள் இன்னும் திரும்பியிருக்கவில்லை. மேகங்கள் பின்வாங்கியும், சூரிய வெளிச்சமும் இருந்தது. இங்கு எட்டு மணிக்கு முன்பு இயற்கையாக சூரியன் மறையாது. ரஞ்சனாவிற்கு சூரிய வெளிச்சம் பிரகாசமாக இருக்கும்போது, இரவு உணவைச் சாப்பிடுவது வினோதமாக இருந்தது. இரவு உணவைச் சீக்கிரம் முடித்துவிட்டு மீண்டும் தூங்கச் சென்றாள். அப்படியாயினும் சிறிது நேரத்திற்குப் பிறகு அவள் எழுந்தாள். பின்னர் அவளால் தூங்க முடியவில்லை. அவள் வீட்டை நினைத்தாள். இவ்வளவு நீண்ட காலத்திற்கு அவளால் எப்படி எல்லோரையும் விட்டு விலகியிருக்க முடியும்? அடுத்த நாள் அஸ்யுத்தோஷிற்குத் தொலைபேசி செய்ய முடிவு செய்தாள். அஸ்யுத்தோஷிற்கு எங்கிருந்து போன் செய்வது என்பதுகுறித்து எதுவும் தெரியாதது குறித்து அழவேண்டும் போலிருந்தது அவளுக்கு. பேராசிரியரை அவள் எப்படித் தொடர்பு கொள்ளப் போகிறாள்? அவளின் ஆங்கிலத்தை அவர் புரிந்து கொள்வாரா? தினந்தோறும் நூலகத்தில் எப்படி மற்றவர்களுடன் பேசுவது? அசாதாரணமாகத்

தூக்கத்தில் அமிழ்ந்து போனாள். அவள் எழுகிறபோது காலை ஏழு மணி ஆகியிருந்தது. குளியலறை சென்று வந்து புதிதாய் தைக்கப்பட்ட சல்வார் கம்மீஸை அணிந்து கொண்டாள்.

கீழே வந்தவள் ஓவனில் தேனீர் தயாரிக்கச் சென்றாள். அதைப் பற்றவைக்க முடியவில்லை. அவளுக்கு ஒரு கோப்பை தேனீர் அவசியமாகத் தேவைப்பட்டது. ஆனால் இரண்டாவது முயற்சிக்குப் பின்னும் ஓவன் பற்றவில்லை. சாப்பாட்டு மேஜைக்கு வந்து உட்கார்ந்து கொண்டவளுக்கு வெளியிலான குளிர் காற்று சங்கடப்படுத்தியது. வெளியில் போவதைவிட வீட்டிற்குள் உட்கார்ந்திருப்பது நல்லது என்ற எண்ணம் அவளுக்கு வந்தது. அந்த அறையினுள் ஒரு இந்தியன் அப்போது நடமாடுவது அவளுக்கு மகிழ்ச்சி தந்தது. அந்த இளைஞன் அவளுக்கு வணக்கம் சொல்லி தேனீர் வேண்டுமா? என்று கேட்டான். ஆர்வத்துடன் ரஞ்சனா தலையசைத்தாள். அவன் தேநீர் தயாரித்து அவள்முன்வைத்தான். அவளுக்குக் குறுக்காக ஒரு நாற்காலியில் உட்கார்ந்து அறிமுகப்படுத்திக்கொண்டான். அவன் ஜாவத் அக்தர். பாகிஸ்தானிலிருந்து மூன்று மாதப் படிப்பிற்காக வந்திருக்கிறான். ரஞ்சனா அவள் பெயரைக் கூறினாள். ஆனால் அவளது சொந்த நாட்டைச் சார்ந்த ஒருவனைக் கண்டுபிடித்த மகிழ்ச்சி சீக்கிரம் குலைந்தது. அவன் ஒரு முஸ்லீம், அதுவும் பாகிஸ்தான்காரன். நம்பக்கூடியவனாக அவன் இருக்க மாட்டான். தேநீரைக் குடித்து விட்டு அவள் அறைக்கு விடைபெற்று வந்தாள். திருமதி பட்டேலின் உதவியைப் பின்னால் அவளுக்கான வேலைகளுக்காக கேட்கவேண்டும் என நினைத்தாள்.

ஒரு மணி நேரம் கழித்து அவள் கீழே வந்தபோது திருமதி பட்டேல் அவளருகில் இருந்த ஒரு வெள்ளைக்காரனுடன் தேநீர் அருந்திக் கொண்டிருந்தாள். திருமதி பட்டேல் அவளின் மகளுக்கு நிச்சயிக்கப்பட்ட இன்னொரு நகரத்தில் வசிக்கும் டேவிட்டை அறிமுகம் செய்து வைத்தாள். அந்த நகரம் டேவிட்டின் சொந்த ஊராகும். லண்டனுக்கு அவர் ஏதோ வேலையாக வந்து அவளுடன் தங்கியிருக்கிறார். ரஞ்சனா அவள் வீட்டிற்குத் தொலைபேசி செய்யவும், பேராசிரியரைத் தொடர்பு கொள்ளவும் அவளின் உதவியைக் கோரியபோது திருமதி பட்டேல் அவளின் வேலைக்காக வெளியே செல்லும்போது சுற்றிக் காண்பிக்க

முடியும் என்றாள். டேவிட் ரஞ்சனாவை உடனே தயாராகும்படி சொன்னார். திருமதி பட்டேல் ஒரு குடையைக் கொடுக்க ரஞ்சனா டேவிட்டுடன் கிளம்பினாள்.

வீட்டிற்கு வெளியில் நடைபாதைக்கும் வீதிக்கும் இடையில் ஒரு தொலைபேசி பூத் இருந்தது. டேவிட் அவளிடமிருந்து பணம் பெற்று, அட்டை ஒன்றை வாங்கி அவள் கொடுத்த எண்ணை அழைத்தான். அஸ்யுத்தோஸிடன் பேசிய பின்னால் ரஞ்சனாவிற்குத் தன்னம்பிக்கை வந்துவிட்டது போலிருந்தது. வீட்டில் அனைவரும் நலம். அஸ்யுத்தோஷ் அவளைப் பற்றிக் கவலைப்படுவதாகச் சொன்னபோது ரஞ்சனா அவளுக்கு எந்தப் பிரச்னைகளும் இல்லை எனவும், எல்லாவற்றையும் பற்றி விரிவாக எழுதுவதாயும் சொன்னாள். ரஞ்சனாவின் வேண்டுகோளின்படி பேராசிரியரிடம் டேவிட் அடுத்துப் பேசினார். அவருடன் அடுத்த ஒன்றரை மணி நேரத்திற்குப் பிறகு நேரம் நிச்சயித்தார். பேராசிரியரின் வீட்டிற்கு எப்படிச் செல்வது என்பது பற்றி அவர் விவரித்தார். அவளைப் பாதாள ரயில் நிலையத்தில் இறக்கிவிடுவதாயும், பேராசிரியரின் வீட்டிற்கு எப்படிச் செல்வது என்பது பற்றியும் சொன்னார். ஆனால் ரஞ்சனா டேவிட்டைக்கூட வரும்படி கேட்டதும் அவரும் ஒப்புக் கொண்டார்.

ஒரு வாரத்திற்கு அவளுக்குவேண்டிய டிக்கட்டுகளை டேவிட் வாங்கி, லண்டனில் பாதாள ரயில் வரைபடத்தினைக் காட்டினார். எந்த வழியை எடுப்பது, அங்குச் செல்ல ரயில் மாற்ற வேண்டியது எங்கே என்பதை விளக்கினார். லண்டன் வரைபடத்தில் பேராசிரியரின் வீட்டையும், இந்திய அலுவலக நூலகத்தையும் காட்டினார். கீழே செல்வதற்கு எஸ்கலேட்டரில் செல்ல முயன்றபோது அது அவளுக்குப் பிரச்னையாக இருந்தது. நகரும் படிக்கட்டுகளில் அவளால் செல்ல இயலவில்லை. எல்லோரும் சுலபமாக எஸ்கலேட்டரில் சென்றார்கள். ஆனால் ரஞ்சனாவால் முடியவில்லை. இறுதியாக டேவிட் கட்டாயப்படுத்தி இழுத்து அவளை நிற்கச் செய்தார். நகரும் எஸ்கலேட்டரில் ரஞ்சனா பெருமூச்சு விட்டாள். டேவிட் இன்னும் அவளைப் பிடித்திருப்பதை உணர்ந்தாள். அவள் விடுவித்துக்கொண்டாலும், படிகளில் கீழிறங்கும்போது அவள் மறுபடியும் டேவிட்டிடம்

சரணடைந்தாள். தேவைக்கு அதிகமாக இம்முறை டேவிட் அவளை இறுக்கமாகப் பிடித்திருந்தார். இதற்கு சரணாகதியாவதைத் தவிர ரஞ்சனாவிற்கு வேறு வழி தெரியவில்லை.

பேராசிரியர் மிகவும் நல்ல மனிதர். அவளின் வேலை குறித்துப் பொறுமையாக நிறைய அறிவுரைகள் சொன்னார். படிக்க வேண்டியவை குறித்து சிபாரிசளித்தார். நூலகத்தில் யாருக்கோ தொலைபேசி செய்து ரஞ்சனாவிற்கு அவளின் வேலைகளில் உதவும்படிக் கேட்டுக்கொண்டார். அவர்கள் பேசும்போது பொறுமையில்லாமல் டேவிட் அவனது கடிகாரத்தைப் பார்த்துக் கொண்டிருந்தான். பேராசிரியரின் வீட்டிலிருந்து வெளியே வந்தபோது அவனுக்கு நிறைய வேலை இருப்பதாயும், ரஞ்சனா பாதாள ரயில் நிலையத்தை அடைந்ததும் அவன் கிளம்பிப் போகப் போவதாகவும் சொன்னான். ரஞ்சனா திருமதி பட்டேல் வீட்டில் அவளை விட்டு விடுமாறு திரும்பத் திரும்ப வேண்டினாள். டேவிட் இறுதியாக விட்டுக்கொடுத்து, அவர்கள் முதலில் எங்காவது சாப்பிட வேண்டும் என்றான்.

அவர்கள் அருகிலிருந்த பப்பிற்குச் (பீர் அருந்தும் இடம்) சென்றார்கள். டேவிட் ரஞ்சனாவை அவள் என்ன குடிக்க விரும்புவதாய் கேட்டான். ரஞ்சனா எதையும்குடிக்க மறுத்தபோது பெரிய ஜக்கில் பீரை தருவித்து உட்கார்ந்து குடிக்க ஆரம்பித்தான். அரை மணி நேரத்திற்குப் பிறகு திடுமென அவர்கள் அங்குச் சாப்பிட வந்திருப்பதை நினைவுபடுத்தினாள். அவன் ரஞ்சனாவிற்கான உணவிற்கு அவளிடமிருந்து பணம் பெற்று தருவித்தான். ரஞ்சனாவிற்கு அவை பிடிக்கவில்லை. அவள் உணவை வருத்தத்துடன் சுவைத்தபோது, டேவிட் எதைப்பற்றியும் கவலைப்படாமல் குடித்துக்கொண்டிருப்பதைக்கண்டாள். எழுந்தபோது அவன் எந்தவித அவசரமும் காட்டவில்லை, ரஞ்சனா அவனின் கடிகாரத் தைப் பார்த்தபடி இருந்தாலும், நீண்ட நேரத்திற்குப் பிறகு டேவிட் எழ அவர்கள் நடக்கத் துவங்கினர்.

அவள் வீட்டை அடைந்தபோது திருமதி பட்டேல் அங்கில்லை என்பதை அறிந்தாள். அந்த நேரத்தில் வேறு யாரும் அங்கிருப்பதாகத் தெரியவில்லை. டேவிட்டுடன் அவ்வீட்டில் தனியாக இருப்பதற்கு ரஞ்சானவிற்கு பயமாக இருந்தது.

டேவிட்டிடம் விடைபெற்று மாடிக்குச் சென்றாள். அவள் அறைக்குச் சென்று உள்ளே தாழிட்டுக் கொண்டாள். சிறிது நேரத்திற்குப் பிறகு யாரோ கதவைத் தட்டினார்கள். ரஞ்சனா கதவைத் திறப்பதில்லை என நினைத்தாள். கதவைத் தட்டுபவர் யார் என்று சரியாகத் தெரியாத நிலையில் அவள் கதவைத் திறந்தாள். டேவிட் வெளியே நின்றுகொண்டிருந்தான். அவள் பேசுவதற்கு முன்பாகவே அவன் அறைக்குள் நுழைந்துவிட்டான். நகரத்தின் விரிவான வரைபடங்கள் கொண்ட புத்தகத்தை அவளுக்காகக் கொண்டு வந்திருப்பதாகச் சொன்னான். மேசை அருகில் உட்கார்ந்து அந்த வரைபடத்தை மீண்டும் அவளுக்கு விளக்கினான். அவள் அவனிடமிருந்து எவ்வளவு தள்ளி நிற்க முடியுமோ அவ்வளவு தள்ளி நின்று நகர வழிகளைப் புரிந்து கொள்ள முயற்சி செய்தாள். டேவிட் புத்தகத்தை மூடிவிட்டு இந்தியாவைப் பற்றிப் பல்வேறு விஷயங்களைக் கேட்டபடி உரையாடலைத் தொடங்க முயன்றான். ரஞ்சனா அவன் நல்லவனில்லை என்று உள்ளூர உணர்ந்தாள். அவள் ஒருவார்த்தையில்பதில் சொல்பவளானாள். இறுதியாக அவளுக்கு உடம்புசுகமில்லாததால் ஓய்வு எடுக்க விரும்புவதாகச் சொன்னாள். டேவிட் செல்ல எழுந்தான். அவளிட மிருந்து விடை பெறும் வகையில் சென்றவன் கதவருகில் மீண்டும் அவளை அணைத்தான்.

படுக்கையில் படுத்த ரஞ்சனா டேவிட்டின் நடத்தை மோசமானது என நினைத்தாள். புதியவனால் அணைக்கப்பட்டு அவள் கிளர்ச்சியடையவில்லை என்பது அவளுக்கு ஆச்சர்யமாக இருந்தது- நீண்ட காலம் முதல் ஒரு ஆணை வசீகரிக்கும் எந்தப் பெண் தன்மையும் தன்னிடம் இல்லாததை ஒத்துக்கொண்டிருந்தாள். டேவிட்டின் அத்துமீறலை அவள் ரசிக்கவில்லையென்றாலும் அவளின் தன்னம்பிக்கை வலுப்பெற்றதாகத் தோன்றியது. அது எதுவாக இருந்தாலும், ரஞ்சனா இனி டேவிட்டைச் சார்ந்து இருப்பதில்லை என்ற முடிவுக்கு வந்தாள். படுக்கையிலிருந்து எழுந்தவுடன் அடுத்தநாள் நூலகத்திற்கு அவளாகவே செல்ல வேண்டிய வழியை அடையாளம் காண முயற்சித்தாள்.

அன்று மாலை உணவு மேஜையில் ஜாவத்தை அவள் கண்டாள். இந்த நண்பர்களற்ற நகரத்தில் யாருடனாவது நட்பு வைத்துக் கொள்ள முடியுமா? என்பதைக் கண்டறிவது பற்றி

அவளாகவே அவனுடன் பேச்சைத் துவங்கினாள். ஜாவத் நல்லவனாக மட்டுமல்லாமல், நல்ல நடத்தை உள்ளவனாகவும் இருந்தான். ஒரு பல்கலைக்கழகத்தில் அவன் ஆங்கில இலக்கிய ஆசிரியனாக இருந்தான். அவனது முந்தைய லண்டன் வருகைகள் காரணமாக லண்டனை நன்கு அறிந்தவனாக இருந்தான். டின்னருக்குப் பிறகு விடைபெற்றுக் கொண்டபோது தேவையான வழிகளில் அவளுக்கு உதவுவதாக உறுதியளித்தான். ரஞ்சனா அவளது தேவை பற்றி அவனுக்குத் தெரிவிக்கலானாள்.

பாதாள ரயில் நிலையத்திற்கு அடுத்தநாள் காலை சேர்ந்து நடந்து சென்றனர். ஜாவத் ஒரு காகிதத்தில் வரைபடத்தை வரைந்து நூலகத்திற்குச் செல்லவேண்டிய வழி பற்றி விரிவாகச் சொன்னான். ஒரே நேரத்தில் பல வழிகாட்டுதல்களைத் தெரிந்து கொள்வதில் முழுமையாகச் சங்கடமடைந்தாள். அவனிடமிருந்து அந்தக் காகிதத் தாளை வாங்கி, ரயிலுக்காகக் காத்திருந்தாள். ஜாவத் அவளுக்காக ரயில் பிளாட்பாரத்திலிருந்து கிளம்புவதாகவும், ரஞ்சனா அடுத்த புறத்திற்குச் சென்று அவளது ரயிலைப் பிடிக்க வேண்டும் என்றான். வெகுளித்தனமாக அவள் ஜாவத்தை வெறித்துப் பார்ப்பதைக் கவனித்த அவன், கைக்கடிகாரத்தைப் பார்த்தான். அன்றைக்கு அவளுடன் இருக்கப் போவதாகச் சொன்னான்.

எல்லா அறைகளிலும் விளக்குகள் எரிந்து கொண்டிருப்பதை அறிந்தாள் ரஞ்சனா. டிரஸ்ஸிங் மேசையில் இருந்து எழுந்தவள் பக்கத்து அறைக்குள் சென்றாள். விளக்கை அணைப்பதற்கு முன் சுவற்றில் இருக்கும் கண்ணாடியைப் பார்த்துக் கொஞ்ச நேரம் அதன் முன் நின்றாள். விளக்கை அணைத்துவிட்டு அடுத்த அறைக்குச் சென்றாள். அந்த அறையில் திறந்த ஜன்னல் ஒன்றைப் பார்த்தாள். சென்ற தரம் அந்த அறைக்குள் நுழைகிற போதே அந்த ஜன்னல் திறந்திருந்ததா? ஜன்னலின் அந்தப்புறம் தோட்டம் உள்ளது. ஜன்னல் வழியாக அங்கிருந்து யாரும் பார்க்க வாய்ப்பில்லை. ஆனாலும் அவள் முகம் சிவந்தது. அந்த உடையில் யாராவது அவளைக் கண்டால் என்ன நினைப்பார்கள் என்பது பற்றி ஆச்சர்யப்பட்டாள். விளக்கை அணைத்துவிட்டு அடுத்த அறைக்குச் சென்றாள். மூடியிருந்த ஜன்னலைத் திறந்து வெளியில் பார்த்தாள். ஜன்னலின் வழியே தெருவை அவளால் பார்க்க

முடிந்தது. ஆனால் தெரு வெறிச்சோடியிருந்தது. அனைத்து அறைகளின் விளக்குகளையும் அணைத்துவிட்டு வெளியில் இருக்கும் மாட்டுக் கொட்டகைக்குச் சென்றாள். வெளியில் உஷ்ணமாக இருந்ததால் ஸ்வெட்டரைக் கழற்றிக்கையில் வைத்துக் கொண்டாள். விளக்கைப் போட்டவள், பசு அவளையே கூர்ந்து பார்ப்பதை உணர்ந்தாள். அதற்கு முன் நின்ற ரஞ்சனா "பௌலா நீயாவது என்னை முழுமையாகப் பார்" என்றாள்.

லண்டனில் ஒருவாரம் தங்கிய பிறகு எல்லாம் சரியாகிவிட்டது. அவள் இப்போதெல்லாம் ஜீன்ஸ் அணிகிறாள். வெவ்வேறு இடங்களுக்கு அவளாகவே செல்கிறாள். ஆங்கில உச்சரிப்பைத் தொடரவும் ஒவ்வொருவருடன் பேசவும் முடிகிறது அவளால். பட்டேல் குடும்பத்தில் ஒருபாகமாகி விட்டாள். டேவிட்டை முதல் நாளைக்குப் பிறகு அவள் சந்திக்கவில்லை. அதற்குப் பின் அவன் லண்டனைவிட்டு வெளியேறி இருக்கக்கூடும். அவளது அறைக்கு அடுத்த அறையில் இருக்கும் ஆப்பிரிக்க இளைனை நண்பனாக்கிக் கொண்டாள். அவன் ஜாலியானவன். ரஞ் சனாவின் அழகைப் பற்றிப் புகழ்ந்துகொண்டே இருப்பான். அவன் திருமணமாகாதவனாக இருந்ததால் ஒரு இந்தியப் பெண்ணையே மணந்துகொள்ள விருப்பப்படுவான் என்பான். நூலகத்தில் அவளின் வேலை தொடர்ந்து கொண்டிருந்தது. ஞாயிறுகளில் ஜாவத்துடன் அவள் பல சுற்றுலா இடங்களுக்குச் சென்றாள். அந்த ஊரின் பழக்கங்களை அவள் ஏற்றுக் கொண்டு அணைத்துக்கொள்ளும் முத்தமிடும் அல்லது தங்கள் அன்பை உடல் ரீதியில் வெளிப்படுத்தும் இளைஞர்களைக் காணும்போது எதிரான எண்ணம் வராதபடி இருந்தாள்.

அவளுக்கு ஜாவத்தைப் பிடித்திருந்தது. அவனுடன் நீண்ட நேரத்தைச் செலவு செய்தாள். அவள் அவனிடத்தில் மிகவும் பிரியமானவளாகவும், அவளைப் பொறுத்தவரை மென்மையான நடவடிக்கைகள் கொண்டவனாகவும் இருந்தான். அவனைப் பொறுத்தவரை அவன் முழுமையான இணக்கமானவனாக இருந்தான். ரஞ்சனா அவளைப் பற்றி எல்லாவற்றையும் அவனிடம் சொன்னாள். ஏதாவது பற்றிக் குறிப்பாகக் கேட்காத வரைக்கும் அவன் அவளைப் பற்றி எந்தக் கவலையும் சொல்ல வில்லை. மற்றவர்களிடம் அவன் ஜோக்குகள் சொல்லியும்,

வெளிப்படையாகப் பேசுவதைப்போல அவளுடனும் இருக்க ஆசைப்பட்டாள். ஆனால் ஜாவத் மற்றவர்களுடன் கலகலப்பாகப் பேசினாலும் அவளுடன் பேசும்போது இறுக்கமாகிவிடுவான். ஒருநாள் ரஞ்சனா குளித்துக் கொண்டிருக்கும்போது குளியறைக்கதவு சரியாகப் பூட்டப்படாமல் இருந்ததால், ஜாவத் தள்ளியபோது திறந்து கொண்டது. மன்னிப்பு கேட்டு வெளியேறி விட்டான். அது அவனின் குற்றமில்லையென்றாலும் அதற்குப்பின் ரஞ் சனாவிடம் பழகுவதில் அவனுக்கு மனத்தடை இருந்தது. ஜாவத் குற்ற உணர்வில் பீடிக்கப்பட்டிருப்பதும், அது அவளின் தவறு என்றும் அவளின் மனச்சிக்கல், அசௌகரியம் விடுத்து அவனை சமாதானப்படுத்துவதில் முயன்றாள்.

ஒரு நாள் ஜாவத் அவளின் அறைக்கு வந்தது அவளுக்கு அதிர்ச்சியையே தந்தது. அவளைப் பார்ப்பதற்காக வந்தவன் அவளுடன் பேச ஆரம்பித்தான். முன்பு ரஞ்சனாவிடம் திருமண மாகாதவன் என்று கூறியிருந்தான். ரஞ்சனா ஏதாவது பெண்ணுடன் அவனுக்குக் காதல் உண்டா? என்று கேட்டாள். அந்தக் கேள்வியைக் கேட்டபிறகு அதிகம் அறியாத ஒரு ஆணுடன் அறையில் அந்த தனிப்பட்ட கேள்வியை தைரியமாகக் கேட்டது குறித்து ஆச்சரியமடைந்தாள். ஜாவத்தின் முகம் சட்டென சிவந்து ஆம் என்பதாய்த் தலையசைத்தான். அப்பெண்ணின் புகைப்படத்தை அவன் காட்டினான். ரஞ்சனா அந்தப் புகைப்படத்தை நெடு நேரம் பார்த்துக் கொண்டிருந்தவள் மேற்கொண்டு எதுவும் விசாரிக்கவில்லை. அதன் பின் அவளின் படிப்பு, பல்கலைக்கழகம், அவனின் பெற்றோர் பற்றிக் கேட்டாள். கொஞ்ச நேரத்திற்குப் பின் ஜாவத் ஒரு கோப்பை தேநீர கொண்டுவரச் சொல்லட்டுமா? எனக் கேட்டான். ரஞ்சனா அதற்கு மறுமொழியாக அவன் மதுபானங்களைச் சாப்பிடுவானா எனக் கேட்டாள். ஜாவத் ஆமென்ற தோரணையில் தலையாட்டியபோது அவள் பப்பிற்கு அவனுடன் சென்று அதைச் சுவைக்க விரும்புவதாகச் சொன்னாள். ஏறத்தாழ அவள் ஜாவத்தை அவன் ஒத்துக்கொள்ள நிர்ப்பந்தித்து மாலையில் பக்கமிருக்கும் பப்பிற்குச் சென்றார்கள்.

ரஞ்சனா அவன் என்ன குடிக்கிறானோ? அதை அவளும் குடிப்பதாகச் சொன்னாள். ஜாவத் வைன் குடிக்கச் சொன்னான். ஆனால் ரஞ்சனா ஒரு மக் பீரை வாங்கிவந்து அது கசப்பாக

இருந்தாலும் குடிக்கத் துவங்கினாள். மக் தீர்ந்தபோது அடுத்த சுற்று பானத்திற்காய் அவள் பணம் தருவதாய்ச் சொன்னாள். இருவருக்கும் இன்னும் அதிக அளவு பீரை ஜாவத்தை வாங்கச் செய்தாள்.

ரஞ்சனா சற்றே தலை வலிப்பதாகக் குடித்து முடித்தபின் உணர்ந்தாள். தாமதமாக அங்கிருந்து புறப்பட்டார்கள். வீட்டை அடையும்போது எல்லோரும் தூங்கிவிட்டிருந்தனர். ஆறு மணிக்கு வராதவர்களுக்குத் திருமதி பட்டேல் உணவை எடுத்து வெளியில் வைப்பது வழக்கம். மைக்ரோவேவ் ஓவன் ஒன்று உணவைச் சூடாக்க எப்போதும் தயாராக இருக்கும். ஜாவத் உணவைச் சூடாக்க, இருவரும் உண்டனர். அப்போதும் ரஞ் சனா சிறிது தலைச்சுற்றல் இருப்பதாக உணர்ந்தாள். உணவு உண்டபின் ஜாவத் அவளை மாடிக்கு கைத்தாங்கலாகக் கூட்டிச் சென்று அவள் அறைமுன் விட்டான்.

உடை மாற்றாமல் படுக்கையில் அவள் சாய்ந்தாள். அவளுக்கு கடுமையான தலைவலி இருந்தது. அஸ்யுத்தோஷ் எல்லாவற்றுக்கும் மருந்துகளைத் தந்திருந்தார். ஆனால் அவளுக்குப் பெட்டியைத் திறந்து பார்க்க மனம் வரவில்லை. வெளியில் வந்து ஜாவத்தின் அறையை மிக மெதுவாகத் தட்டினாள். அவன் கதவைத் திறந்தபோது தலைவலிக்குமருந்து ஏதாவது கேட்டாள். பாதி திறந்திருந்த கதவு வழியே அவன் மருந்து கொடுத்தான். ரஞ் சனா படுக்கைக்கு மருந்துடன் திரும்பினாள். ஆனால் அதைச் சாப்பிடுவதற்கு மனமில்லாமல் இருந்தாள்.

நூலகத்தில் ரஞ்சனாவின் வேலை சில நாட்களில் முடிந்து அவள் திரும்புவதற்கான நேரம் வந்தது. பேராசிரியரிடமிருந்து விடைபெற்று, பிற சுற்றுலா இடங்களை ஜாவத்துடன் சென்று பார்த்திருந்தாள். அவளின் திரும்பவுதற்கான பயணசீட்டு நிச்சயிக்கப்பட்டதை அஸ்யுத்தோஷிற்கு தொலைபேசியில் தகவல் சொன்னாள். திருமதி பட்டேலுக்குத் தரவேண்டிய கணக்கை முடித்தாள். ஷாப்பிங் சென்று புதுப்பெட்டியில் எல்லாவற்றையும் சரியாகப் பேக் செய்திருந்தாள்.

லண்டனை விட்டுக் கிளம்பிய முந்தின மாலை வேளையில் சாப்பாட்டு மேசையில் அருகருகே அமர்ந்து கொண்டனர். மாலை

உணவை முடித்தனர். ஜாவத் அவளின் பயண்சீட்டு, லக்கேஜ் பற்றிக் கேட்டான். ஆனால் ரஞ்சனா பேசாமலிருந்தாள். ரஞ் சனா இருவருக்கும் காபி தயாரித்தாள். ரஞ்சனா மௌனமாகக் குடித்தாள். மௌனம் கொஞ்சநேரம் தொடர்ந்தபோது ஜாவத் காலை விமானத்தை அவள் பிடிக்கவேண்டியிருப்பதால் முன்னதாகவே ஓய்வெடுக்கச் சொன்னான். தயாராவதற்கு நேரம் தேவைப்படுவதால் காலையில் மூன்று மணிக்கு எழ வேண்டியிருக்குமே என்றாள். அந்த அகால நேரத்தில் எப்படி எழுவது? என்பது வினோதமாக இருந்தது அவளுக்கு. ஜாகத் அவனிடம் இருக்கும் அலார கடிகாரத்தை அவளுக்குத் தருவதாகச் சொன்னான். சாப்பாட்டு மேசையைச் சுத்தம் செய்துவிட்டுப் படிகளில் செல்லுகையில் ரஞ்சனா அலாரம் வாட்சும் உபயோகப்படாது என்றாள். சிரமமில்லாவிட்டால் ஜாவத் அவளை எழுப்பிவிடச் சொன்னாள். ரஞ்சனா அறைக்குச் செல்லும்போது இரவில் அறைக் கதவைத் திறந்து வைப்பதாய்ச் சொன்னாள்.

ரஞ்சனா உடைகளைக் களைந்துவிட்டுப் படுக்கையில் சாய்ந்தாள். தகிக்கும் உடம்பையும் மனதையும் சாந்தப்படுத்த கைகளால் அணைத்துக் கொண்டாள். அடுத்தநாள் காலையைப் பற்றி அவள் நினைக்கவில்லை. அவள் இறந்த காலத்திற்கும், நிகழ் காலத்திற்கும், எதிர்காலத்திற்கும் பின்னால் இருந்தாள். அவளின் உலகத்திற்குப் பின்னால் வெறுமையில் மிதந்துகொண்டிருந்தாள். அவளது பெருமூச்சினை மட்டும் அவள் உணர்ந்தாள். அவளின் தொகையையும், வாசனையையும் நுகர்வையும் அவள் அறியாதவளாக இருந்தாள். துடிக்கும் அவளது உடம்பில் எல்லா புலன்களும் முகத்தை மனதில் கொண்டுவர முயன்றாள். ஆனால் இயலவில்லை. அவளின் எல்லாப் புலன்களும் ஸ்ரீமந்தின் மேல் படர்வதாக இருந்தது.

3

பிம்பம்

உதய் பிரகாஷ் மருத்துவமனையிலிருந்து டிஸ்சார்ஜ் செய்யப்பட்டபோது, மருத்துவர் மருந்துச் சீட்டையும், உணவுப் பழக்க விபரங்களையும் கொடுத்து, "ஞாபகமிருக்கட்டும், யமனுக்கு கொடுக்கும் முதல் விசிட்டிங் கார்டு இது. இல்லை. நான் உங்களுக்கு பயமுறுத்த முயலவில்லை. அல்லது நீங்கள் மிகுந்த தேவையில்லாத குழப்பத்தில் இருக்கக்கூடாது. நீங்கள் ஜாக்கிரதையாக இருந்தால் எந்தப் பிரச்னையும் இருக்காது. உங்கள் உணவுப் பழக்கங்களைக் கவனித்துக் கொள்ளவும். ஒவ்வொரு நாளும் அரை மைல் நடக்கவும். முன் இருந்ததைப் போல நீங்கள் இருக்கலாம்" என்றார். மருத்துவர் கைகுலுக்கி வாழ்த்துச் சொல்லி வழியனுப்பினார்.

ஒரு மாதம் கழித்து வீட்டிற்குத் திரும்பியதும் முதல் வேலையாக அவரின் படுக்கையில் சாய்ந்தார். விசேஷமான முறையில் சுகமிருப்ப தாய் தோன்றியது. உடல் நலம் சரியானதைவிட வீட்டிற்குத் திரும்பின சுகத்தை மெல்ல அசை போட்டார். தன்னம்பிக்கையைத் திரும்பப் பெற்றது போலிருந்தது. குளியலறைக்குச் சென்று கண்ணாடியில் தன்னை பார்த்தார்.

பழைய ஆளில்லை என்பதை ஒத்துக் கொண்டார். கடந்த ஒரு மாதத்தில் அவரின் தோற்றத்தில் நிறைய மாற்றங்கள் வந்து விட்டதை உணர்ந்தார். உடல் எடை குறைந்திருந்தது. ஆனால் அது முகத்தில் தெரியும்படியான அறிகுறிகளை இப்படி விட்டுச் செல்லும் என்று நினைக்கவில்லை. கண்கள் உள்ளடங்கி விட்டன. கன்ன எலும்புகள் வெளித் தெரிந்தன. திடுமென வயதாகிவிட்டது போலிருந்தது- மருத்துவரின் ஆலோசனைப்படி நடந்தால் எல்லாம் பழையபடியாகிவிடும் என நம்பிக்கை வந்தது அவருக்கு.

நிஜமாக அது நடக்குமா? உதய் பிரகாஷ் தன்னைத்தானே கேட்டுக்கொண்டார். இச்சமயத்தில் மரணம் பற்றி அவர் நினைத்த தில்லை. அவர் மரணம் பற்றிய கவிதைகளை எழுதியிருக்கிறார். ஆனால் கவிதையில் மரணமும், மருத்துவரின் தீர்மானத்தில் மரணமும் வெவ்வேறானவை. கவிதையில் மரணம் மெல்ல பரவி

படிவமாகவும் நெருக்கமானதாக தத்துவார்த்த மற்றும் ஆன்மீகத் தொனியுடன் சோகத் துணுக்குகளைக் கொண்டதாகவும் ஆனால் கையில் மரணச் செய்தியைச் சுமக்கும் மருத்துவ வாசனையுடனான மருத்துவமனை அறையின் மரணம் அவர்மீது படிந்திருந்தது. குளிர்ந்த காற்று அவரைத் தாக்கியது. குளியலறையில் இருந்து வெளியேவந்து படுக்கையில் சாய்ந்தார்.

இல்லை, இப்போது முதல் அவரின் தினசரி வாழ்க்கை முறையை மாற்றிக் கொள்ள வேண்டும். தேவையில்லாத வேலை களில் ஈடுபட்டு நேரத்தை வீணாக்குவது இனி கூடாது. முன்பு கவிதை எழுத உட்காரும்போது சில சமயங்களில் மின்சாரக் கட்டணம் செலுத்தப்படாதது பற்றியோ, நகராட்சிக்கு உடனே பதில் எழுத வேண்டியது பற்றியோ ஞாபகம் வரும். அப்போது எழுதும் நோட்டைத் தள்ளி வைத்துவிட்டு காசோலையுடனோ, அல்லது நகராட்சி நோட்டீஸ்களுடனோ உட்காருவது வழக்கம். குடும்ப விவகாரங்கள் அவரின் கவனத்தைச் சிதைக்கும்போது கவிதையெழுதுவது என்பது அவருக்குச் சிரமமானது. கவிதையை நாளைகூட எழுதிக் கொள்ளலாம். ஆனால் இன்று பணம் செலுத்தப்படாமல் விட்டால் மின்சாரம் துண்டிக்கப்படும் என்று அவருள் சொல்லிக் கொள்வார். எனவே எழுதுவதைத் தவிர்க்க காரணங்களைக் கண்டுபிடிப்பார். பணம் செலுத்தும் வேலை எதுவும் இல்லாவிட்டால், அவரின் உடம்பு சுகமில்லாத நண்பரைப் பார்க்கப் போகவேண்டும் என்பதை நினைவுபடுத்திக் கொள்வார். அவர் மருத்துவமனையில் இருக்கும்போது அந்த நண்பர் அவரைப் பார்க்க வர அக்கறை எடுக்கவில்லையென்றாலும் உதய் பிரகாஷ் அவரின் நண்பரைவிட இன்னும் அன்பானவராக இருக்கவும், நட்பை விட கவிதை எப்போதும் முக்கியமானதல்ல என்பதைத் தனக்குள் ஆறுதலாக்கிக் கொள்வார். ஆனால் கவிதை எழுதயாரும் நிர்ப்பந்திக்காத போது வீட்டில் வெறுமனே உட்கார்ந்து எதுவும் செய்வதில்லை என்பது அவருக்குத் தெரியும். அவரின் நண்பரைப் பார்க்கவும் கண்டிப்பாக அவர் செல்லவும் மாட்டார்.

அவரின் நண்பர் ஒருவர் நீண்ட காலமாக ஆராய்ச்சியில் ஈடுபட்டிருந்தார். ஆனால் புத்தகம் எதுவும் எழுதவில்லை.

அதைப்பற்றிக் கேட்டால் அவர் சொல்வார்: “நான் எப்போது சாகப்போகிறேன் என்பது பற்றித் தெரியாது. இப்போது நான் எதற்குப் புத்தகம் எழுத வேண்டும்” உதய் பிரகாஷ் இந்த வார்த்தைகளின் முக்கியத்துவத்தை உணராவிட்டாலும், இந்த வார்த்தைகளுக்குப் பின்னால் உண்மை ஒளிந்திருப்பதைத் தெரிந்திருந்தார். இப்போது அவரிடம் இதுபோன்ற சாக்குபோக்கு இல்லை. எப்போது சாவு வரும் என்று சொல்லாவிட்டாலும் சாவு பற்றி மருத்துவர் அறிவித்து விட்டார். ஒருவர் விசிட்டிங் கார்டு தருவதற்கும், அவராக வருவதற்கும் இடையிலான காலம் குறிப்பிடத்தக்கதாகும். இந்தக் கணங்களைச் சுலபமாகக் கணக்கிட்டு விடலாம். அவரின் அப்பா இளம் வயதில் இதய நோயால் இறந்ததை அவர் தொடர்ந்து நினைவுபடுத்திக் கொள்வார்.

ஒருவர் உடல் ரீதியாகவோ மன ரீதியாகவோ பாதிக்கப்படாத வரைக்கும் வாழ்க்கை முடிவில்லாத பயணம் என்பதை மனதில் கொண்டு ஒருவரின் தவறான முடிவுகளைக் கூடத் திருத்திக் கொள்ள அக்கறையில்லாது போய்க்கொண்டிருக்கும். ஆனால் வாழ்க்கை பற்றின நடத்தை ஏதாவது சோகம் சட்டென வருகிற போது மட்டுமே மாறும். காலம் நிச்சயிக்கப்பட்டதாகி ஒருவனின் பார்வையில் இறுதி தென்பட்டுவிடும். உதய் பிரகாஷ் புதிய திட்டம் பற்றி எதுவும் யோசிக்கவில்லை. ஆனால் முடிக்கப்படாத வேலையை எப்படி முடிப்பது என்பது பற்றிக் கவலப்பட்டார்.

உதய் பிரகாஷ் முறைப்படுத்தப்பட்ட வாழ்க்கை முறையை நடத்திக் கொண்டிருந்தார். எல்லாவற்றிலும் ஓர் ஒழுங்கைக் கடைப்பிடித்தார். எழுபத்திரண்டு வயதினைத் திரும்பிப் பார்க்கிற போது ஒவ்வொன்றிலும் வெற்றி தப்பியிருப்பதை உணர்ந்தார். அவர் ஏன் அப்படிச் சிந்திக்க வேண்டும்? ஆயுள் காப்பீட்டாளராக அவர் வாழ்க்கையை நீண்ட காலத்திற்கு முன் ஆரம்பித்தபோது கவிஞராவது என்பதை முடிவு செய்திருந்தார். ஆரம்ப காலங்களில் அவரைக் கவிஞராக யாரும் ஏற்றுக் கொள்ளவில்லை. அவர் மோசமான கவிஞராக இல்லாவிட்டாலும் அவரின் உத்யோகம் காரணமாக எடுபடவில்லை. மேல் குடியினரும், பேராசிரியர்களும் அவரின் கவிதையை நிராகரித்து ஆயுள் காப்பீட்டுப் பிரதிநிதி போன்ற சாதாரணமானவர்களை அவர்களின் உலகத்தில் அனுமதிக்கவில்லை. ஆனால் அவரின் தொடர்ந்த முயற்சி

கடைசியில் சரியான நேரத்தில் வெற்றி பெற்று குறிப்பிடத்தக்க கவிஞராக ஏற்றுக் கொள்ளப்பட்டார்.

குடும்ப விவாகரத்தில் ஓரளவு நிலைபெற்றதும் அவர் தொழிலைவிட்டு விட்டு முழுநேரக் கவிஞரானார். குழந்தைகள் வளர்ந்து வெளியே சென்று விட்டார்கள். நீண்டகாலமாக அவரின் மனைவியுடனான உறவு சம்பிரதாயமாகிவிட்டது. அவரின் பொருளாதார நிலை கட்டுப்பாட்டிற்குள் இருந்தது. அவருக்கு வேறு சுமைகள் இல்லை. கவிஞராக இருப்பதற்காக ஏற்றுக்கொள்ள வேண்டியிருந்ததும், அதுவும் வாழ்வின் பெரிய பிரச்னையுமாயிற்று.

ஒரு நாவலாசிரியன் எப்படியாயினும் ஒரு நாளைக்கு ஐம்பது பக்கம் எழுத வேண்டும் என்று விதி வகுத்துக் கொள்ளலாம். ஒரு நாடகக் காட்சியை எழுதும்போது ஒரு நாடகாசிரியர் நடிகர்களுடனும் நடிகைகளுடனும் நேரத்தைச் செலவழிக்கலாம். ஆனால் கவிஞன் ஒருநாள் முழுக்க கவிதை எழுத முடியாது. புத்தக வாசிப்போ அல்லது கவிதை விவாதமோ, கவிதை எழுதுவதற்கான ஆதாரமானதாக நடவடிக்கைகளில் ஈடுபடுவதற்கான சூழல் அந்த நகரத்தில் இல்லை. அவரின் இலக்கிய நண்பர்களுடன் நேரத்தைக் கழிக்கிறபோது தனிப்பட்ட வாழ்க்கை, நடத்தை, வெவ்வேறு எழுத்தாளர்கள் ஊழல்கள் பற்றி நிறைய செய்திகள் அவருக்குக் கிடைக்கும். ஆனால் அதற்கு எவ்வித இலக்கிய முக்கியத்துவம் இருக்காது. மெதுவாக அவ்வகை நண்பர்களிடமிருந்து விலகி, வெறுமையாக சமூகத் தொடர்பற்ற வாழ்க்கையைத் தொடர்ந்தார். ஒருவகையான குரூர சூழலில் அடையாளப் படுத்தப்பட்டார்.

அவர் இலக்கியச் சூழலில் இருந்து விலகிக் கொண்டாலும் இலக்கிய நண்பர்கள் விலகவில்லை. இடைவெளிகளில் அவ்வப் போது கூட்டங்களுக்குக் கூப்பிடுவார்கள். யாராவது பேட்டி எடுக்க வருவார்கள். பேட்டிகள் ஒரே மாதிரியாக இருக்கும். அவர் எழுதிய எதையும் படிக்காமல் இளைய பத்திரிகையாளர்கள் இவ்வகைகளில் வழக்கமான கேள்விகளைக் கேட்பர்: உங்களின் பிறந்த தினம் என்ன? எத்தனை புத்தகங்கள் எழுதியிருக்கிறீர்கள்? உங்களின் முதல் கவிதை எதில் பிரசுரமானது? உங்களுக்கு என்ன பரிசுகள் கிடைத்துள்ளன? இந்த வகையில் இருக்கும். கொஞ்சம்

தைரியமான பத்திரிகையாளரென்றால் காதல் வாழ்க்கை பற்றிக் கேட்பார். உங்களின் காதல் கவிதைக்குப் பின் உள்ள ஆதர்சம் யார்? அவர் திருமணமானவரா? திருமணமாகாதவரா? ஒரு வகையில் யாரும் அவரின் ஆதர்சனமானவரின் பெயர், முகவரி, தொலைபேசி எண்ணைக் கேட்காதது அவருக்கு ஆறுதலானது என எண்ணுவார். அடிக்கடி கேட்கப்படும் இன்னொரு கேள்வி யானது நீங்கள் ஏன் எழுதுகிறீர்கள்? என்பதாகும். இந்தக் கேள்வி யின் பொருத்தம் பற்றி உதய பிரகாஷால் புரிந்துகொள்ள முடிந்த தில்லை. ஒரு நடிகரையோ, ஒரு ஓவியரையோ அல்லது ஒரு நடனமாடுபவரையோ அவர்கள் ஏன் நடிக்கிறார். ஓவியம் வரை கிறார் அல்லது நடனமாடுகிறார் என யாரும் எப்போதும் கேட்ப தில்லை. எழுத்து மற்றும் உத்யோகம் உறவு பற்றின கேள்வி உதய் பிரகாஷிற்கு எப்போதும் அர்த்தமற்றதாகத்தான் இருந்திருக்கிறது. ஒரு மேல்தட்டுக் கவிஞரின் கவிதைகளைப் படிக்கும்போது அவர் விவசாயத்துறையைச் சார்ந்தவரா? அல்லது விலங்கு பராமரிப்புத் துறையினரா? என்பதை தெரிந்து கொள்ளத் தேவையா?

பேட்டிகளில் இவ்வகையான சம்பந்தமற்ற கேள்விகளைக் கேட்கும்போது கோபமடைவது வழக்கமாகும். பிறகு அவற்றைத் தவிர்க்கவும் சம்பந்தமில்லாமல் பதில் சொல்லவும் கற்றுக்கொண்டார். பத்திரிக்கையாளர்கள் அதிருப்தியை இது பற்றி வெளிப்படுத்தியும், அவர்களுடன் ஒத்துழைக்கவில்லையென குற்றம் சாட்டியபோது பேட்டிகள் தருவதை ஒட்டுமொத்தமாக நிறுத்திவிட்டார்.

இதுபோன்ற விரும்பத்தகாத அனுபவங்கள் இலக்கியக் கூட்டங்களிலும் அவருக்கு ஏற்பட்டன. கூட்டத்திற்குக் கூப்பிடும் போது பேச்சைத் தயாரிக்க நிறைய நேரம் செலவழிப்பார். ஆனால் அவரின் உழைப்பு கூட்டங்கள் நடத்தப்படும் முறைகளில் வீணாகும். நேர பிரக்ஞையுடன் கூட்ட இடத்திற்குச் சரியான நேரத்திற்குச் சென்றால், அங்கு யாரும் இருக்க மாட்டார்கள். அவரின் வாழ்க்கையில் குறிப்பிட்ட நேரத்தில் கூட்டம் தொடங்கியதை அவர் கண்டதில்லை. தொடக்கப் பாட்டு, வரவேற்புரை மற்றும் விருந்தினர்களை அறிமுகப்படுத்துவது போன்ற யாரும் அக்கறை கொள்ளாத விஷயங்களில் நேரத்தை வீணாக்கி முக்கிய விஷயத்திற்கு வெகு தாமதாமாக வருவது என்பதாகும். கூட்ட முடிவில் பேச்சாளர்

அழைக்கப்படும்போது அரங்கில் யாரும் இருக்க மாட்டார்கள். பங்கேற்பாளர்கள் அக்கறை இல்லாமல் இருந்தால் உதய் பிரகாஷ் பெரும்பாலும் அவரின் உரையைச் சுருக்கிக் கொள்வார். அந்த வகையில் பிறகு அந்த வகையான கூட்டங்களுக்கு மறுபடியும் செல்வதைத் தவிர்த்தார்.

இந்த சமயத்தில் அவர் ஒரு சிறந்த கவிஞர் என்று அங்கீகரிக்கப் பட்டதால், பொதுமக்கள், அவரின் வாசகர்களுக்காக அவர் தனித்த அடையாளத்தை உருவாக்குவது பற்றி முடிவெடுத்திருந்தார். கவிஞராக அறியப்படவே விரும்பினார். கவிஞராக மட்டுமேயாகும். ஆனால் இந்த வகையில் மக்கள் வெவ்வேறு எதிர்பார்ப்புகளைக் கொண்டிருந்தனர். கவிஞன் என்பவனைத் தனிமையானவனாக, விஷேச ஆளாக, மது மாது பழக்கங்களைக் கொண்டவனாக, அவனின் கவிதைகளுக்காக சகித்துக் கொள்பவர்களாகக் கருதினர். உதய் பிரகாஷ் மாற்றுப் பிம்பத்தை உருவாக்க வேண்டியிருந்தது என்பது சிரமமான வேலையாக இருந்தது. எழுத்தாளர்களின் விருந்துகளில் மது வழங்கப்படுகிறபோது அவர் மறுப்பதையும் அவர் குடிப்பதில்லையென்பதையும் யாரும் நம்பவில்லை. இதற்கு மாறாக அவர் வீட்டில் தினந்தோறும் குடித்துக்கொண்டு வெளியில் சன்னியாசியாகக் காட்டிக் கொள்வதாக ஒருஅபிப்பிராயம் உருவானது. அவரின் உடைகளும் அவரைக் கவிஞராகக் காட்ட வில்லை. வெவ்வேறு உத்யோகங்களுக்கு ஏற்ப மக்களுக்கு உடைகளை வடிவமைத்துக் கொள்வது இந்தியாவில் மட்டுமே ஆகும். உதாரணத்திற்கு, காந்திக் குல்லாய் அணிகிறவன் அரசியல் தலைவனாகவும், கலைந்த தலையைக் கொண்டிருப்பவன் அறிவுஜீவியாகவும் கருதப்படுவான். கவிஞனுக்கென்று தனிப்பட்ட ஆடை இல்லையென்றாலும், தாடி என்பது அவசியம் இருக்க வேண்டும் என்றானது. துரதிஷ்டவசமாக உதய் பிரகாஷ்க்கு மீசை இல்லை. பெண்கள் விஷயத்தில் எவ்விதச் சிக்கலும் அனுமதிக்காத வகையில் ஒழுக்கமானவராவார். அவரின் இலக்கியத் தனித்தன்மை அவரின் கவிதை மூலம் மட்டுமே நிறுவப்பட வேண்டும். அவரின் தனிப்பட்ட குணங்கள் அல்லது அவர் அணியும் ஆடை மூலமாக அல்ல அவரைப் பற்றி மக்களின் தவறான அபிப்ராயங்களை மீறியது என்பதை அவர் முடிவு செய்திருந்தார்.

அவரின் கவிதைகளை வகைப்படுத்தி அவரின் பிம்பம் உருவாவது இன்னொரு பிரச்னையாக இருந்தது. அவரின் கவிதைகளில் எதைச் சொல்ல விரும்புகிறார்? காதல் கவிஞர்கள் அல்லது புரட்சி கவிஞர்கள் அல்லது மரணக் கவிஞர்கள் எனச் சில கவிஞர்கள் அறியப்பட்டபோது, அவருக்கு அந்த வகையான எந்த அடைமொழியையும் யாரும் தரவில்லை. வெவ்வேறு வகையான பாடுபொருள்களில் அவர் கவிதைகள் எழுதுவார். அது அவரின் தனித்தன்மையாக அமைந்தது. ஆனால் விமர்சகர்கள் அவ்வளவு சுலபமாக அவரை விட்டு விடாமல் அவரை வகைப்படுத்த விரும்பினர். ஒரு விமர்சகர் ஒரு தரம் அவரின் கவிதைகளை விமர்சித்து உதய் பிரகாஷ் நினைக்காத அளவில் ஒரு வேறு அர்த்தத்தைத் தந்திருந்தார். அந்த விமர்சனம் பிரசுரமானபோது உதய் பிரகாஷ் அந்தப் பத்திரிக்கை ஆசிரியருக்கு ஒரு நீண்ட கடிதம் எழுதி, அவரின் கவிதையெழுதுவதன் பின்னணி மற்றும் அதன் அர்த்தம் பற்றி விளக்கினார். இலக்கியச் சண்டையில் அபாயகரமானவராக மட்டுமில்லாமல் சாகாவரம் பெற்றவர்களாகவும் விமர்சகர்கள் இருப்பதை அவர் அறிந்திருக்கவில்லை. அந்த விமர்சகன் அவரின் கடிதத்திற்கு இன்னும் நீளமான பதில் கடிதத்தை எழுதி முத்தாய்ப்புடன் முடித்திருந்தார்: "கவிதையைத் திறனாய்வு செய்யும் போது கவிதை எழுதப்படும் காரணம் பற்றி யோசிப்பது சம்பந்தமில்லாதது. விமர்சகர் கவிதையை மட்டுமே கணக்கில் எடுப்பார். பிரசுரமானதும் அது பொதுச் சொத்து. எழுத்தாளன் அதற்கு ஏகபோகம் கொண்டாட முடியாது." இறுதியில் கவிஞர் நல்ல கவிதைகளைத் தந்திருக்கலாம் ஆனால் அவர் என்ன எழுதியிருக்கிறார் என்பது பற்றி எந்த எண்ணமும் அவருக்கு இல்லை என்று இடித்துரைத்திருந்தார்.

இந்தச் சம்பவத்திற்குப் பிறகு விமர்சர்களை நோக்கிக் கத்தியைச் சுற்றுவதை அவர் நிறுத்திவிட்டார். கவிதையை எதற்காக எழுதினேன். அதன் மூலம் சொல்ல வருவது என்ன? என்பதைப் பற்றிக் கவிதைகளுக்கு முன்னுரை எழுதத் தீர்மானித்திருந்தார். இதைச் செய்யும்போது அவர் நிறைய சிரமங்களை எதிர்கொண்டார். சில நேரங்களில் கவிதையை எதற்கு எழுதினோம்? என்பதை அவரால் நினைவுகூற இயலவில்லை. சில

நேரங்களில் விமர்சகர் குறிப்பிட்டது போல கவிதை மூலம் என்ன சொல்ல விரும்புகிறார்? என்பது பற்றித் தீர்க்கமான எண்ணம் மனதில் இல்லை.

அவர் செய்வது நியாயமானதாகவோ உண்மையானதாகவோ இல்லையென்று தெரிந்திருந்தாலும் கூட அவர் அதையே செய்கின்றார்.

பிற்காலத்தில் பல்வேறு பிரச்னைகளினூடே அவர் சுகவீனமுற்று மருத்துவமனையில் அனுமதிக்கப்பட்டார். மருத்துவனையைவிட்டு வந்த பின், அவரின் விருப்பத்திற்கேற்ப அவரின் மீதி வாழ்க்கை பற்றி மருத்துவரின் அறிவுரையை மனதில் கொண்டார். உதய் பிரகாஷ் அவரின் முன்னுரிமை விஷயங்கள் மாறி விட்டதை உணர்ந்தார். எதிர்காலத் திட்டத்தின்படி எழுத் தென்பது இறுதியானது என்பதல்ல என்பதும் மாற்றியமைக்க வேண்டியிருப்பதையும் பற்றி அவர் நினைத்தார். இன்னொரு வித்தியாசமான வாழ்க்கை முறைக்குத் தன்னை மாற்றிக் கொள்ள முடிவெடுத்தார்.

முன்பு இலக்கியக் கூட்டங்களோடு தனித்திருந்தவர் தற்போது எல்லா அழைப்புகளையும் ஏற்றுக்கொண்டார். அந்தவகைக் கூட்டங்களுக்குச் செல்ல வழிவகுத்துக் கொண்டார். தினந்தோறும் புத்தக வெளியீடு, பரிசளிப்பு, ஆண்டுவிழா கொண்டாட்டம் என்ற வகையில் எல்லாக் கூட்டங்களிலும் வெவ்வேறு இடங்களில் அவர் தற்போது காணப்படுகிறார். மெதுவாக தேர்ந்த ஒரு பேச்சாளராக மாறினார். பேச்சு அவருக்குப் பிடித்தமானதாகி விட்டது. கல்வித்துறை நண்பர்களைக் கொண்டு அவரின் படைப்புகள் பற்றி ஆராய்ச்சி செய்யவும், பாடத்திட்டங்களில் அவரின் கவிதைகள் உட்படவும் செய்தார். உதய் பிரகாஷ் முயற்சியெதுவும் இன்றித் தூர்தர்ஷனில் ஒளிபரப்பான அவரின் கவிதைகளை மையமாக வைத்த நிகழ்ச்சி ஒன்றிலும் வெற்றியடைந்திருந்தார்.

இந்த முயற்சிகளின் விளைவாக அவரின் பெயரும், புகைப் படமும் தினந்தோறும் தினசரிகளில் வெளிவர ஆரம்பித்தன. உதய் பிரகாஷ் விரிவான பேட்டிகளைத் தர ஆரம்பித்திருந்தார். முன்பு அவரிடம் பேட்டிக்காக வரும் இளைஞர்களை விமர்சித்தவர் அவர்களுக்கு சௌகர்யமான வகையில் அவர்களுடன் இணக்க

மானார். செய்தித் தாட்களுக்குச் செய்திகளை அவர்கள் அனுப்பு வதற்கு முன்னால் அவர் அவற்றைச் சரிபார்த்து அறிவுரை கூறிச் சீராக்கினார். செய்திகளுக்குத் தகுந்தபடியான புகைப்படங்களை அவர்களுக்குத் தந்தார். நாளடைவில் இலக்கியம் பற்றி மட்டுமே அவரின் பேட்டி இல்லாமல் பல்வேறு விஷயங்களில் அவரின் அபிப்பிராயங்கள் கோரப்பட்டன. ஒருதரம் ஒரு பத்திரிகையாளர் அவர் என்ன சாப்பிட விரும்புகிறார்? என்பதை வெளியிட்ட தருணத்தில், உதய் பிரகாஷ் சமையலறையில் அதைச் சமைப்பது போன்ற புகைப்படத்துடன் வெளியிட நேர்ந்தது. தினசரிகளில் அவரின் புகைப்படங்கள் அவரின் கூட்ட பேச்சை அவர் கேட்டு மகிழ்வதைவிட அதிக மகிழ்ச்சி தந்தது.

இவை எல்லாவற்றுக்கும் இடையில் உதய் பிரகாஷ் கவிதை கள் எழுதுவதைத் தொடர்ந்து கொண்டிருந்தார். குறுகிய காலத்திற்குள் எவ்வளவு முடியுமோ அவ்வளவு எழுதுவது அவருக்குச் சவாலாக இருந்தது. கவனத்துடனும் சிரத்தையுடனும் எழுதி ஒரு குறிப்பிடத்தக்க பிரபல எழுத்தாளருமானார். இது அவரின் படைப்புகளின் தரத்தைப் பாதித்தது என்று சொல்ல வேண்டியதில்லை. யாரும் படிக்கவில்லையென்றாலும் அவர் நிறுவப்பட்ட கவிஞர் என்பதால் பத்திரிகைகளை அவரின் கவிதைகள் அலங்கரிப்பது தொடர்ந்தது.

தரத்துடன் எழுதுவதைத் தவிர அவரின் படைப்புகளைத் தூக்கிச் சரியாக நிறுத்த அவரின் பழைய கவிதைகளுக்கு முன்னுரை கள் எழுதுவதைத் தொடர்ந்து கொண்டிருந்தார். அதன் அர்த்தத்தை எந்த விமர்சனங்களும் திரித்து விடக்கூடாது என்ற அக்கறையிலும் இதைச் செய்தார். கவிதைகளின் தரம் மற்றும் கவிதைகளின் தன்மையை மனதில் கொண்டு சரியான பெயர் அடையவில்லையென்பது அவரின் வருத்தமாக இருந்தது. அவரின் பழைய கவிதைகளைப்படிக்கிறபோது அவரை யதார்த்தக் கவிஞர் எனலாம் என்று அவரின் மனதில் எண்ணம் ஓடும். ஆகவே அவரின் பேட்டிகளின் விளைவான அறிகுறிகளாக யதார்த்தத்தைப் போற்றும் அம்சங்களை வெளிப்படுத்த அவரின் கவிதைகளுக்கு முன்னுரை எழுதும்போது அவர் அக்கறை எடுத்துக்கொண்டார். ஆன்மீக அல்லது மதச் சிந்தனைகளுக்கு அக்கறையில்லாத நாத்திகர் என்பதால் அவரின் கவிதைகள்

பொருள் முதல்வாத அடிப்படையைக் கொண்டிருப்பதை வெளிப் படுத்த விரும்பினார். அவரின் கவிதை முன்னுரைகளில் இதைக் குறிப்பிட்டார்.

இலக்கியப் பணிகளூடே அவரின் உடல்நலம் பற்றி அக்கறை எடுக்க வேண்டியிருந்தது. ஆனால் அந்த விஷயத்தில் முழுக்க அசிரத்தைதான் இருந்தது. தினமும் காலை நடை போவதை அலட்சியப்படுத்தினார். உணவுப் பழக்கங்களில் கட்டுப்பாடு இல்லை. மருந்துகளைச் சாப்பிடுவதில் முறையாக இருக்கவில்லை. மருத்துவர் அவரைச் சந்திக்கிற ஒவ்வொரு முறையும் அவரின் அதிருப்தியையும், வாழ்க்கையின் காலம் குறைந்து வருவதையும் குறிப்பிட்டுக் காட்டினார். இறுதியாக மருத்துவரிடம் பொறுமை இழந்து எந்த வகையிலும் இனி தான் ரொம்ப நாள் உயிர்வாழப் போவதில்லை என்ற முடிவுக்கு வந்தார். இதை அனுமதித்த பின் சாப்பாடு, மருந்து, உடற்பயிற்சி ஆகியவற்றில் கட்டுப்பாட்டை அவர் இழந்துவிட்டார். சாவை எதிர்நோக்க அவரின் முயற்சியும் நேரமும் சமர்ப்பிக்கப்பட்டுவிட்டன.

அவரின் சொத்து சம்பந்தமாக எல்லா பத்திரங்களையும் முதலில் தயார் செய்து கொண்டார். எல்லாவற்றையும் அவரின் மனைவியிடம் விரிவாக எடுத்துரைத்தார். அவரின் மனைவிக்கு இந்த பழுப்புப் பத்திரங்களின் மேல் ஆர்வம் இல்லை. அந்த ஒவ்வொரு பத்திரத்தின் அவசியம் மற்றும் முக்கியத்துவம் குறித்து வெறுமனே தலையாட்டி ஒப்புக் கொண்டாள். உதய் பிரகாஷ் எல்லா பத்திரங்களையும் திரட்டி கப்போர்டு உள்ளறை ஒன்றின் அசையாத சொத்துக்கள் பற்றிய முக்கியமான பத்திரங்கள் என அடையாளமிட்டு வைத்தார்.

எப்படியாயினும், அசையா சொத்துக்கள் போலில்லாமல் அவரின் கவிதைகளை மொத்தமாய் எடுத்து யாருக்காவது விளக்குவது அவருக்கு சுலபமாக இருக்கவில்லை. கப்போர்டின் மற்ற உள் அறைகளைச் சுத்தம் செய்து அவர், அவரின் இலக்கியப் படைப்புகளை ஒரு சீரான முறையில் தயார் செய்வதில் அக்கறை செலுத்தினார். புதிதாய் கவிதைகள் எழுதுவதை நிறுத்தினார். குறைந்த அளவே கூட்டங்களில் கலந்து கொண்டார். அவரின் எல்லா இலக்கியப் படைப்புகளையும் தொகுப்பதில் நேரத்தைச்

பிம்பம்

செலவழித்தார்.

அவரின் திட்டங்களைக் கண்கூடாகக் காணும் முயற்சிகள் தொடங்கியபின், பல பரிசுகள் இதுவரை அவருக்கு வந்திருந்தாலும் உயர்ந்தபட்ச மாநில விருது அவருக்குக் கிடைக்கவில்லை என்பதை உணர்ந்தார். மனதில் பரிசு பற்றின எண்ணம் அவரை அலைக்கழித்தது. எங்கோ ஆழமான சதி காரணமாகவே அவருக்கான இலக்கிய விருது தவிர்க்கப்பட்டு இருப்பதாக எண்ணின நேரம் முதல் மரணத்திற்கு முன்பு அந்த விருதைப் பெறுவதற்கு எல்லா சக்தியையும் அர்ப்பணித்தார்.

அது சுலபமாக இருக்கவில்லை. வெவ்வேறு நிலைகளில் வெவ்வேறு படைப்பாளிகளின் பெயர்கள் சிபாரிசு செய்யப்பட்ட பின்பு இறுதி முடிவை உயர்ந்த நிலை தேர்வாளர்கள் எடுக்க வேண்டியிருக்கும். ஒவ்வெரு நிலையிலும் உதய் பிரகாஷ் தன் பெயர் சிபாரிசு செய்யப்படுவதை உறுதிப்படுத்திக் கொள்வதில் வெகுவாக முனைந்தார். இதற்காக பல புகழ் வாய்ந்த அல்லது சாதாரண எழுத்தாளர்களைத் தொடர்பு கொள்ள வேண்டியிருந்தது.

இந்த வேலையில் உதய் பிரகாஷ் தன்னை ஈடுபடுத்திக் கொண்டார். எழுத்தாளர்களின் புத்தகங்களுக்கு அவளவுக்கு மீறிப் புகழாரம் செய்வது, அந்தப் புத்தகங்களை வெளியிடுவது, பிறந்த தேதியைக் கண்டுபிடித்து பிறந்த தினத்தில் வாழ்த்துவது, மூத்த எழுத்தாளர்களைச் சென்று பார்த்துப் புகழ்வது, அவரைப் பற்றின புத்தகங்களின் இலவசப் பிரதிகளை அனுப்புவது சமீப புத்தகங்களை அவர்களுக்குச் சமர்ப்பணம் செய்வது மற்றும் அவர்களுக்குத் தருவது என இன்னும் பல வழிகளை எழுத்தாளர்களை மகிழ்விக்கப் பயன்படுத்தினார்.

அந்த ஆண்டும் அவரது கடின முயற்சிகளுக்குப் பின் பரிசு நழுவியபோது உதய் பிரகாஷ் பல நாட்கள் சோர்வாக இருந்தார். அவரின் முயற்சிகள் வீணானது மட்டுமல்ல அவர் பல ஆண்டுகளாய் அவரின் பிம்பத்தைக் கட்டமைக்க எடுத்துக்கொண்ட முயற்சிகள் தோல்வியானது என்பதும், உடம்பு சுகமில்லாமல் போவதற்கு முன்பு இருந்த பெயரை பெரிய அளவில் அவரே கெடுத்துக்கொண்டார். மருத்துவமனையிலிருந்து திரும்பும் போது அவர் இன்னொரு அடையாளத்தை அவராகவே உண்டாக்கினார். பரிசுக்கென்று

அலைய ஆரம்பித்த பின் அவரின் பெயர் களங்கப்பட்டிருப்பதை அவர் தெரிந்துகொண்டார். பரிசுக்குழு நீதிபதிகளைச் சபித்தார். இனி அந்த வகைச் செயல்களுக்கு உடன்படுவதில்லை என்று முடிவு செய்தார்.

ஆனால் அடுத்த ஆண்டில் உதய் பிரகாஷ் பரிசுத் தேர்வு முறை ஆரம்பித்தபோது எல்லாவற்றையும் மறந்தார். சம்பந்தப் பட்ட ஒவ்வொருரையும் தேடிப்பிடிக்க ஆரம்பித்தபோது மீண்டும் தன்னைப் புதுப்பித்துக் கொண்டார். அவரின் நேரத்தையும் முயற்சியையும் இந்த வகையில் ஆறு மாதங்களில் பயன்படுத்தியபோது இந்த ஆண்டு பரிசு தனக்குக் கிடைக்கும் என்பதில் நிச்சயமாக இருந்தார். பரிசு பெற்ற பின்னான ஏற்புரை யைத் தயார் செய்து கொண்டார்.

ஏற்கனவே பரிசு கிடைத்ததாகக் கற்பனை செய்துகொண்டு, அவரின் மரணத்திற்குப் பின் அவர் நினைவுகள் தொடரும் வகையில் முயற்சிகள் எடுத்தார்.

அவரின் குழந்தைகள் வெளியே இருந்தனர். அவர்களுக்கு இலக்கியம் பற்றிய அக்கறை எப்போதும் இருந்ததில்லை. அவரின் மனைவிக்கு அவர் மீதோ அவரின் கவிதை மீதோ விருப்பமில்லை. அவர்களைச் சார்ந்து இருப்பதும் பிரயோஜனமில்லாதது. சில எழுத்தாளர்கள் அவர்களின் மரணத்திற்குப் பின் மக்கள் எதிர் காலத்தில் தங்களை மறந்து விடுவார்கள் என்று மார்பளவு சிலையை தயார் செய்து கொண்டதை நினைவு கூர்ந்தார். அவரின் மரணத்திற்குப் பின் அவரின் நினைவையும் இலக்கியப் படைப்புகளையும்போற்றவும் அக்கறை எடுத்துக்கொள்ள ஒரு அமைப்பை ஏற்படுத்துவதைப் பற்றி நீண்ட யோசனைக்குப் பின் முடிவெடுத்தார். இது பற்றி மறுபடியும் மறுபடியும் சிந்தித்து கடைசியில் சுபாஷிஷ் என்ற எச்சரிக்கை உணர்வும், மென்மையானவனும், பக்தியுடையவனுமானவனை இந்த வேலைக் கென்று முடிவு செய்தார். அவனைப் பேருக்கு வைத்துக் கொண்டு அவரின் நினைவு ஆண்டுகளைக் கொண்டாடுவது மட்டுமின்றி அவரின் படைப்புகளைப் பிரசுரிக்கவும், விளம்பரப்படுத்தவும், பொதுமக்களுக்கு அவற்றைக் கொண்டு போகவும் ஒரு டிரஸ்ட்டை ஏற்படுத்தினார்.

இந்த வகையில் எல்லா வகையிலும் அவரின் வாழ்க்கையை ஒழுங்குபடுத்தியும், அவரின் இலக்கிய எதிர்காலத்திற்காக ஏற்பாடுகளைச் செய்த பின்னர் உதய் பிரகாஷ் பெருமூச்சு விட்டுக் கொண்டார். வெற்றிகரமான வாழ்க்கைக்குப் பின், அவரைப் பற்றி மக்கள் அறிந்து கொள்ளவும், அவரை அவரின் மரணத்திற்குப் பின் சீர்தூக்கிப் பார்க்கவும் அவர் ஏற்பாடுகளை செய்து விட்ட தாகச் சமாதானப்படுத்திக் கொண்டார். அந்த மாநிலத்தின் உயரிய விருதைப் பெற அவர் இப்போது காத்திருக்க வேண்டும். ஆனால் அவரின் வாழ்க்கையில் அது நடக்கவில்லை. பரிசு அறிவிக்கப்படுவதற்கு முன், ஒரு சாயங்காலத்தில் படுக்கையில் படுத்திருந்தபோது உதய் பிரகாஷ் இறந்துபோனார்.

உதய் பிரகாஷ் தெளிவு பெற்றவராக உணர்ந்தார். கூரைக்கு கீழ் மிதப்பது போல படுக்கையில் அவரின் இறந்த உடலைப் பார்த்தார். சுமையற்று இருப்பதாய் அவருக்குத் தோன்றியது. பார்க்கவும், கேட்கவும், சுலபமாகச் சுற்றித் திரியவும் முடிந்தது. அவரை உணர்ந்து கொள்ளவும் அறிந்து கொள்ளவும் முடிந்தது. ஆனால் அவரையே அவர் பார்க்கிறபோது அவருக்கு ஸ்தூல உருவமில்லை என்பதையும் மொத்தமாக கண்ணுக்குப் புலனா காதவாறு இருப்பதாகவும் உணர்ந்தார். இதுகூட ஒருநல்ல அனுபவம்தான்.

பிணத்தின் முகம் அமைதியாக இருப்பதாகவும் கவித்துவமாக இருப்பதாகவும் அவர் நினைத்தார். இது உதய் பிரகாஷை அளவற்ற மகிழ்ச்சிக்குக் கொண்டு சென்றது. பிறகு அவரின் முகத்தின் மீது ஒரு பூச்சி பறப்பதைக் கண்டார். அவர் கீழிறங்கி அதைத் தவிர்க்க முயற்சித்தார். ஆனால் அவர் வழியே அது பறந்து போனது. கூரைக்கு கோபத்துடன் திரும்பியவர் அவரின் பிணத்தைச் சுற்றி சிலர் கூடியிருப்பதைக் கூர்ந்து கவனித்தார்.

கூக்குரலிட்டு ஒவ்வொருவரும் அழுவார்கள் என அவர் நினைத்தார். ஆனால் அந்த வகையில் எதுவும் நடக்கவில்லை. அவரின் மரணச் செய்தி கேட்டு அவர் வீட்டிற்கு வந்தவர்கள் சோகமாக இருக்கவில்லை. அந்த அகால நேரத்தில் பிணத்தைக் கவனித்துக்கொள்ளும் பொறுப்பு பற்றிய எண்ணங்களே அவர் களின் முகங்களில் தெரிந்தது. பிணத்தை விட்டு விட்டுச் சென்ற

அவர் மனைவி சமையலறைக்குள் விருந்தினர்களுக்குத் தேனீர் தயாரிக்கச் சென்றாள். மொத்தமாக ஒரு புகழ் பெற்ற ஒருவனின் இறப்பினை ஒட்டிய பொதுவான எந்தவிதமான சடங்குகளும் அதுவரை ஆரம்பிக்கப்படவில்லை. அவர் எதிர்பார்த்த பூங்கொத்து குவியல்களும் தொலைக்காட்சி காமிராக்களும் தவறியிருந்தன. மக்களால் அந்த அறை நிரம்புவதைக்காண உதய் பிரகாஷ் வெகு ஆவலுடன் காத்துக்கொண்டிருந்தார்.

ஆனால் உதய் பிரகாஷ் அவர் முன் நிகழும் விஷயங்களை கற்பனை செய்து பார்த்ததில்லை. தந்திகள் அவர் குழந்தைகளுக்கு அனுப்பப்பட்டு, அவர்களை வரும்வரை அவரின் ரசிகர்களும், சீடர்களும் அஞ்சலி செலுத்தும் வகையில் அவரின் உடல் பனிக்கட்டிகளுக்கு மத்தியில் மலர்களுடன் வைக்கப்படும் என நினைத்திருந்தார். அவர் அவரின் இறுதிச் சடங்குகள் பற்றி விரிவான விபரங்களை எழுதி வைத்திருந்தார். அவர் ஒரு நாத்திகர் என்பதால் எந்தவித சடங்குகளும் இன்றி மின் மயானத்தில் அவர் உடம்பு எரிக்கப்படவேண்டும் என்று விரும்பினார். ஆனால் அவர் மனைவி சடங்குகளில் நம்பிக்கை கொண்டவர். இந்த விஷயத்தில் உதய் பிரகாஷின் விருப்பங்களை யாரோ குறிப்பிட்டபோது அவள் அதை நிராகரித்தாள். அவர் கடவுளை நம்பினாரா? இல்லையா? என்பது முக்கியமல்ல. அவர் ஒரு இந்துவாக இருந்தார் என்பதுதான் உண்மை என்று அவள் சொன்னாள். எனவே அவரின் கடைசி ஆசைகளை நிராகரித்துவிட்டு எல்லா சடங்குகளும் கடைப்பிடிக்கப்பட வேண்டும் என்றவள், பகவத் கீதை சுலோக நாடாவை ஓடவிடத் துவங்கினாள்.

சுபாஷிஷ் அவரின் நெருங்கிய நண்பர்களுடன் வந்தபோது உதய் பிரகாஷிற்கு ஆறுதலாக இருந்தது. ஒரு புகைப்படக்காரரும், சில பத்திரிக்கை நிருபர்களும் அவருடன் வந்திருந்தனர். தொலைக் காட்சி குழுவினருக்காக காத்திருந்தபோது, எவ்வளவு சீக்கிரம் முடியுமோ அவ்வளவு சீக்கிரம் வீட்டிலிருந்து பிணத்தை வெளியே எடுத்துச்செல்ல வேண்டும் என்பதைத் தெரிவித்தார். உதய் பிரகாஷ் இது அவரின் விருப்பத்திற்கு எதிரானது என்று முனகினார். அவரின் மிகுந்த முயற்சிகளை மீறி அவரின் வார்த்தைகள் யாரையும் எட்டவில்லை. இந்து கல்லறை மைதானத்திற்கு பிணத்தை எடுத்துச் சென்று வழக்கமான சடங்குகளுடன்

அடக்கம் செய்ய அவர் மனைவி பக்கத்து வீட்டுக்காரர்களுடன் அவசரப்படுத்தினாள். உதய் பிரகாஷ் இதனால் மிகுந்த வருத்த மடைந்து அவரின் கவனத்தை அவரின் மனைவி மீதிருந்து சுபாஷ்ஷிற்கு மாற்றினார்.

அவரின் மரணச் செய்தி வானொலியிலும், தொலைக் காட்சிகளிலும் ஒலிபரப்பப்பட்டது. அவருக்கு மகிழ்ச்சி தந்தது. அவரின் புகைப்படத்துடன் அடுத்த நாள் செய்தி செய்தித்தாள்களில் வந்தது. அன்றைய நான் முழுக்க சுபாஷிஷ் இரங்கல் கூட்டம் நடத்த ஏற்பாடு செய்வதில் மும்முரமாக இருந்தார். அன்று மாலை உதய் பிரகாஷ் கூட்டத்தைக் கவனித்து முக்கியமான நபர்கள் அக்கூட்டத்திற்கு வந்ததையும், மற்றும் பலர் அனுதாபச் செய்திகளை அனுப்பியிருந்ததையும் கண்டு ஆறுதல் கொண்டார். எல்லாப் பேச்சாளர்களும் அவருக்குப் புகழாரங்களை செலுத்தினர். அவருடன் சுமூகமாக இல்லாத எழுத்தாளர்களும் அவரைப் பற்றி எதிராக எதுவும் சொல்லவில்லை. அவரின் இலக்கியப் படைப்புகள்பற்றிப் பேச்சாளர்கள் சொன்னது உதய் பிரகாஷை வசீகரப்படுத்தவில்லையென்றாலும், மொத்தமாக ஏற்பாடுகள் திருப்தியளித்தன. அவரின் நினைவுகளை என்றும் வைத்திருக்க சரியான நபரையே அவர் தேர்வு செய்திருப்பதாக நினைத்தார். ஆனால் முதலமைச்சரிடம் இருந்து இரங்கல் செய்தி பெற சுபாஷிஷ்ஷால் முடியவில்லை என்பது அவருக்கு வருத்தம் தந்தது.

அடுத்த நாள் வழக்கறிஞர் உதய் பிரகாஷின் உயிலை அவரின் மனைவிக்குத் தருவதற்காகவும் அதைப் பற்றிக் கலந்தாலோசிக்கவும் வந்தார். அதற்கு அவரின் குழந்தைகள் வந்து விடுவார்கள் என்று உதய் பிரகாஷ் நினைத்தார். இறுதிச் சடங்குக்கு முன் அவர்கள் வர இயலாது என்பதால் அவர்களை வர வேண்டாம் என்று உதய் பிரகாஷின் மனைவி சொன்னாள். கொஞ்சம் பணம் டிரஸ்ட்டிற்கு அளிக்கப்பட்டிருப்பதைக் கேள்விப்பட்ட அவள் எரிச்சலடைந்து வழக்கறிஞரை வரவழைத்திருந்த தேநீர் நேரத்தில் அவரைப் போகச் சொல்லிவிட்டாள். அறையின் மூலையில் இருந்து உதய் பிரகாஷ் இக்காட்சியைப் பார்த்தார். அவர் மனைவியின் நடத்தையையும், குணத்தையும் அவர் அறிந்திருந்த காரணத்தால் அது அவருக்கு ஆச்சர்யம் அளிக்கவில்லை.

சுபாஷிஷ் அவளைப் பார்க்கச் சென்ற நாளில் அவள் கோபத்தில் இருந்தாள். அவர் எதுவும் சொல்வதற்கும் முன்பாக, அவளின் சொத்தில் ஒருபகுதியை அவர்கள் உதய் பிரகாஷின் உடல்நலம், மனநலம், பலவீனம் இவற்றை வைத்து எடுத்துக்கொண்டு விட்டதாகக் குற்றம் சாட்டினாள். இதில் தனிப்பட்ட லாபம் என்று எதுவும் இல்லை. எல்லா பணமும் இறந்து போனவரின் நினைவுகளை என்றும் வைத்திருக்க செலவழிக்கப்படும் என்ற சுபாஷிஷின் விளக்கம் அவரது மனைவியை சமாதானப்படுத்தவில்லை. சுபாஷிஷ் அவரைப் புகழ ஆரம்பித்ததும் உதய் பிரகாஷ் மகிழ்ச்சியடைந்தார். அந்த வகையான சாதாரண புகழ்ச்சியெல்லாம் தேவையில்லை என்று அவள் அவர் வாயை மூட வைத்தாள். சுபாஷிஷ் சொன்னபடி அவர் பெரிய கவிஞராக இருந்தால், அவர்கள் சொந்தப் பணத்தை செலவழித்து இதைச் செய்தும், வழிபட்டும் இதைத் தொடலாம் என்றாள். அவர் அவளின் வீட்டிற்கு மறுபடியும் வராமலிருந்தால் அவள் உதய் பிரகாஷின் எல்லா படைப்புகளையும் அவரிடம் கொடுத்து விடுவதாக மேலும் சொன்னாள்.

கப்போர்டில் ஒழுங்காக வைக்கப்பட்டிருந்த அவரின் இலககியப் படைப்புகளை இதைச் சொல்லியபடி வெளியே இழுத்து தரையில் போட்டாள்.

அவரின் படைப்புகளுடன் நேசமில்லாத அவளுடன் எந்த விதமான உறவும் இனி வைத்துக் கொள்ளப் போவதில்லை என்று உதய் பிரகாஷ் முடிவு செய்தார். அவளை பேட்டியெடுக்க தொலைக்காட்சிக் குழுவினர் மூன்று நாட்கள் கழித்து வந்தபோது அங்கிருந்த சூழலை அவரால் எதிர்க்க முடியவில்லை. அந்த சூழலுக்கு அவள் தன்னை தயார் படுத்திக்கொண்டு, நல்ல உடையை அணிந்து கொண்டு வந்தவர்களுக்கு தேனீரும் பலகாரமும் ஏற்பாடு செய்தாள். வரவேற்பறையில் மிகச் சௌகரியமான சோபாவில் அவள் அமர்ந்து அவள் முகத்தில் விழுந்த பிரகாசமான ஒளியைத் திடத்துடன் பார்த்தாள். பேட்டியெடுப்பவரிடம் அவளின் கணவர் பற்றிப் பேசினாள். அவர் ஒவ்வொரு கவிதையையும் எழுதியபின் அவளிடம் தருவதாகவும், அவளின் அனுமதியில்லாமல் எந்தக் கவிதையையும் பிரசுரத்திற்கு அனுப்பப்பட்டதில்லையென்றும் காமிராவைப்

பார்த்தபடி அவள் சொன்னாள். அவரின் கவிதைகளின் முதல் வாசகி அவள் என்றும், அவரின் கவிதைகளின் விமர்சகர் அவள் என்றும் சொன்னாள்.

உதய் பிரகாஷ் இதைக் கேட்டு ஆச்சரியமடைந்தார். அதைத் தொடர்ந்த கேள்விகளுக்கான பதில்கள் இன்னும் அதிர்ச்சியாக இருந்தன. அவரின எல்லா காதல் கவிதைகளும் அவளைப் பற்றினது என்றும், அவரின் வாழ்க்கையில் இன்னொரு பெண்ணை எப்போதும் பார்த்ததில்லையென்றும் சொன்னாள். கொஞ்சநேரம் இதுபோல் தொடர்ந்து கொண்டிருந்தவள், அவர் சில ஆண்டுகள் அவரை வசீகரித்தவளால் அவளிடமிருந்து சற்று தனிமைப்பட்டுப் பிறகு அவரின் முட்டாள்தனத்தை உணர்ந்து கொண்டு திரும்பிவிட்டதாகச் சொன்னாள். ஆனால் பேட்டியாளரிடம் அந்தப் பெண்மணி பற்றி அவர் எந்தக் கவிதையும் எழுதவில்லையென்று உறுதிமொழியளித்தாள். கற்பனையான அடிப்படையற்ற இவ்வகைக் கதைகளை சுலபமாகச் சொல்லிக்கொண்டிருந்தது உதய் பிரகாஷிற்கு வேதனையைத் தந்தாலும் அவரால் இதற்கு எந்த ஆட்சேபணையையும் தெரிவிக்க இயலவில்லை. அவரின் மத நம்பிக்கைகள் பற்றி அவரிடம் கேட்கப்பட்டபோது அவர் ஒரு நாத்திகவாதியாகத் தன்னைக் காட்டிக்கொண்டாலும், உண்மையில் உண்மையில் அவர் ஆழமான மத விஷயங்களில் ஈடுபாடு கொண்ட மனிதர், காலையில் முதலில் பூஜையை ஆரம்பிக்காமல் எந்த நாளிலும் இருந்ததில்லை என்றாள். உதய் பிரகாஷ் அப்பட்டமான இந்த வகைப் பொய்களைக் கேட்டு வேதனையடைந்து அந்த இடத்தைவிட்டு சுபாஷிஷைத் தேடிச் சென்றார்.

அன்று காலை சுபாஷிஷ் டிரஸ்ட் பணத்திலிருந்து கொஞ்சம் பணத்தை எடுத்து விஸ்கி வாங்கினான். விஸ்கி பாட்டிலைச் சுற்றி சுபாஷிஷ் உட்பட ஐந்து இளம் எழுத்தாளர்கள் உட்கார்ந்தனர். மூலையொன்றில் உதய் பிரகாஷின் வீட்டிலிருந்து கொண்டுவரப்பட்ட படைப்புகள் கிடந்தன. உதய் பிரகாஷிற்கு அந்தச் சூழல் கேவலமாகவும் தனக்கு அகௌரவம் தருவதாகவும் இருந்தது. சுபாஷிஷ் குடிப்பான் என்று அவர் கற்பனை கூட செய்ததில்லை. டம்ளர்களில் விஸ்கியை ஊற்றிய பிறகு அவருக்கென்று குடிப்பதாய் சொன்னது ஆசுவாசம் தந்தது.

இளைஞர்க்கு இப்போது கொஞ்சம் போதையேறி உதய் பிரகாஷை புகழ்ந்தனர். ஆனால் பாட்டில் தீர்ந்தவுடன் அந்நிலை இல்லாமல்போய்விட்டது. அதில் ஒருவன், "சுபாஷிஷ் இதை அவன் கஷ்டப்பட்டு சம்பாதித்தது என்று ஒருவேளை நினைக்கலாம். ஆனால் இந்தப் பணத்தைக் கொடுத்த பிசாசு ஏற்கனவே இறந்து விட்டான். பணம் குறைந்தபட்சம் சரியாகப் பயன் படுத்தப்பட வேண்டும்" என்றான்.

சுபாஷிஷ், "உதய் பிரகாஷின் முழுப்படைப்புகளையும் பதிப்பிப்பது எனது முதல் பொறுப்பு. மற்றவை பிறகு பார்க்கலாம்" என்று பதிலளித்தான்.

அவனின் நண்பர்கள் மேலும் சொன்னார்கள்: "அதற்காக நாம்முயல வேண்டும். தினமும் சந்தித்து இதுபற்றி பேசித் தீர்க்க வேண்டும். மது குடிக்காமல் இந்த கூட்டங்களை எப்படி நடத்துவது? நீ ஒன்று செய், ஒரே சமயத்தில் ஒரு டஜன் பாட்டில் களை வாங்கு. விஸ்கி இருக்கும் போது வேலை சுலபமாக நடக்கும்."

அவர்களில் ஒருவன் சுபாஷிஷிடமிருந்து பணத்தை வாங்கிக் கொண்டு இன்னும் விஸ்கியும், உணவும் பக்கத்து உணவகத்திலிருந்து வாங்க ஸ்கூட்டரில் சென்றான். பிறகு புத்தகப் பதிப்பு சம்பந்தமாக அவர்கள் பேசினர். ஒவ்வொரு படைப்புக்கும் அவர் எழுதிய முன்னுரைகள் பற்றிய கலந்துரையாடல் கூர்மையடைந்தது. இந்த முன் மாதிரி வேறெதிலும் இல்லாததால் அதைப் பயன் படுத்தப் போவதில்லை என்று நீண்ட விவாதத்திற்குப் பின் முடிவெடுத்தார்கள். முன்னுரைகளை எழுதுவதற்கு தான் கஷ்டப்பட்டது கௌரவமில்லாமல் நிராகரிக்கப்பட்டது உதய் பிரகாஷிற்கு வேதனை தந்தது.

இரண்டாவது பாட்டிலை முடித்தபின் அவர்களது பேச்சு விஷயம் மாறிப்போனது உதய் பிரகாஷிற்கு அதிர்ச்சியாக இருந்தது. அமைதியான சுபாஷிஷ் குரலில் கட்டுப்பாடின்றி உக்கிரமானான்.

உரத்த குரலில் அவன் சப்தமிட்டான்: "இந்த குப்பை வேலைக்கு ஒதுக்க எனக்கு நேரமில்லை. அந்த கிழவன் கெஞ்சியதால் இதற்கு ஒத்துக்கொண்டேன். இவனைவிட நல்ல பல கவிஞர்கள்

இருக்கிறார்கள். ஆனால் என்ன செய்வது? இந்தப் பொறுப்பை ஏற்றுக்கொண்டதால் இதைச் செய்யவேண்டியிருக்கிறது."

அதன்பிறகு ஒவ்வொருவருக்கும் அவரின் கவிதைகளை விமர்சிக்க ஆரம்பித்தனர். கொஞ்ச நேரத்திற்கு முன் அவரது படைப்புகளை புகழ்ந்து கொண்டிந்தவர்கள் இப்போது அவரின் கவிதைகளில் குற்றங்களைக் காண்பதில் மும்முரமானார்கள். சுபாஷிஷ் கூட இப்போது கடுமையான விமர்சகனாகிவிட்டான் என்பது உதய் பிரகாஷிற்கு அதிர்ச்சியாக இருந்தது. நொந்து போனவர் அவ்விடத்தைவிட்டு அகன்றார். அடுத்தநாள் அவர் சுபாஷிஷ் வீட்டிற்குச் சென்றார். அவன் வழக்கமான நிலையில் இருந்து கொண்டு அவரின் கவிதைகளை அச்சிற்கு அனுப்ப தயார் செய்துகொண்டிருப்பதைப் பார்த்தபோது மகிழ்ச்சியாக இருந்தது. உதய் பிரகாஷ் அவனுக்குப் பின்னால் நின்றார். திறந்திருந்த புத்தகப் பக்கத்தைப் பார்த்தார். அது ஒரு கவிதை. அதில் இருந்த ஒரு வரி "கடவுளே, அவர்களை மன்னியும்" அந்தக் கவிதையின் முன்னுரையில் அந்த வரிகள் எழுதப்பட்டிருப்பது அவருக்கு கடவுள் நம்பிக்கை இருப்பதாக அர்த்தம் ஆகாது என்று குறிப்பிட்டிருந்தார். சுபாஷிஷ் பென்சில் அந்த வரியில் நின்றது.

சுபாஷிஷ் மத உணர்வு கொண்டவன் என்றும், ஜெகந்நாத் கடவுளின் தீவிர பக்தன் என்று தான் அறியவில்லை என உதய் பிரகாஷ் நினைத்தார். இருந்தபோதிலும் மாறுபாடான விளக்கத்திற்கு அவனைக் கொண்டு செல்ல முயன்றார். "ஓ, கருணை மிக்க கடவுளே, உன் பொற்பாதங்களின் அடியில் என்னை எடுத்துக்கொள்."

இனி அவரின் இந்தக் கவிதைகளைப் பற்றிக் கவலைப் படுவதில்லையென உதய் பிரகாஷ் முடிவெடுத்தார். இந்த கெட்ட மனிதர்களைவிட்டு விட்டு அவரின் ஆன்ம நிம்மதிக்காக சொர்க்கமோ, நரகமோ தேடிச் செல்லவேண்டும் என முடிவு செய்தார். ஆனால் விருதின் தலைவிதி பற்றி அறிந்து கொள்ளும் ஆவலை அவரால் கட்டுப்படுத்த முடியவில்லை. நிச்சயிக்கப்பட்ட நாளில் தேர்வுக்குழுவின் கூட்டத்தை அடைந்தார். இறுதிச் சுற்றில் வந்த இரண்டு எழுத்தாளர்களின் படைப்புத் திறனைப் பற்றி அந்தக்

கலந்துரையாடல் இல்லை. இறந்து போன பின் பரிசுகள் தரப்பட்ட சம்பவங்களை ஒரு உறுப்பினர் குறிப்பிட்டார். இன்னொரு உறுப்பினர் இறந்துபோன ஒருவருக்குப் பரிசு கொடுப்பது எந்தப் பயனும் தரப்போவதில்லை. ஆனால் அதற்கு மறுபுறமாக வாழ்ந்து கொண்டிருப்பவர்களை அது காயப்படுத்துவதாகும் என்றார். கூட்டத்திற்குத் தலைமை வகித்த அந்த விருதினை ஸ்தாபித்த தொழிலதிபர் அடுத்த போர்டு மீட்டிங்கிற்குப் போவதற்கு அவசரப்பட்டார். தேர்வுக்குழு உறுப்பினர்கள் ஒரு முடிவுக்கு வராதபோது, அவர் விவாதத்தை ஒரு முடிவுக்குக் கொண்டுவந்து, இருவருக்கு அவ்விருதைப் பகிர்ந்தளிக்க அனுமதியளித்தார். உதய் பிரகாஷ் அவ்விடத்திலிருந்து அரை விருது பெறும் மகிழ்ச்சியுடன் திரும்பினார்.

கடைசிமுறையாக இவ்வுலகிலிருந்து விடைபெறுவதற்கு முன், உதய் பிரகாஷ் அவரின் படைப்புகளை தொகுக்கப்பட்ட புத்தகங்களாகப் பார்க்க விரும்பினார். மற்றும் முதலாண்டு நினைவு அஞ்சலிக் கூட்டத்தில் கலந்து கொண்டு மக்கள் எவ்வளவு தூரம் அவரை ஞாபகத்தில் வைத்திருக்கிறார்கள் என்று அறியவும் விரும்பினார்.

சுபாஷிஷின் மதுபான அமர்வில் அவர் பார்த்த தொகுப்பு நூல்கள் அவரின் எதிர்பார்ப்பிற்குத் தகுந்தபடி உருவத்திலோ, அட்டைமுகப்பு வடிவமைப்பிலோ, டைப் அல்லது பைண்டிங்கிலோ இல்லை என்பதை அறிந்தார். அவர்கள் புத்தகத்தைத் திறந்து படித்தபோது உதய் பிரகாஷ், சுபாஷிஷ் ஆசிரியரின் பேனாவை அவரின் படைப்புகளுக்கு குந்தகம் ஏற்படுமாறு சுதந்திரமாகப் பயன்படுத்தியிருப்பதைக் கண்டார். அவரின் பழைய படைப்புகளிலிருந்து முன்னுரைகளுடன் யாராவது தேர்வு செய்து எதிர் காலத்தில் இப்படி கலப்படமில்லாத அவரின் படைப்புகளை பதிப்பிப்பார்கள் என நம்பினார்.

உதய் பிரகாஷ் முன்பு அவரின் படைப்புகள் குவித்து வைக்கப் பட்டிருந்த சுவரின் ஓர் இடத்தைப் பார்த்தார். அந்த இடம் காலியாக இருந்தது. சுபாஷிஷ் அவரின் நெருங்கிய நண்பர்களிடம் குப்பையானவற்றை விற்றுவிட்டதாகச் சொன்னான்.

ஆண்டுக்கூட்டம் என்பதுதான் அவர் பார்க்கவிருந்த ஒரே விஷயமாகும். உதய் பிரகாஷ் எவ்வித அக்கறையும் இல்லாமல்

மேடையைப் பார்த்தார். அவர் மனைவி, சுபாஷிஷ் மற்றும் அவர் அந்த மாலையில் பாடலைப்பாட வந்த கலைஞர் உட்பட பலருடன் கலாச்சாரத்துறை மந்திரியுடன் மேடையில் அமர்ந்திருந்தார். கூட்ட அரங்கு நிறைந்து வழிந்தது. அரங்கு ஏறக்குறைய பாடல் அமர்வு முடிந்தவுடன் காலியானதால், பெரும்பான்மையோர் பாடல்களைக் கேட்க வந்தவர்கள் என்பது தெளிவாயிற்று. யாரோ வேறு ஒருவரைப் பற்றி அவர்கள் பேசிக்கொண்டிருப்பது போல அதைத் தொடர்ந்து வந்த பேச்சுக்களில் உதய் பிரகாஷால் கவனம் செலுத்த இயலவில்லை. அவர்களின் இயல்பையும், குணத்தையும் அவர்கள் விவரித்தபோது உதய் பிரகாஷ் அவருடன் எந்த ஒற்றுமையையும் காணவில்லை. அவரது படைப்புகள் பற்றிய ஆய்வுகளும் அரைகுறையாக இருந்தன. அவர் விரும்பாத இருவர்- அவர் மனைவியும், சுபாஷிசும் - அந்தக் கூட்டத்தின் முக்கியப் பிரமுகர்களாக இருந்து நிகழ்ச்சியை ரசித்தனர். உதய் பிரகாஷ் மேடையின் வலதுபுறம் நாற்காலியில் மலர் அலங்காரம் செய்யப்பட்டு வைக்கப்பட்டிருந்த 'ஆயில்' உருவத்தை சோகத்துடன் பார்த்தார். யாரோ புதியவனாய் அந்த வர்ண ஓவியம் மிகவும் சாதாரணமாக இருந்தது. உதய் பிரகாஷ் அவரின் உருவம் என்றழைக்கப்பட்ட அந்த ஓவியம் அவரின் உருவத்துடன் எவ்விதத்திலும் ஒத்திருக்கவில்லை என்பதை உணர்ந்தார்.

4

கதாபாத்திரங்கள்

பாலபத்திரா காவல் நிலையத்தின் அசௌகரியமான நாற்காலியில் இருந்து கொண்டு, பொறுப்பு அதிகாரியை முழுமை யான ஒப்புதல் இல்லாமலும், கொஞ்சம் இரக்க உணர்வுடனும் பார்த்தார். இன்னும் காவல் துறை பணியில் தன்னை முழுமையாய் ஈடுபடுத்தாத அந்த இளைஞனை, எழுத்தாளனுக்குரிய கர்வத்துடன் பார்த்தார். அவரை உட்காரச் சொல்லிவிட்டு அதிகாரி கோப்பை படித்துக்கொண்டிருந்தார். அவர் சற்றே வித்யாசமானவராக இருந்தார்.

கோப்பை மூடிவிட்டுச் சொன்னார்: "இந்த அகால நேரத்தில் தங்களைக் கூப்பிட்டதற்காக வருந்துகிறேன். இந்த வழக்கில் உங்கள் உதவி தேவையென்பதால் உங்களைத் தொந்தரவு செய்ய வேண்டியிருந்தது."

அதிகாரி இதைச் சொல்லும் போது வெகு நிதானமான முறையில் சொன்னாலும் பாலபத்ரா கொஞ்சம் எரிச்சலான குரலில் "தொடருங்கள், கேளுங்கள்" என்றார்.

அதிகாரி கோப்பைத் திறந்து சில தாள்களைப் பார்த்தார். "ஜனகராஜ் கடத்தல் பற்றி உங்களுக்கு ஏதாவது தெரியுமா?"

கடந்த சில நாட்களாக நான்கு மாதங்களுக்கு முன்பு ரூர்கேலாவில் நடந்த கடத்தல் பற்றிய செய்திகள் தொடர்ச்சியாக வெளிவந்து கொண்டிருந்தன. மற்றவர்களைப் போல கொஞ்சம் ஆர்வத்துடன் படித்திருந்தார். அவரைப் போன்ற ஒரு தீவிர எழுத்தாளருக்கு இவ்வகையான சாதாரண பரபரப்புச் செய்திகளில் அக்கறை கொள்வது சரியானதல்ல என்று முடிவு செய்திருந்தார். எனவே அவர் இதற்கு நேரிடையாக எவ்விதப் பதிலும் சொல்ல வில்லை.

அதிகாரி சொன்னார்: "இதெல்லாம் செய்தித்தாள்களில் உள்ளன. நீங்களும் படித்திருக்கக்கூடும்."

பாலபத்திரா பதிலளித்தார்: "செய்தித்தாள்களில் இவ்வகை அதிர்ச்சிச் செய்திகளைப் படிக்க எனக்கு நேரமில்லை." அந்தக் கடத்தல் பற்றி அவரிடம் எதற்கு விசாரிக்கிறார்கள்? என்பது அவருக்குத் தெரியவில்லை. அதுபற்றி அவருக்குத் தெரியாததால் காவல் நிலையத்தில் அவரின் வேலை முடிந்து விட்டது. போக அனுமதிக்கப்படுவார் என்றிருந்தார்.

பாலபத்திராவின் குறிப்புகளை நிராகரித்த அதிகாரி கோப்பில் மீண்டும் மூழ்கினார். கொஞ்ச நேரத்திற்குப் பிறகு பார்த்தவர் "தேனீருக்கு யாரையாவது அனுப்பட்டுமா" என்றார். பாலபத்திரா மறுத்தபோது, கோப்பிலிருந்து ஒரு தாளை எடுத்து அவரிடம் தந்தார். அது ஒரு செய்தித்தாளின் நறுக்காக இருந்தது. "புதுமையான முறையில்வணிகக் கடித்தல்" என்ற செய்தி அதில் தலைப்பாகியிருந்தது.

பாலபத்திரா ஏதோ சொல்ல முயலும்போது அதிகாரி "அதை முதலில் படியுங்கள். இது பற்றி கேள்விகளை உங்களிடம் கேட்க வேண்டும்" என்றார்.

அவர் புரிந்து கொள்ள முடியாத ஏதோ மர்மம் அதில் இருப்பதாக பாலபத்ரா உணர்ந்தார். இப்போது அவர் சற்று கவனத்துடன், முன்பே அந்தச் செய்தியை அவர் படித்திருந்தாலும் மீண்டும் படித்தார். வெள்ளை மாருதி வாகனத்தில் ஒருநாள் மாலை வணிகர் ஒருவரின் அலுவலகத்திற்கு வந்த இரண்டு ஆண்களும் ஒரு பெண்ணும் அவருடன் பெரும் கூட்டத்தில் எப்படி மறைந்தார்கள் என்பதை விலாவாரியாக விவரித்தது. அவர் முன்பு தவறவிட்ட ஏதோ யூகம் இதில் இருக்கலாம் என்ற நம்பிக்கையுடன் அவரைப் பொறுத்தவரை கவனமாகப் படித்தார். அவர் கடுமையாக முயன்றார். அந்த செய்தியில் எதையும் அவர் கண்டுபிடிக்க முடியவில்லை.

மந்திரவாதி மந்திரக்கோலை அசைப்பது போல அதிகாரி கையிலிருந்து ஒரு துண்டுத்தாளை எடுத்து கோப்பில் கவனமாக வைத்தார். அவர் கோப்பிலிருந்து ஒரு புத்தகத்தை எடுத்து பாலபத்ராவிடம் தந்தார். அது பாலபத்ராவின் சமீபத்திய

கதைத் தொகுதி. அதைப்பார்த்தபோது திடுமென அவரைக் காவல் நிலையத்திற்கு ஜனகராஜ் கடத்தல் சம்பந்தமாக ஏன் அழைக்கப்பட்டார் என்பது புரிந்தது.

அதிகாரி அவரைக் கேட்டார், "கிருத்திமுகா என்றால் என்ன?"

பாலபத்திரா இலக்கியப் படைப்புகளுக்கு ஒரு புனைப்பெயரைப் பயன்படுத்தினார். சொந்தப் பெயரில் பணம் எதுவும் தராத தீவிரமான புருவம் உயரும் கதைகளும், நாவல்களையும் எழுதினார். ஆனால் அவர் துப்பறியும் கதைகள், சாதாரண அரசியல் கதைகள் மற்றும் பரபரப்பு திரில்லர்களை கிருத்திமுகா என்ற புனைப் பெயரில் எழுதினார்.

தாழ்ந்த குரலில் கவனமாய் அவர், "ஓரிய கட்டடக் கலையிவ் கிருத்திமுகா மைய வஜ்ரமஸ்தகாவின் மனித முக சிறப்பம்சமாகும்" என்றார்.

ஏதோவொரு நாளில் இது தேவையாக இருக்கும் என்று நீண்ட காலத்திற்கு முன்பாக இதை அவர் மனப்பாடம் செய்து வைத்திருந்தார். ஆனால் வஜ்ரமஸ்தகாவைப் பற்றி யாராவது கேட்டால் அதற்கு அவரிடம் பதிலில்லை.

அதிகாரி அவரின் பசப்பல் வரையறைகளை நிராகரித்துக் கேட்டார்: "கிருத்திமுகா என்ற பெயரிலும் நீங்கள் எழுது கிறீர்களா?"

பாலபத்ரா எதிர்மறையாகப் பதிலளிக்கலாம் என ஒரு நிமிடம் நினைத்தார். ஆனால் அவர் நினைப்பது போல அது அவ்வளவு சாதாரண விஷயமல்ல. அறிந்திருந்ததைவிட பெரிய ரகசியத்தில் ஆழ்ந்திருப்பதாக அவருக்குத் தோன்றியது. எச்சரிக்கையானார். எனவே ஆமாம் என்றபடி தலையாட்டினார்.

அதிகாரி சிறிது நேரம் அவரை வெறித்துப் பார்த்துவிட்டு, கோப்பைத் துழாவியபடி கேட்டார்: "இக்கதையில் தாங்கள் எது பற்றி எழுதுகிறீர்கள்?"

அந்தக் கேள்வி எதை நோக்கிக்கொண்டு செல்கிறது என்பதைப் பாலபத்ரா புரிந்து கொண்டார். அந்தத் தொகுப்பில்

கடத்தல் பற்றி ஒரு கதை உள்ளது. ஒரு வணிகர் மர்மமான முறையில் கடத்தப்பட்டது பற்றிய கதை அது. பாலபத்ரா ரூர்கேலா சம்பவத்தோடு அதற்குப் பெரும் சம்பந்தம் இருப்பதை பாலபத்ரா ஞாபகப்படுத்திக் கொண்டார். உண்மையில் சிக்கலில் மாட்டிக் கொண்டிருப்பதாக இப்போது உணர்ந்தார். ரூர்கேலா சம்பவத்திற்குமுன் அதை எழுதினதாகச் சொன்னால், கடத்தல் காரர்களுக்கு அக்கதை ஆதர்சமாக இருந்திருக்கிறது என்றாகிவிடும். அந்தச் சம்பவம் நடந்தபின் எழுதப்பட்டது என்று சொன்னால் கடத்தல்காரர்கள் பற்றி அவருக்குத் தெரியும் என்று முடிவாகிவிடும். இரண்டு வகையிலும் அவருக்குச் சிக்கல்.

இரண்டு ஆண்களும் ஒரு அழகான பெண்ணும் ஒரு வணிகனின் அலுவலகத்திற்குச் சென்ற பக்கங்களைக் கொண்ட சர்ச்சைக்குரிய கதையின் சில பாகங்களைப் படித்தார். யதார்த்தம் கற்பனைக்கு வெகு இணக்கமாக இருப்பதை அவரால் நம்ப முடியவில்லை. தினசரியில் இப்போதுதான் அந்தச் செய்தியை படித்திருந்ததால், கதையின் அந்த குறிப்பிட்ட பகுதி இவருக்கு நடுக்கத்தை வரவழைத்தது. புத்தகத்தை மூடிவிட்டு அதிகாரியிடம் திரும்பக் கொடுத்துச் சொன்னார்: "இதை எப்போது எழுதினேன் என்பது ஞாபகமில்லை."

அதிகாரி கோப்பில் கவனமாக மறுபடியும் அந்தப் புத்தகத்தை வைத்தார். அவர் எழுந்து நின்றபடி பாலபத்ராவுடன் கைகளைக் குலுக்கி "உங்களைத் தொந்தரவு செய்வதற்கு மன்னிக்க வேண்டும், வீட்டிற்குப் போய் அக்கதையை எப்போது எழுதினீர்கள் என்று ஞாபகப்படுத்திப் பாருங்கள். நம் விசாரணை தொடர்கிறது. நாங்கள் உங்களை மீண்டும் தொடர்பு கொள்வோம்."

வீட்டிற்குத் திரும்பும்போது, பாலபத்ரா கதை எப்போது எழுதினோம் என்று ஞாபகப்படுத்திப் பார்க்க முயன்றார். நிச்சமாக ரூர்கேலா சம்பவத்திற்குப் பிறகல்ல. நீண்ட காலம் முன்பு எழுதியிருந்தார். தொலைக்காட்சியில் ஓர் அமெரிக்கப்படத்தை பார்த்த பாதிப்பில் அக்கதையை எழுதினார்.

ஒருநாள் மாலையில் தொலைக்காட்சி சேனல்களை மாறிமாறி சென்ற போது பாதியில் இருந்த ஒரு படத்தில் பார்வையை நிறுத்தினார். அதன் பெயரைக்கூட அவர் அறிந்திருக்கவில்லை.

ஆனால் அது அவருக்குப் பிடித்திருந்தது. அதை அடிப்படையாகக் கொண்டு ஒரு திரில் கதையை எழுத முடிவு செய்தார். அப்படம் அக்கதையின் ஆதர்சமாக இருந்து அதை அதன்பின் உடனே எழுதினார். ஆனால் இதையெல்லாம் அவர் காவல்துறையிடம் சொல்ல விரும்பவில்லை. அக்கதை எப்போது எழுதப்பட்டது. யார் எது அக்கதைக்கு ஆதர்சமாக இருந்தார்கள் என்பதை அவர்கள் அறிந்து கொள்ளத் தேவையில்லை. எழுத்தாளர் என்பதற்கு மேலாக அது ஒரு வெளிநாட்டு படத்தின் பாதிப்பிலானது என்பதை யாருக்கும் சொல்ல விருப்பமில்லை அவருக்கு.

திரைப்படம் ஒன்றை மையமாகக் கொண்டு அவரால் எழுதப்பட்ட ஒரு கதை இந்த அளவு சிக்கலில் மாட்ட வைக்கும் என்று அவர் கற்பனை செய்திருக்கவில்லை. அவரின் கதையின் கதாபாத்திரங்களையும், நிஜ வாழ்க்கைக் கதாபாத்திரங்களின் ஒற்றுமையையும் நினைத்துப் பார்த்தார். நிஜ வாழ்க்கைக் கதாபாத்திரங்களோடு கற்பனைப் பாத்திரங்கள் ஒற்றுமையாக இருப்பதற்கு ஒரு எழுத்தாளர் என்ன செய்ய முடியும்? கதையில் விவரிக்கப்பட்ட சம்பவம் உண்மையில் எங்கோ நடந்ததற்கு எழுத்தாளர் எப்படி பொறுப்பாக முடியும்?

மிட்டா ஒருநாள் அவர் வீட்டிற்கு வந்து திடுமெனக் கேட்டாள்: "மாமா, நீங்கள் என்னைப் பற்றி ஒரு கதை எழுதி யிருப்பது உண்மையா?"

பாலபத்ராவிற்கு அக்கேள்வி ஆச்சர்யமாக இருந்தது. கொஞ்சம் குழப்பமும் அடைந்தார். இந்த வகையில் அவரை மிட்டா குற்றம் சாட்ட யாராவது பெண் குழந்தைகளை மையமாக வைத்துக் கொஞ்சம் மோசமாகச் சித்தரித்து அவர் ஏதாவது எழுதினாரா? அவர் கேட்டார்: "என்ன கதை? உன்னைப்பற்றி நான் ஏன் கதை எழுதவேண்டும்?"

மிட்டா சொன்னாள்: "நான் வேலைக்காரர்களிடம் எப்போதும் தப்பு கண்டுபிடித்துக் கொண்டிருப்பதாக என் அம்மா குற்றம் சாட்டுவாள். அதை மையமாக வைத்து நீங்கள் கதையொன்று எழுதியிருப்பதாக என்னிடம் சொன்னாள்."

பாலபத்ரா அதுபோல ஒரு கதை எழுதியிருப்பதை ஞாபகப்படுத்திக் கொண்டார். ஆனால் அதை எழுதும்போது

மிட்டா அவரின் மனதில் இருக்கவில்லை. அவரின் பழைய தொகுப்பிலிருந்து அக்கதையை எடுத்து மிட்டாவிடம் கொடுத்துச் சொன்னார்: "ஒரு வீட்டுப் பெண்மணியைப் பற்றியும் அவளது வேலைக்காரர்கள் பற்றியும் எழுதியிருக்கிறேன். ஆனால் அது எப்படி உன் கதையாகும்? நீயே படித்துப் பார்."

மிட்டா அத்துடன் அதை விட்டு விடுவாள் என நினைத்தார். ஆனால் அவள் அவரிடமிருந்து அந்தப் புத்தகத்தை எடுத்துச் சென்றவள் உட்கார்ந்து படிக்க ஆரம்பித்தாள். பாலபத்ராவிற்கு அக்கறையுடன் ஒருவர் அவரின் பழைய கதையைப் படிப்பது ஆறுதலாக இருந்தது.

கதையைப் படித்தபின் மிட்டா கோபத்துடன் வந்து அவர் முன் நின்றாள். அவள் "ஆமாம் இக்கதை என்னைப் பற்றியதுதான்" என்றாள்.

பாலபத்ரா அவளிடமிருந்து புத்தகத்தை வாங்கி, கதையில் கண்களை ஓடவிட்டுச் சொன்னார்: "மத்தியதரவர்க்க குடும்பப் பெண்களின் உண்மை நிலை இது. வேலைக்காரர்களைத் தொடர்ந்து சிரமப்படுத்தாத பெண்கள் யாராவது வீட்டில் இருக்கிறார்களா?"

மிட்டா தொடர்ந்து கேட்டாள்: "ஆதிவாசிப் பையனைப் பற்றி எழுதியிருக்கிறீர்களே..."

பாலபத்ரா "ஆதிவாசிப் பையன்களை பாதிப்பேர் வேலைக் காரர்களாக நியமித்துக் கொள்கிறார்கள். பக்கத்து வீட்டுக்காரனைப் பார், அவனுக்கு ஆதிவாசிப் பையன் வேலைக்காரனாக இல்லையா?" என்றார்.

மிட்டா சமாதானமாகவில்லை. "புலா போல எத்தனை பேர் வேலைக்காரனை வைத்திருக்கிறார்கள்."

ஒரு கதாபாத்திரத்திற்கு சரியான பெயர் சூட்டும்போது புலா என்று வேலைக்காரன் பெயர் இல்லாவிட்டால், நடாவாக இருக்கலாம் என பதில் சொல்ல விழைந்தார் பாலபத்ரா. இதைச் சொல்ல விரும்பும்போது மிட்டாவுக்கு நடா என்ற வேலைக்காரன் இருப்பது சட்டென ஞாபகம் வந்தது. அவர் அதைச் சொல்ல வில்லை. அந்தப் புத்தகம் எப்போது பதிப்பிக்கப்பட்டது என்று

பார்த்தார். திடுமென ஆசுவாசம் கொண்டவராகிச் சொன்னார்: “இதோ நிரூபணம். இக்கதை எழுதப்பட்டபோது உங்களுக்குத் திருமணமாகியிருக்கவில்லை. வீட்டுப் பெண்மணியாக தாங்கள் இல்லை. எனவே இக்கதை உங்களுடன் எந்தவிதத்திலும் தொடர்பு உடையது அல்ல.”

மிட்டா அந்தப் புத்தகத்தை அவனிடமிருந்து எடுத்துக் கவனமாகப் பார்த்தாள். “நான் கல்யாணமாகி குடும்பம் ஏற்பட்டு, புலா என்ற ஆதிவாசிப் பையனை வேலைக்கு வைத்து அவனுடன் சண்டைப் போடுவேன் என்று கணிக்க நீ என்ன ஒரு மாதிரி ஆளா.”

பாலபத்ரா புத்தகத்தின் முதல் பதிப்பு அவளின் திருமணத்திற்கு முன் பதிப்பிக்கப்பட்டிருப்பதைக் காட்டினார். மிட்டா தவறான தேதி கொடுக்கப்பட்டிருக்கலாம் என்றாள். அல்லது இரண்டாவது பதிப்பில் அவர் இதைச் சேர்த்திருக்கலாம். யாரோ ஒரு வாசகர் ஒரு எழுத்தாளர் மீது ஒரே கதையை இரண்டு தொகுப்புகளில் சேர்த்தது பற்றி ஒரு செய்தி அப்போது பிரசுரமாகியிருப்பதை அவள் ஒரு யூகமாக எடுத்துக்கொண்டிருந்தாள்.

பாலபத்ரா அவள் முயற்சி செய்வதுபோல திருப்தியான பதில் தர இயலவில்லை.

அந்தப் பிரச்னையில் நீண்ட காலத்திற்கு முன் அந்தக் கதை எழுதப்பட்டது என்பதைக் காவல்துறை அதிகாரிக்கு எப்படி விளக்குவார்? அன்றிரவு தூங்கும் போது இந்த எண்ணம் அவரைச் சிரமப்படுத்தியது. பொதுமக்கள் எழுத்தாளன் எதை எழுதினாலும் வாழ்க்கையின் உண்மை கதாபாத்திரத்தையோ அல்லது நிகழ்ச்சி யையோ கொண்டுதான் எழுதுவதாக நினைக்கிறார்கள். ஆனால் எழுத்தாளன் முடிவுறாத கற்பனைத்திறன் கொண்டிருப்பது பற்றி அவர்களுக்குத் தெரியாது.

மிட்டாவைப் போல அவ்வப்போது பலர் அதுமாதிரி அவருடன் சண்டை போட்டிருக்கிறார்கள். அவரின் கதைகளில் நல்ல கதாபாத்திரங்கள் இருப்பது போலவே கெட்ட கதாபாத்திரங்களும் இருந்திருக்கிறார்கள். ஆனால் யாரும் எப்போதும் விதிவிலக்கான கதாபாத்திரத்தில் அவரின் கதையில் படைத்திருப்பது அவரின் கற்பனை என்று சொன்னதில்லை.

அவர் மனதில் வைத்திருந்த ஒரு ஊழல் பொறியாளர் பற்றி ஒரு கதை எழுதின கணத்தில் அவரின் பல பொறியாளர் நண்பர்கள் அவருக்கு எதிரிகளாகிவிட்டனர். அவரின் பள்ளி நாளிலிருந்து நண்பனான விகாஷ் அவரைத் தவறாகப் புரிந்துகொண்டார். ஏதோ பத்திரிக்கையில் அவரின் கதையைப் படித்துவிட்டுச் சொன்னார். "இதை நான் உன்னிடமிருந்து எதிர்பார்க்கவில்லை."

பாலபத்ரா "மன்னிக்கவும். உன் துறையில் இருக்கும் ஊழல் பற்றி நீ சொன்னதை வைத்து நான் கதை எழுதியிருப்பதை உனக்கு சொல்லியிருக்க வேண்டும்" என்றார்.

விகாஷ், "அது எப்படி உனக்கு உபயோகமாகும்? உன்னால் எல்லோரிடமும் நான் மாட்டிக்கொண்டேன்" என்றான் கோபத் துடன்.

"ஊழல் பேர்வழிகளுக்குத்தான் சங்கடம். உன் துறையில் எவ்வளவு மோசமான ஊழல் இருக்கிறது என்று நீ சொல்ல வில்லையா?"

"அது சரி. ஆனால் ஒவ்வொருவரும் நீ எழுதியிருக்கும் ஊழல் அதிகாரி நான்தான் என்று நினைப்பார்கள். ஆகாஸ் என்ற பெயரில் யாராவது இருக்கிறார்களா? எல்லோரும் அந்த மனிதன் பொறியாளர் விக்காஷ் என்றுதான் நினைப்பார்கள்."

பாலபத்ரா அவருக்கு ஆகாஷ் என்ற பெயரில் மூன்று பேரைத் தெரியும் என்று சொல்ல விரும்பினார். ஆனால் சொல்வதைத் தவிர்த்தார். விகாஷை சமாதானப்படுத்தும் எண்ணத்துடன் சொன்னார். "நான் அந்தக் கதையை எழுதும்போது நீ சொன்ன ஊழல் சூப்ரண்டென்ட் எஞ்ஜினியர் வினய் பற்றி நினைப்பு இருந்தது."

"அப்படியானால் நீ ஏன் ஆகாஷ் என்பதற்குப் பதில் வினய் என்று பெயரிட்டிருக்கக்கூடாது? அது மட்டுமல்ல நீ குறிப்பிட்டிருப்பது என் எல்லைக்குள் இருப்பதாகும்."

அதிருப்தியுடன் விக்காஷ் அவரிடமிருந்து விலகிச் சென்றார். அந்த ஒரு கதையால் அவரின் நாற்பது ஆண்டுகால நட்பு முடிவுக்கு வந்தது.

கொஞ்ச காலத்திற்கு காவல் நிலையத்திலிருந்து எந்தத் தொலைபேசி அழைப்பும் இல்லையென்றாலும் அவர் கவலை யாகவே இருந்தார். கடத்தல் விவகாரத்தில் முன்னேற்றம் பற்றி அறிய விரும்பினார். ஜனகராஜை இன்னும் கண்டுபிடிக்காத நிலையில் செய்தித்தாள்களில் பழைய விவகாரமே தொடர்ந்தது. தெரிந்த சிலரிடம் அதுபற்றிக் கேட்டுப்பார்த்தார். யாருக்கும் தெரியவில்லை. கடைசியில் ஒரு வித விரக்தியில் பாலபத்ரா காவல்துறை அதிகாரிக்கே தொலைபேசி செய்தார்.

அவர் தொலைபேசியில் கிடைத்தபோது பாலபத்ரா சொன்னார்: "அந்தக் கதை எப்போது எழுதப்பட்டது என்பது பற்றி ஞாபகப்படுத்தச் சொல்லியிருந்தீர்கள்..."

அதிகாரி இடைமறித்துச் சொன்னார். "நானே உங்களைக் கூப்பிட வேண்டும் என்றிருந்தேன். உங்களுக்கு சிரமம் இல்லை யென்றால் காவல் நிலையத்திற்கு வரவும்."

பாலபத்ரா எப்போது வருவது என்று கேட்டார். அதிகாரி உடனே அவரை வரச்சொன்னார். வேலையாக இருப்பதால் உடனே வரமுடியாது என்று சொல்லலாம் என பாலபத்ரா நினைத்தார். ஆனால் மனதை மாற்றிக்கொண்டு சென்றார். அவர் அதே நாற்காலியில் உட்கார்ந்து கோப்பிலிருந்து ஒரு பக்கத்தைப் படித்துக்கொண்டிருந்தார். பாலபத்ரா கொஞ்சம் குழப்பமடைந்து, முன்பு போல தைரியமாக அச்சூழலை எதிர்கொள்ளவில்லை. தேனீர் அருந்தலாமா? என்று கேட்டபோது நன்றி சொல்லித் தலையாட்டினார்.

அதிகாரி கோப்பிலிருந்து புத்தகத்தை எடுத்து, கதை ஆரம்பிக்கும் பக்கத்தைக் காட்டினார். "இந்தக் கதையை எப்போது எழுதினீர்கள்."

பாலபத்ரா பதிலளித்தார்: "சரியாக ஞாபகமில்லை, சில ஆண்டுகளுக்கு முன் எழுதினேன்."

தேனீர் வந்தது. தேனீரை வழங்கியபடி அதிகாரி சொன்னார்: "தேனீர் சாப்பிடுங்கள். எப்போது என்று ஞாபகப்படுத்திப் பாருங்கள். இந்தப் புத்தகம் சமீபத்தில் பதிப்பிக்கப்பட்டுள்ளது. எனவே இந்தக் கதையும் சமீபத்தில் எழுதப்பட்டது என்று யாரும்

நினைக்கக்கூடும்."

நேரடியாக பதிலைத் தராமல், தீவிரமாகச் சிந்திப்பது போல நடித்து பாலபத்ரா தேனீரைச் சாப்பிட்டார். அவர் ஏதோ சொல்ல முயலும் போது அதிகாரி சொன்னார்: "நீங்கள் சமூகத்தில் ஒரு மரியாதைக்குரிய மனிதர் என்பதால், நாங்கள் என்ன சந்தேகிக்கிறோம் என்பதைச் சொல்கிறோம். குற்றவாளிகள் மற்றும் காவல்துறையினர் தவிர வேறு யாருக்கும் தெரியாத சில நுணுக்கமான விவரிப்புகள் உங்கள் கதையில் இருக்கின்றன. அவற்றை வெளிப்படையாகச் சொன்னால் விசாரணைக்கு இடையூறு ஏற்படும். குற்றவாளிகள் உங்கள் கதையில் ஒரு வெள்ளை மாருதி வேனைப் பயன்படுத்தியுள்ளனர். அதே மாதிரியான கார் ரூர்கேலா சம்பவத்திலும் பயன்படுத்தப்பட்டிருக்கிறது. அது எப்படி?

பாலபத்ரா பதிலளித்தார்: "அது மிகச் சாதாரணம். செய்தித் தாள்களை நீங்கள் வாசித்தால் பெரும்பான்மையான குற்றங்களில் மாருதி வேன் பயன்படுத்தப்பட்டிருப்பது தெரியும்."

அதிகாரி சொன்னார்: "நீங்கள் சொல்வது சரியாக இருக்கலாம். உங்கள் கதையின் இன்னொரு பாகத்திற்கு வருவோம். ஒரு வெற்றுத்தாள் கொண்டு மூடப்பட்ட கவரொன்று கடத்தலுக்குப் பின் ஜனகராஜ் மேசையில் கண்டெடுக்கப்பட்டது. காவல் துறை, உங்களைத் தவிர வேறு யாருக்கும் இது தெரியாது. உங்களுக்கு எப்படித் தெரியும்."

பாலபத்ராவிடம் அதற்குப் பதிலில்லை. கொஞ்ச நேரத்திற்குப் பிறகு பாலபத்ரா "ரூர்கேலா வழக்கில் அது போன்ற ஒரு கவர் கிடைத்ததாக எனக்குத் தெரியவில்லை. அதெல்லாம் எனது கற்பனை. இதைத்தவிர நான் முன்பே சொன்னது போல இந்தக் கதை ரூர்கேலா சம்பவத்திற்கு நீண்ட காலம் முன்பு எழுதப் பட்டது" என்றார்.

"அப்படியானால் ரூர்கேலா சம்பவம் இந்தக் கதையின் பாதிப்பில் நடந்தது என்று சொல்கிறீர்களா?"

பாலபத்ரா அதற்குப் பதிலளிக்கத் தயாராக இருந்தார். "கதையொன்றின் கற்பனைச் சம்பவங்கள் சில நேரங்களில் நிஜ

வாழ்க்கையில் நடக்கின்றன. குறிப்பிட்ட ஒற்றுமை அம்சங்களைத் தவிர இதற்கு எந்த விளக்கமும் இல்லை. டைட்டானிக் கப்பல் மூழ்குவதற்கு முன்பே முதல் பயணம் ஒன்றில் ஒரு ஆடம்பரக் கப்பல் மூழ்கியது பற்றி ஒரு புத்தகம் வந்திருக்கிறது. உண்மையில் புத்தகத்தில் விவரிக்கப்பட்ட கப்பலின் அளவு, பயணம் செய்த பயணிகளின் எண்ணிக்கை மற்றும் பல சிறு தகவல்கள் டைட்டானிக் விபத்தைப்போல ஒரே மாதிரி இருந்திருக்கின்றன."

அதிகாரி ஒத்துக்கொண்டார். "ஆமாம் நானும் எங்கோ அதைப்பற்றிப் படித்திருக்கிறேன். நாஸ்டர்டாமின் தீர்க்கதரிசனங்கள் இப்போதும் உண்மையாவதாக மக்கள் சொல்கிறார்கள். நான் அதைப் பற்றியோ டைட்டானிக் பற்றி முன்னறிவித்த நாவலைப் பற்றியோ பேசவில்லை. யாரையோ ஒரு குற்றத்தைச் செய்யத்தூண்டிய படைப்பு பற்றிதான் பேசுகிறேன். காவல் துறை பதிவுகளில் குற்றவாளி புத்தகம் அல்லது திரைப் படத்தால் பாதிக்கப்பட்டு அப்படியே குற்றத்தைச் செய்வது குறித்துப் பதிவுகள் உள்ளன."

பாலபத்ரா "ஆனால் எப்படி பீகார் குண்டர்கள் எனது கதையை படித்திருக்கக்கூடும்" என்று கேட்டார்.

இதைக் கேட்டவுடன் அதிகாரி திடுமென சுதாரித்துக் கொண்டார். நேராக நிமிர்ந்து உட்கார்ந்தவர் கேட்டார். "ரூர்கேலா கதையில் பீகார் குண்டர்கள் ஈடுபட்டது உங்களுக்கு எப்படித் தெரியும்?"

பாலபத்ரா "அன்று நீங்கள் கொடுத்த செய்தித்தாளில் அதைப் படித்தேன்" என்றார்.

அதிகாரி பழைய செய்தித்தாள் நறுக்கை கோப்பிலிருந்து எடுத்து பாலரபத்ராவிடம் தந்தார். "தயவு செய்து மறுபடியும் படியுங்கள். குற்றவாளிகளின் ஆதாரம் பற்றி அது எதுவும் சொல்லவில்லை."

பாலபத்ரா அந்தச் செய்தியை வெகு கவனமாகப் படித்தார். உண்மையில் பீகார் குண்டர்கள் பற்றி அதில் எந்தக் குறிப்பும் இல்லை. எப்படி அந்த எண்ணம் அவருக்கு வந்தது? ரூர்கேலா சம்பவம்

பற்றி அவருக்குத் தெரியாது என்று முன்பு சொல்லியிருந்தாலும் இப்போது அதைத் திருத்திக்கொள்ள முயன்றார். அதை வேறு செய்தித்தாளில் படித்திருக்கலாம் என்றார்.

அதிகாரி சொன்னார்: "எல்லா செய்தித்தாள்களின் நறுக்குகளும் எங்களிடம் உள்ளன. யாரும் கடத்தல்காரர்கள் பீகாரைச் சேர்ந்தவர்கள் என்று சொல்லவில்லை. ஏதாவது செய்தித்தாளில் அப்படி இருப்பதைக் காட்டினால் மகிழ்வோம்."

அதிகாரி விசாரணை முடிந்ததைக் காட்டும் விதமாக எழுந்து நின்றார். பாலபத்ரா நகரும்போது அதிகாரி "எங்களது விசாரணை தொடர்கிறது. கடத்தல்காரர்கள் பீகாரைச் சார்ந்தவர்கள் என்பது உறுதியானால் எங்களது ஆரம்ப சந்தேகம் பலமடையும்" என்றார்.

முதல் தடவையாக பாலபத்ரா பயத்துடன் அமிழ்ந்தார். அவர் எழுதின ஒரு அரசியல் தலைவரைப் பற்றிய கதையொன்றில் ஒரு முறை எழுத்தாளர் என்ற முறையில் சிக்கலுக்குள்ளானார். அவரின் கதையில் கதாபாத்திரம் கால் ஊனம், மிக மோசமானவன். தர்ம நியாயங்களுக்கு எதிரானவன். ஊழல் பேர்வழி. அந்த கதாபாத்திரத்திற்கு எந்தப் பெயரையும் குறிப்பிடாவிட்டாலும் அவரின் துரதிஷ்டமான அப்போதைய அரசியலில் கால் ஊனமான ஊழல் பேர்வழியான ஒரு அமைச்சர் இருந்தார். பாலபத்ரா கதை ஒரு பத்திரிக்கையில் வந்தபோது அந்த அரசியல்வாதி நொண்டி அமைச்சர் என்று யூகித்துக்கொண்டார். அது பொதுமக்கள் மத்தியில் சிரிப்பிற்கான விஷயமாயிற்று. அமைச்சர் இதையெல்லாம் படிக்கவில்லையென்றாலும், அச்செய்தி எப்படியோ அவரைச் சென்றடைந்து, ஒருநாள் அவரின் அடியாட்கள் பாலபத்ரா வீட்டிற்கு வந்தனர். அவர்கள் எதையும் காது கொடுத்துக் கேட்க விரும்பவில்லை. ஆனாலும் அந்த கதாபாத்திர விஷயம் யதேச்சையான ஒற்றுமை என்றும், அதில் எந்தக் குற்றமும் இல்லையென்றும் சமாதானப்படுத்த முயன்றார். செய்தித்தாள்கள் மூலமாக பொதுமன்னிப்பு கேட்க பாலபத்ரா ஒத்துக்கொண்டார். அடுத்த புத்தகத் தொகுப்பில் அந்தக் கதையைச் சேர்ப்பதில்லை என்றும் வாக்குறுதியளித்தார். ஆனால் அதை அவர்கள் கேட்காமல் அவர் காலை முறித்து அவரையும் நொண்டியாக்கிவிடுவோம் என்று மிரட்டினார்கள்.

பாலபத்ராவின் அதிஷ்டமாக அப்போது அந்த அமைச்சருக்குப் பல பிரச்னைகள் இருந்தன. பாலபத்ராவை விட்டு விட்டு அவரின் அடியாட்கள் அவரின் கட்சியிலே இருக்கும் அமைச்சரின் எதிராளிகளின் கால்களை முறிக்கச் சென்றனர்.

அவரின் நண்பர்கள் அந்த நொண்டி அமைச்சரை மனதில் கொண்டா அந்தக் கதாபாத்திரத்தை உருவாக்கினீர்கள் என்று கேட்டனர். அல்லது உண்மையாக கதாபாத்திரமாக ஒற்றுமை தென்பட்டது யதேச்சையானதா? அந்த அரசியல் தலைவரை சரியாக அறிந்திருந்ததால் இந்தக் கேள்விக்கு நேர்மையான பதிலைத் தர இயலவில்லை. ஆனால் அந்தக் கதையை எழுதும்போது அவர் அதற்குப் பின்னால் மனதில் இருந்தாரா என்பது பற்றிச் சரியாகத் தெரியவில்லை.

எழுதும்போது குறிப்பாக அவர் யாரையும் மனதில் கொள்வதில்லை. ஆனால் அவர்களைப் பற்றி சற்று மிகையான வகையில் கதாபாத்திரங்களின் பெயரை மாற்றியோ, இயல்புகளையும் குணங்களையும் கலந்தோ, நிகழ்ச்சிகளுக்குத் திருப்பங்கள் கொடுத்தோஎழுதுவார். கணவனுக்கும் மனைவிக்கும் உள்ள உறவைப்பற்றி ஒரே கதையில் மட்டும் நேரடியாகவும், வெளிப்படையாகவும், நேர்மையான முறையில் விவரித்திருந்தார். சரசின் மரணத்திற்குப் பிறகு மட்டும் அது சாத்தியமானது. அக்கதையில் மனைவியின் பார்வையுடனான அணுகுமுறை முழுவதுமாக நிராகரிக்கப்பட்டிருந்தது. ஏறக்குறைய அவரைப் பாதிக்கச் செய்தது. சரசி அவளைப் பற்றியதான விமர்சனக் குறிப்புகளுக்கு எதிர்வினையைச் சந்தர்ப்பம் தந்த வகையில் தந்திருந்தாள்.

சரசி ஒரு உண்மைக் கதாபாத்திரம். அவரின் பல கற்பனைக் கதாபாத்திரங்கள் அவர்களைப் பற்றி அவர் எழுதியவனுக்கு அவருக்கு எதிராக வருத்தங்களை நிவர்த்தியாக்குவார்கள். அவரின் ஒரு கதையில் வரதட்சணைக் கொடுமையால் துன்புறுத்தப்பட்ட ஒரு பெண் பற்றி யாரும் அனுதாபப்படவில்லை. அந்தப் பட்டியலில் அவளின் பழைய காதலன், அவள் கணவன், அவளின் பெற்றோர், அவளின் வீதியில் வாழ்வோர் மற்றும் அவளைச் சுமக்கும் அவள் சவாரியின் ரிக்ஷாக்காரன் உட்பட பலர் இருந்தனர். பாலபத்ரா கடைசியில் அந்தப் பெண்ணைத் தீக்குளிக்க

வைத்துவிட்டார். அந்த கற்பனைப் பெண்ணுக்கு அவர் செய்தது நியாயமா? அவள் அவரை எதிர்த்து நின்றிருந்தால் அவர் என்ன பதில் கொடுத்திருப்பார். என்ன விளக்கம் அளித்திருப்பார்?

பாலபத்ரா தேவையில்லாத எண்ணங்களைத் தவிர்க்க எண்ணினார். ரூர்கேலா கடத்தல் அவரின் உடனடி பிரச்னை. அந்தச் சம்பவம் நடந்ததற்கு முன்பாக அவர் அக்கதையை எழுதியதற்கு எந்தவித ஆதாரமும் இல்லை. அவரின் பதிப்பாளரை அணுக முடிவு செய்தார். துரதிஷ்டவசமாக அவருடன் அவருக்கு நல்ல உறவு இல்லை. காவல் துறையினருடன் இதில் பங்கெடுக்க விரும்புவாரா என்பது நிச்சயமாகத் தெரியவில்லை. அவர் வீட்டை அடைந்தபோது அவருக்குத் தொலைபேசியும் செய்தார். ஆனால் இரண்டு தினங்களுக்கு முன் அவர் ரூர்கேலா சென்றுவிட்டதாக தகவல் கிடைத்தது.

கதையின் கையெழுத்துப் பிரதி நெடுநாளைக்கு முன் பதிப்பாளருக்கு அனுப்பப்பட்டும், புத்தகம் சமீபத்தில் வெளியானதை யும் பதிப்பாளர் மூலம் நிரூபிக்கலாம் என எல்லாவற்றையும் நினைத்துப் பார்த்து முடிவு செய்தார். அவரின் சார்பு வாதத்தைத் தர இயலாது போனாலும் காவல்துறை பதிப்பாளரிடம் இருந்து உண்மையைப் பெற்று விடுவர்.

காவல் துறை அதிகாரிக்குத் தொலைபேசி செய்து "ரூர்க்கேலா சம்பவத்திற்கு நெடுநாள் முன்பு புத்தகத்தின் கையெழுத்துப் பிரதி அச்சிற்குச் சென்றதை நினைவுபடுத்திக் கொண்டேன். அது இக்கதை சம்பவத்திற்கு நெடுநாளைக்கு முன்பு எழுதப்பட்டது என்பதை நிரூபிக்கிறது. அதற்குப் பிறகல்ல. இதைப் பதிப்பாளரிடமிருந்து தாங்கள் உறுதி செய்து கொள்ளலாம்."

அதிகாரி கேட்டார்: "உங்கள் பதிப்பாளரின் பெயரைச் சொல்லுங்கள்."

அவர் சுரசென்னின் பெயரைச் சொன்னபோது நீண்ட மௌனத்திற்குப் பிறகு அதிகாரி: "உம்... ரொம்ப சுவாரஸ்யம்" என்று சொல்லிவிட்டுப் போனைத் துண்டித்தார்.

அதன்பிறகு சில நாட்களுக்குக் காவல் துறையிடமிருந்து எந்தத் தொலைபேசி அழைப்புகளும் இல்லை ஆனால் பாலபத்ராவிற்குக்

கவலையாக இருந்தது. என்ன வகையான கதாபாத்திரங்களை அவர் கதையில் எடுத்துக் கொண்டால் பிரச்சனைகளில் மாட்டாமல் இருக்கலாம் என்று ஆச்சரியப்பட்டார். திருமணமான ஒரு பெண்ணின் குடும்பத்திற்கு வெளியிலான பாலுறவு பற்றி ஒருகதையை ஒருதரம் எழுதியிருந்தார். வாசகர்களால் அக்கதை விரும்பப்பட்டது. ஆனால் ஒவ்வொருவரும் அந்தக் கதைக்குப் பின் உள்ள பெண்ணைப் பற்றித் தெரிந்துகொள்ள விரும்பினர். சமூக நிலையில் உள்ள பலரின் பெயர்கள் அந்தச் சூழலில் குறிப்பிடப்பட்டன. கிளப்புகளில் பெண்கள் அதுபற்றி முணுமுணுத்தனர். சில பெண்கள் ஒருவரையொருவர் சுட்டிக் காட்டிக் கொண்டனர். கடைசியாக நல்ல குடும்பங்களின் மகள்கள், மருமகள்களைத் தெருவில் இழுத்ததற்காக பாலபத்ரா மீது குற்றம் சாட்டப்பட்டது.

ஒருநாள் அவரின் நண்பர் ஒருவர் தொலைபேசி செய்து கேட்டார்: “ராதா உண்மையில் யார் என்று பந்தயம் கட்டிக்கொண்டிருக்கிறோம் எங்கள் மத்தியில் நான் அதை சீமா சர்மா என்று சொல்கிறேன். ஆனால் எனது நண்பர் செனாலி தாஸ் என்கிறான். தயவு செய்து ராதா யார் என்பதைச் சொல்.” பாலபத்ரா சப்தம் போட்டு தொலைபேசியை வைத்துவிட்டார். ஆனால் சில நாட்களுக்குப் பின் திரு. சர்மா அவருடன் பேசுவதை நிறுத்தி விட்டார் என்பதைக் கண்டுபிடித்தார்.

அந்தக் கோணத்தில் இருந்து பார்க்கும்போது கிருத்திமுகா என்ற புனைப்பெயரில் எழுதிய புத்தகங்களின் கதாபத்திரங்கள் இவ்வளவு பிரச்னைகளுக்கு உட்படாதவர்கள். அந்த வகையான கதாபாத்திரங்களை அவரின் யதார்த்த கதாபாத்திரங்களில் கொடுமையான உலகில் இருந்து தப்பிக்கவே அவர் உருவாக்கினார். மனித இலக்கிய உலகில் தகுந்த இடம் பிடிக்காதபடி அவர்கள் வாழ்க்கையற்ற பிணங்கள்தான். அந்த திரைப்பட வில்லன்கள், திமிரான காவல் துறையினர். காதலர்கள் அவரின் கல்லறை மனிதர்கள், நரகத்தினர் என்றும் தினசரி வாழ்வில் யாரும் சந்திக்க விரும்பாதவர்கள்.

கிருத்திமுகாவால் உருவாக்கப்பட்ட அந்தக் கதாபாத்திரங்களை யாரும் அவருடன் பொருத்திப் பார்த்ததில்லையென்ற வகை யில் அவர்கள் யதார்த்தத்திலிருந்து நீக்கப்பட்டவர்கள்.

அநதக் கதாபாத்திரங்களின் ஆதாரம் பற்றி யாரும் எதுவும் இதுவரை கேட்டதில்லை. ஆனால் கற்பனையில் யதார்த்தம் தொடர்ந்து வரும். ரூர்கேலா சம்பவம் அந்த வகையில் ஒன்றாகி அவரைச் சிரமப்படுத்துகிறது. நிராகரிக்கப்பட்ட சாதாரண கதாபாத்திரங்கள் அவரைப் பழிவாங்க விரும்புவது போல அதெல்லாமாகிவிட்டது.

அவருக்கான இன்னொரு தொலைபேசி அழைப்பு காவல் நிலையத்திலிருந்து வந்தது. அந்த விசாரணை எந்த நிலையில் இருக்கிறது. அவரின் நிலை என்ன என்று அவர் அறிவதற்காக விரும்பிய நிலையில் அந்த தொலைபேசி அழைப்பு வந்தது அவருக்கு ஆறுதலாக இருந்தது.

திறந்திருந்த கோப்பில் எதையோ படித்துக் கொண்டிருந்த அதிகாரி முன் உட்கார்ந்தவருக்கு ஒருவித குழப்ப உணர்வு இருந்தது. கோப்பிலிருந்து பார்வையைத் திருப்பியவர் அவரைப் பாரத்து விட்டுத் தேனீருக்குச் சொன்னார். பிறகு "விசாரணை முடிகிறவரைக்கும் அவ்வப்போது உங்களைத் தொந்தரவு செய்வோம்" என்றார்.

பாலபத்ரா "என்னால முடிந்த அளவு நான் உதவி செய்வதில் எனக்கு மகிழ்ச்சியே" என்று நட்புடன் சொன்னார்.

அதிகாரி சொன்னார்: "இந்தக் கடத்தலுக்குப் பின் பீகார் கும்பல் ஒன்று இருப்பதை அறிந்திருக்கிறோம். பீகார் குண்டர்களைப் பற்றி நீங்கள் படித்ததை ஞாபகப்படுத்திப் பார்க்க முடியுமா?"

இதற்கு நீண்ட விளக்கத்தை பாலபத்ரா தர அவருக்கு தைரியம் இருக்கவில்லை. "இல்லை" என்று மட்டும் சொன்னார்.

"பிபாஸ்தாஸ் பற்றி நீங்கள் எப்படி தெரிந்து கொண்டீர்கள்."

"பிபாஸ்தாஸ்... அந்தப் பெயரில் யாரையும் எனக்குத் தெரியும் என்று நினைக்கவில்லை."

"உங்கள் கதையில் ஒரு குற்றவாளி பெயர் பிபாஸ்தாஸ். அந்தப் புத்தகத்தை தரட்டுமா? அதைப் பார்க்கிறீர்களா?"

"வேண்டாம். இப்போது ஞாபகப்படுத்திக் கொள்கிறேன். அந்தக் கதையில் அந்தப் பெயரைப் பயன்படுத்தியிருக்கிறேன். எங்களின் கதாபாத்திரங்களுக்கு எழுத்தாளர் கற்பனையான பெயர்களைத்தான் தருவோம் கதையின் சம்பவங்கள் கற்பனை யானவை என்பது போல கதாபாத்திரங்களின் பெயர்களும் கற்பனையானவை."

அதிகாரி சொன்னார்: "உண்மைச் சம்பவங்களின் அடிப் படையில் சில சமயம் கதைகள் அமைவதும் உண்மைதான். உண்மைச் சம்பவத்தை அடிப்படையாக வைத்துக் கதை எழுதும் போது உண்மைப் பெயர்களையோ, கற்பனைப் பெயர்களையோ கொடுத்திருக்கலாமே."

பதில் என்னவாக இருந்தாலும் சிக்கலில் மாட்டிக்கொள்ளப் போவதாக பாலபத்ராவிற்குத் தெரியும். ஆனால், விகாஷ், விஜய், வினய் பற்றின சம்பவங்களை நினைவு கூர்ந்தார். ஆனால் அவற்றையெல்லாம் காவல் துறைக்குச் சொல்வது தேவையில்லாதது. நேரடிபதிலுக்குப் பதிலாக "எழுத்தாளர்கள் சாதாரணமாக கற்பனைப் பெயர்களையே பயன்படுத்துவார்கள்" என்றார்.

அன்றைய விசாரணையை அதிகாரி முடித்துவிட்டுச் சொன்னார்: "பிபாஸ்தாஸ் பற்றி ஏதாவது ஞாபகம் வந்தால் சொல்லவும்."

பிபாஸ்தாஸ் பற்றி காவல்துறை ஏன் அவ்வளவு அக்கறை கொண்டுள்ளது என்பது பாலபத்ராவால் விளங்கிக் கொள்ள முடியவில்லை. அந்தக் கதையில் வேறு பெயர்களை அவர் உபயோகித்திருந்தார். பிபாஸ்தாஸ் என்ற யாரையாவது பற்றி அவருக்குத் தெரியுமா? என்று நேர்மையாக ஞாபகப்படுத்திப் பார்க்க முயன்றார். ஆனால் அவருக்குத் தெரிய வாய்ப்பில்லை. அதன் பிறகு சில நாட்கள் பிபாஸ்தாஸ் பற்றிக் கவலைப்பட்டுக் கொண்டிருந்தார்.

அதுவரை பிரச்னைகள் பற்றி காவல்துறையினரிடமோ வேறு யாரிடமோ அவர் கலந்தாலோசிக்கவில்லை. சுரசென்னுடன் இதுபற்றி விவாதிக்க எண்ணியிருந்தார். ஆனால் தொலைபேசியில் அவரின் அலுவலகத்தில் விசாரித்தபோது அவர் ரூர்கேலா

சென்றிருக்கிறாரா? அல்லது வேறு எங்காவது சென்றிருக்கிறாரா? என்பது அவர்களுக்குத் தெரியாது என்றும் அவர் எப்போது திரும்புவார் என்பது பற்றி அவர்களுக்குத் தெரியாது என்றும் தெரிவித்தனர்.

அடுத்த நாள் பிபாஸ்தாஸ் பற்றின ரகசியம் தீர்வுக்கு வந்தது. அன்றைய செய்தித்தாள்களில் கடத்தல் பற்றின சுருக்கமான செய்தி வந்தது. ஜனகராஜ் இன்னும் அதுவரை கண்டுபிடிக்கப்படவில்லை என்றாலும் காவல்துறை பீகாரிலிருந்து அந்த கும்பலில் சிலரை சந்தேகத்தின் பேரில் கைது செய்திருந்தனர். கும்பலில் ஒருவன் பெயர் பிபாஸ்தாஸ்.

பாலபத்ரா திடுமென பயம் கொண்டு, சிறைச்சாலையில் அவர் இருப்பதாகக் கற்பனை செய்தார். அவர் சிறைச்சாலைக்குள் சென்றதில்லை என்றாலும் சிறைச்சாலை வாழ்க்கை பற்றி ஒரு கதை எழுதியிருந்தார். குணநிதி என்ற ஜெயிலர் பற்றியும், அவரின் கையாளான பீகாரி நாயக் பற்றியும் அக்கதையிலிருந்து ஞாபகப்படுத்திப் பார்த்தார். அக்கதையில் குணநிதி ஒரு பொறுக்கி யாகவும், சிறைக் கைதிகளைச் சித்ரவதை செய்வதில் பெரிய நிபுணனாகவும் சித்தரிக்கப்பட்டிருந்தான்.

அவன் எந்த வகையான சிறை அதிகாரி என்பதை நிரூபிப்பான் என்பது குறித்த பயம் பாலபத்ராவுக்கு ஏற்பட்டது. அவரின் முன் குணநிதி நின்று சொல்வான்: “உன் கதையில் என்னைப் பற்றி எல்லாவகையான சில்லறைத்தனங்களையும் எழுதியிருந்ததாய் இல்லையா... பார்... உன் வாழ்க்கையை எப்படி நாசமாக்கப் போகிறேன்.” அதன் பின் பீகாரியை அவரை துன்புறுத்த ஏவுவான். பீகாரி பயன்படுத்திய எல்லாவிதமானச் சித்ரவதைகளை அவர் கதையில் எழுதியிருப்பதை நினைவுக்குக் கொண்டுவந்தான். அவையெல்லாம் அவர் மீது பயன்படுத்தப்படும். அது கொடுமையாக இருந்தது. சுரசென் மர்மமாக தொலைந்து போயிருப்பது, பிபாஸ்தாஸ் எனப்படும் பிபாஸின் கைது ஆகியவை பற்றிபத்திரிக்கை செய்தியும், காவல் நிலையத்திலிருந்து தன்னை ஏதும் அழைக்காததும் இப்போது வேதனைப்படுத்தின. இதைத் தவிர வேறு எதிலும் கவனம் செலுத்த இயலவில்லை. கதைக்கும் உண்மைக்குமிடையில் இருக்கும் ஒற்றுமை என்னவாக இருந்தாலும்

ஜனகராஜ் கண்டுபிடிக்கப்படுவதும் குற்றவாளிகள் கைது செய்யப் படுவதும் தான் அவர் இதிலிருந்து இவற்றைத் தவிர்க்க உதவும். உண்மைச் சம்பவம் அவரின் கதையுடன் எந்த வகையிலும் சம்பந்த மில்லாதது என்பதும், அது எதேச்சையான ஒற்றுமை கொண்டது என்பதும் அதன்பின் தான் நிரூபணம் ஆகும். தொலைபேசியை கூர்ந்து பார்த்துக் கொண்டிருந்தார்.

அவர் பொறுமை இழந்தபோது காவல் நிலையத்தில் இருந்து ஒரு தொலைபேசி அழைப்பு வந்தது. அவரின் இறுக்கத்திலிருந்து மாறுதலாக அவர் பெருமூச்சு விட்டார். காவல் நிலையத்திற்கு அடிக்கடி சென்று வந்ததால், குற்ற உலகத்தில் அதிக ஈடுபாடு ஏற்பட்டிருப்பதையும் அறிந்தார். காவல் நிலையத்தில் உட்கார்ந்து அதிகாரியைப் பார்த்துக் கொண்டிருந்தவர் காப்காவின் உலகம் பற்றியும் பயம் தரும் அபத்தமானதாகவும் இருப்பது பற்றியும் நினைத்தார். கடத்தல் பற்றிக் கேட்காமல் சுரசென் பற்றி இப்போது கேட்டது அதிகாரி முழுக்க வழக்கு குறித்து குறிப்பாக இருப்பது தெரிந்தது. சுரசென்னை அவருக்கு நெடும் காலமாகத் தெரியும் என்றும் வியாபாரம் மீறி அவர்கள் இருவருக்குமிடையிலான உறவு சுமூகமானது என்றார்.

சுரசென்னின் அலுவலகத்தினர் அவர் ரூர்கேலாவிற்குச் சென்றிருப்பதாகவும், அவர் என்ன விசயமாக அங்கு சென்றார் என்பதுபற்றி தனக்குத் தெரியாது என்றும் தெரிவித்தார். அவரின் எழுத்தில் அவர் எப்போதும் தலையிட்டதில்லை. ஒரு கதை எழுதுவதற்கு முன் அவர் எப்போதும் சுரசென்னுடன் கலந்தாலோசித்ததில்லை. பொதுமக்கள் மத்தியில் நல்ல வரவேற்பைப் பெறும் கதைகளின் தன்மை பற்றிச் சில சமயங்களில் கலந்தாலோசித்திருக்கிறார்கள். ஆனால் சுரசென் கடத்தல் பற்றின கதையை எழுதுவதில் எந்த வகையிலும் சம்பந்தப்படவில்லை. அவரின் கதைகளில் அவரின் நண்பர்கள் சொன்னவற்றைப் பயன்படுத்தியிருக்கிறார். சுரசென் விவரித்த ஏதாவது சம்பவத்தை வைத்து இந்தக் குறிப்பிட்ட கதையையோ வேறு கதையையோ எழுதியதாக அவருக்கு ஞாபக மில்லை. சுரசென்னின் பதிப்பு வியாபாரத்தில் அவருக்குப் பங்கோ, விருப்பமோ எதுவுமில்லை. அவரின் பொருளாதார நிலை பற்றி அவருக்குத் தெரியாது. சுரசென் ரூர்கேலாவுக்குத் தான் சென்றிருக்கிறாரா என்பது பற்றியோ, எப்போது திரும்புவார்

என்பது பற்றியோ அவருக்கு எதுவும் தெரியாது. அவரின் ஞாபகப்படி சுரசென் நகரத்திலிருந்து இவ்வளவு நீண்ட நாட்கள் எப்போதும் வெளியில் தங்கியதில்லை.

எல்லா தகவல்களையும் அவரிடமிருந்து பெற்றபின் அதிகாரி சொன்னார்: "எங்கள் விசாரணையில் உதவுவதற்காக ரூர்கேலாவிற்குத் தாங்கள் எங்களுடன் வரவேண்டும்."

காவல் துறையின் விசாரணையில் பிரிக்கமுடியாத ஒரு பாகமாகி விட்டதையும் என்ன கர்ரணமாக இருப்பினும் அதில் ஈடுபாட்டுடன் இருக்க வேண்டியது என்பதையும் பாலபத்ரா அறிந்திருந்ததால் இது அவருக்கு ஆச்சர்யப்படுத்தவில்லை.

* * *

ஓடும் புகை வண்டியில் கான்ஸ்டபின் அருகில் அமர்ந்து கொண்டு பாலபத்ரா சுற்றிலும் பார்த்தார். அவருக்கு எதிரில் அமர்ந்திருந்த வயதான ஒருவரும் இளம் தம்பதியும் அவருக்குத் தெரிந்தவர்கள் போலத் தென்பட்டனர். அவரின் பிரச்னையை மறந்துவிட்டு அவர்களின் நடவடிக்கைகளைக் கவனித்தார். பெரியவர் பக்கமிருந்த இளைஞனுக்குப் புகைவண்டி கால அட்டவணையைக் கொடுத்து "என் கண் கண்ணாடியைக் கண்டுபிடிக்க இயலவில்லை. இந்த ரயில் எப்போது ஜங்ஷனை அடையும் என்பதைச் சொல்லமுடியுமா" என்று கேட்டார்.

இளைஞன் பக்கங்களைத் திருப்பினான். பெரியவர் அட்டவணை 10 அல்லது 11ல் விபரம் இருக்கும் என்றார். இளைஞன் சேரும் நேரத்தைச் சொன்னதும் பெரியவர் புகைவண்டி மூன்று மணி நேரம் தாமதமாகச் சென்று கொண்டிருப்பதாகச் சொன்னார். திடுமென பாலபத்ரா அந்த இளைஞனின் பெயரை ஞாபகப்படுத்தினார். அவன் மதுபன். அவன் மனைவி சுரம்மா. நீண்ட நாட்களுக்கு முன் அவர்களைப் பற்றி ஒரு கதை எழுதி இருக்கிறார்.

ரூர்கேலா காவல் நிலைய பொறுப்பதிகாரி வயதானவராகவும், சாதாரணமானவராகவும், உணர்ச்சி பூர்வமாகவும் இருந்தார். காவல் நிலையத்தில் விசாரணை அறை குறைந்த மின்விளக்கொளியில் பயம் தரும்விதமாக இருந்தது. பாலபத்ரா நாற்காலியில்

உட்கார்ந்தபோது அதிகாரி சொன்னார்: "எங்களின் விசாரணை முடிவுக்கு வந்திருப்பது உங்களுக்கு மகிழ்ச்சி தரலாம். சுரசென்னிற்கும், ஜனகராஜூக்கும் இடையிலான வியாபார உறவுபற்றி உங்களுக்குத் தெரியும். சுரசென் ஜனகராஜிற்கு பெரிய தொகை தரவேண்டியிருப்பதை நீங்கள் கண்டிப்பாக அறிந்திருப்பீர்கள். சுரசென்னைக் கைது செய்து விட்டோம். அவர் லாக்கப்பில் இருக்கிறார். நீங்கள் சுரசென்னுடன் நெருக்கமானவர் என்று நாங்கள் சந்தேகிக்கிறோம். எனவே உங்களை கைது செய்யப் போகிறோம்."

அதிகாரி அவரைப் பார்த்து நாடக பாணியில் விரலை நீட்டியபடி பெருத்த குரலில சொன்னார் "உங்களை கைது செய்கிறோம்."

இத்தனை காலம் இதை அவர் எதிர்பார்த்திருந்ததுபோல பாலபத்ராவிற்கு அது ஆச்சரியமளிக்கவில்லை. அவரைச் சுற்றி பார்த்தார். அதிகாரியின் இடது புறத்தில் லாக்கப் அறை இருந்தது. குணநிதி முழுமையான சீருடையில் லாக்கப் அறை கதவின் முன் நின்றிருந்தவரை, பாலபத்திராவை சுட்டிக்காட்டி ஆட்டர்லியாக சீருடை அணிந்திருந்த பீகாரிக்கு ஏதோசில குறிப்புகளைத் தந்தார். இரும்புக் கம்பி வழியே லாக்கப் அறைக்குள் இருக்கும் எல்லோரையும் அவரால் பார்க்க முடிந்தது. சுரசென் அவரை எரியும் கோபத்துடன் பார்த்தான். அவர் இதில் சம்பந்தப் பட்டிருப்பதை பாலபத்ரா சொல்லியிருக்கக்கூடும் என்ற வகையில். சீமா சர்மா, சொனாலிதாஸ் சுரசென்னிற்குப் பக்கத்தில் நின்றுகொண்டு விசமத்தனமாகப் புன்னகைத்தனர். இறுகின முகத்துடன் கோரத்துடன் அவர்களுக்கு அடுத்து நின்று கொண்டிருந்த பெண்மணி அவளின் குருட்டு விழிகளுடன் பாலபத்ராவை கூர்ந்து பார்த்தாள். மிட்டா அவளின் குழந்தையை கவனித்தபடி இருந்தவள் பாலபத்ராவைப் பார்க்கவில்லை. விகாசும் வினய்யும் இருவரும் ஏதோ பேச்சில் மூழ்கியிருந்தனர். ஏதோ பற்றி உரத்துச் சிரித்தனர். சரசி வெற்றிலை பானை மெல்லு வதில் கவனமாக இருந்தவள் அவர்களின் பார்வைகளைச் சந்தித்த போது பானை வெளியே துப்பினாள். நொண்டி மந்திரி அவரின் ஊன்றுகோலால் அவரைச் சுட்டிக் காட்டினார். அவரின் அடியாள் மீசையை முறுக்கிக் கொண்டான். மதுபானின்

தோளில் தலையைச் சாய்த்தபடி பெஞ்சில் சுரம்மா தூக்கத்தில் ஆழ்ந்திருப்பது போல் பட்டது.

பிபாஷ்தாஸ் மற்றும் கிருத்திமுகாவின் கதாபாத்திரங்கள் வரிசைகளில் அவர்களுக்குப் பின்னால் நின்று கொண்டிருந்தனர். லாக்கப் அறை நிரம்பி வழிந்தது. பாலபத்திரா களைப்புடனும், துவண்டபடியும் அவர்கள் எல்லோரிடமிருந்தும் அவரது முகத்தைத் திருப்பிக் கொண்டார்.

5
முன்னோடி

உமாசங்கருக்கு எழுத்தாளர் என்ற வகையில் யாரும் தனக்கு முக்கியத்துவம் கொடுத்ததில்லை என்பதை நினைத்துப் பார்த்தார். அந்த மாநிலத்தின் மிக உயரிய விருதைப் பெற்றவர் என்றாலும் அதிகம் பிரபலமானவரல்ல. அவருக்கு அளிக்கப்பட்ட பாராட்டில், அந்தப் பரிசைப் பெரிய தொழிலதிபர் ஒருவர் தந்தார் என்பதே உமா சங்கரைவிட முக்கியமாக இருந்தது. அவரது மகளின் கல்யாணத்திற்கு அந்தப் பரிசுப் பணம் சில நாட்களில் செலவழிந்துவிட்டது. சொற்ப நேரக் கைத் தட்டலும் பாராட்டும் பிறகு பொறமை, சகிப்புத் தன்மையின்மை ஆகியவற்றால் நிரப்பப்பட்டு கூர்மையான கத்திமுனை விமர்சனங்களும், தகுதி யில்லாதவர்களின் குறிப்புகளாலுமாகிவிட்டது.

பரிசுபெற்ற நாவல் மூலமாக இருந்தாலும் அவரின் புதிய பொறுப்புணர்வுக்கு இலக்கியம் என்பது காரணம் அல்ல. அவர் அந்தப் புத்தகத்தை எழுதும்போது தொலைக்காட்சி அவ்வளவாகப் பரவவில்லை. தொலைக்காட்சித் தொடர்களுக்காக மீடியா பரவல் மற்றும் இருபத்து நாலு மணி நேர தொலைக்காட்சி வரிசைகளுக்காக இலக்கியத்திற்கு 'டிமாண்ட்' இருந்தது. தொலைக் காட்சியினருக்கு இந்த வகை விஷயங்களை விற்பது கொஞ்சம் சுலபம் என்பதால் பரிசு பெற்ற நாவல்களின் மதிப்பு திடுமென ராக்கெட் வேகத்தில் உயர்ந்தது.

ஒரு நாள் எதிர்பாராதவிதமாக மும்பையிலிருந்து ஒரு தொலைபேசி அழைப்பு, அவரின் புத்தகமொன்றைப் படமாக்குவது பற்றி உமாசங்கருக்கு வந்தது. அந்த அழைப்பு பிரபலமாக உள்ள ஒரு தயாரிப்பாளரிடமிருந்து வந்தது. அவர் அவரின் படங்களைவிட பாலியல் வாழ்க்கைக்காக அதிகம் அறியப்பட்டவர். அவரின் கதையொன்றைப்படமாக்கும் திட்டம் பற்றி அவர் கோரப் படுவது உமாசங்கருக்கு இது முதல் தடவை அல்ல. உள்ளூர் திரைப்படத் துறையினர் அவரிடமிருந்து கையெழுத்துடன்

அனுமதி கடிதத்தைப் பல தரம் பெற்றிருக்கிறார்கள். அவரின் நாவல்களைத் திரை வடிவத்தில்கொண்டு வர பல ஆர்வமுள்ள தயாரிப்பாளர்களும் இயக்குனர்களும் நீண்ட கலந்துரையாடலை நடத்தியிருக்கிறார்கள். அனுமதிக் கையெழுத்துக்கள் மற்றும் நீண்ட கலந்துரையாடல்களை மீறி உமாசங்கர் இத்தனையாண்டுகளில் வெளிச்சம் பெறவில்லை. வெள்ளித் திரைக்கு மாற்றக்கூடிய அளவில் உண்மையில் அவரது கதைகள் பொருந்துபவை அல்ல. எனவே உமாசங்கர் இந்த வியாபாரத்தில் ஈடுபடுவதில்லையென்றும் நேரத்தை வீணாக்குவதில்லையென்றும் முடிவு செய்திருந்தார். மும்பையிலிருந்து அவருக்கு வந்த தொலைபேசி அழைப்பு தேசிய அளவில் பெயர் பெற்ற ஒரு முக்கியமான திரைப்படத் துறையினருடையதாக இருந்தது மற்றும் அவருடைய பேச்சு மிக உற்சாகம் ஊட்டுவதாக இருந்தது. அவரின் பரிசு பெற்ற நாவலை முழுவதும் இரண்டு முறை படித்ததாகவும், அந்தக் கதையால் அவர் முழுமையாகக் கவரப்பட்டிருப்பதால் அதைப் படமெடுக்க முடிவு செய்திருப்பதாகவும் சொன்னார். விரிவாக கலந்தாலோசிக்க விரும்புவதாகவும், மும்பைக்கான விமான பயணச் சீட்டுக்களை அனுப்புவதாகவும, ஐந்து நட்சத்திர விடுதியில் தங்க ஏற்பாடு செய்வதாகவும் சொன்னார். திரைப்படத் தயாரிப்பாளர்களுடனான அவரின் முந்தைய விரும்பத்தகாத அனுபவங்களை மீறி உமாசங்கர் ஒத்துக் கொள்ள முடியும். ஆனால் அது ஒரு அரிய வாய்ப்பு என்பதால் அதைத் தவறவிட்டுவிட அவர் விரும்பவில்லை. யோசித்து அவருக்குத் தகவல் தருவதாகச் சொன்னார். அடுத்த நாள் அதே நேரத்தில் தயாரிப்பாளர் அவருக்குத் தொலைபேசியில் அழைப்பதாகச் சொன்னார். மும்பையிலிருந்து அடுத்த நாள் உமாசங்கருக்கு இரண்டாவது தொலைபேசி அழைப்பு அதே அளவு பிரபலமான திரைப்படத் தயாரிப்பாளரிடமிருந்து வந்தது. அவர் பத்திரிக்கைகள் சொல்வது போல மோசமான ஊழல் நடவடிக்கைகளில் ஈடுபட்டவர். அந்தத் திரைப்படத் தயாரிப்பாளர் உமாசங்கரின் நாவலை மூன்று முறை படித்துவிட்டதாகவும், அவரை மும்பைக்குக் கூப்பிடுவதற்கு பதிலாக அவர், “அந்தப் புத்தகத்தை முடித்த நாளே உங்களைப் பார்க்க வர டிக்கட்டுகள் வாங்கிவிட்டேன். உங்கள் நகரத்திற்கு திங்களன்று வருகிறேன். அந்த நாளில் எனக்கென்று கொஞ்ச நேரம் ஒதுக்குங்கள்” என்றார்.

உமாசங்கருக்கு ஒத்துக் கொள்வதைத் தவிர வேறு வழியில்லை. டிமாண்ட் இருப்பது எப்படியாயினும் அவருக்கு மகிழ்ச்சி தந்தது.

தயாரிப்பாளர் விடுதிக்கு வந்த உடன் திங்களன்று அவருக்குத் தொலைபேசி செய்தார். அன்று மாலை சந்திப்பதாகக் குறிக்கப் பட்டது. குறிப்பிட்ட நேரத்தில் கார் அவரை அழைத்துச் செல்ல வந்தது. உமாசங்கர் தான் கற்பனை செய்தபடி தயாரிப்பாளர் இருப்பதை விடுதியின் 'சூட்டை' அடைந்தபோது தெரிந்து கொண்டார். வெள்ளை உடைகளும், வெள்ளைக் காலணியும் அணிந்திருந்த தேர்ந்த அந்த மனிதர் சம்பிரதாயமில்லாமல் அவரை வரவேற்று அவருக்குச் சௌகரியமான வகையில் அவரது அறையில் அமரச் செய்தார். "முதலில் என்ன சாப்பிட விரும்புகிறீர்கள்? என்பதைச் சொல்லவும், பிறகு பேசலாம்" என்றார்.

தயாரிப்பாளர் அறை சேவைபிரிவில் சோடா, ஐஸ் ஆர்டர் செய்துவிட்டு உமாசங்கருக்கு முன் அமர்ந்து, "இதற்கு முன் இந்த நகரத்திற்கு வந்ததில்லை. நீங்கள் இங்கிருப்பது தெரியாது. இங்கு டூரிஸ்ட்கள் செல்லப் பல இடங்கள் இருப்பதாகக் கேள்விப்பட்டேன். அதைவிட பூரி சென்று பகவான் ஜெகந்நாத்தை தரிசிக்க ஆசை. நாளை விமானத்தைப் பிடிப்பதற்கு முன்பாக நீங்கள் என்னுடன் கொஞ்ச நேரம் ஒதுக்கினால் எல்லா இடங்களையும் ஒரு சுற்று பார்க்கமுடியும்" என்றார். பிறகு உமாசங்கரைப் பார்த்துச் சொன்னார். "அதுவும் நீங்கள் விரும்பினாலும், நேரமிருந்தாலும் மட்டுமே."

அடுத்த நாள் அவருடன் இருப்பதாக உமாசங்கர் உறுதியளித்தார். அவர்கள் போகும் வெவ்வேறு இடங்கள் பற்றி ஆலோசித்தார்கள். சோடாவும், ஐசும்வந்தன. தயாரிப்பாளர் அவரது சூட்கேஸிலிருந்து விலையுயர்ந்த ஸ்காட் விஸ்கி பாட்டி லொன்றை எடுத்தார். ஒரு டம்ளரில் தயார் செய்து உமாசங்கருக்கு தந்தார். அவருக்கானதை அவர் எடுத்து சியர்ஸ் என்றார்.

டம்ளரிலிருந்து ஒரு மிடறு எடுத்தபின் ஊமாசங்கர் வெளியே பார்த்தார். கடந்த சில நாட்களாக சீதோஷ்ண நிலைமிக மோசமாக இருந்தது. அதிகபட்ச சூடு காரணமாக வீட்டினுள் எந்த வேலையும்

செய்ய முடியவில்லை. குளுமை செய்யப்பட்ட அந்த அறை வெளி சூட்டிலிருந்து அவர்களைக் காத்தது. மதுபானம் மிதமாகவும் எதிரிலிருப்பவர் மிக அன்பானவராகவும் இருந்தார். உமாசங்கரின் தினசரி வாழ்க்கையிலிருந்து வேறுபட்டிருந்ததுஇது.

பிறகு தயாரிப்பாளர் வியாபாரத்திற்கு வந்தார். உமாசங்கரின் நாவலை மையமாகக் கொண்டு ஐம்பத்திரண்டு பாகங்கள் கொண்ட தொடர் ஒன்றைத் தயாரிக்க விரும்பினார். நாவல் சுதந்திரப் போராட்ட காலத்தைப் பின்னணியாகக் கொண்டு எழுதப் பட்டதால், இந்திய சுதந்திர ஐம்பதாவது ஆண்டையொட்டி விசேஷமானதாக இருக்கும். தயாரிப்பாளரின் பேச்சிலிருந்து, மூன்று முறை இல்லாவிட்டாலும் ஒரு முறையாவது அந்தப் புத்தகத்தை அவர் படித்திருக்கிறார் என்பதும், நாவல் என்ற முறையில் முழுமையாக அவர் தெரிந்திருந்தார்.

"இன்னொரு தயாரிப்பாளர் என்னைச் சில தினங்களுக்கு முன் இந்த நாவலுக்காகச் சந்தித்து. அதை மையமாக வைத்து இரண்டரை மணி நேரப் படமாக்க விரும்புவதாகச் சொன்னார். அரைமணி நேர கால அளவில் ஐம்பத்தி இரண்டு எபிசோடுகளாக நீட்டமுடியும் என்று நினைக்கிறீர்களா?" என்றார்.

டம்ளரை மறுபடியும் நிரப்பிய பின் தயாரிப்பாளர் பேசிய போது முற்றிலும் வேறான மனிதராகக் காணப்பட்டார். "நாட்டுப் பிரிவினையின்போது லாகூரிலிருந்தோம். அங்கு என் அப்பா சின்ன வேலையில் இருந்தார். ஆனால் அவர் அடிப்படையில் இலக்கிய ஆர்வம் கொண்டவர். ஓய்வு நேரத்தைப் பெரும்பாலும் படிப்பதிலும் எழுதுவதிலும் செல விடுவார். எழுத்தாளராக அவர் சோபிக்க முடியவில்லை. பிரிவினைக்குப் பிறகு இந்தியாவில் புது இடத்தில் குடிபெயர வேண்டியிருந்ததாலும், இரண்டு பக்கமும் குடும்பங்களைக் கவனிக்க வேண்டியிருந்ததாலும் அவர் விரும்பிய மாதிரி நிறைய நேரத்தை எழுத்திற்கு பயன்படுத்த முடியவில்லை. ஆனால் அவரின் முழு வாழ்க்கையும் இலக்கியத்திற்கு அர்ப்பணிக்கப்பட்டதாகும். எனவே நான் எப்போதும் எழுத்தாளர்கள் மீது மரியாதையும், அன்பு சார்ந்தும் இருப்பேன்."

கொஞ்ச நேரத்திற்கு மௌனம் நிலவியது. உமாசங்கர் அவரின் தந்தை பற்றி மேலும் கேட்டபோது, தயாரிப்பாளர் சொன்னார்: "என்னைப்பற்றி பெரிதாய் நான் பேசிக் கொள்வதற்கு மன்னிக்கவும் திரைப்படம் பற்றியும் பேசமுடியவில்லை." உறை ஒன்றை பிரிப்கேஷிலிருந்து எடுத்து உமாசங்கரிடம் கொடுத்தவர் சொன்னார்: "ஒப்பந்தம் உள்ளேயிருக்கிறது. ஒரு பார்வை பாருங்கள். நிபந்தனைகளுக்குச் சம்மதம் என்றால் நாளை நாம் கையெழுத்திடுவோம். ஆனால் அட்வான்ஸ் தொகையை இப்போதே நான் தருகிறேன்."

உமாசங்கருக்குக் கொடுக்கப்பட்ட காசோலை ரூபாய் ஐம்பதாயிரத்துக்கானது. பரிசுத் தொகையைத் தவிர உமாசங்கர் இவ்வளவு பணத்தை எப்போதும் பெற்றதில்லை. காசோலையைப் பார்த்து மகிழ்ச்சிப் பெருக்கில் இருந்தவரிடம் தயாரிப்பாளர், "இது அட்வான்ஸ் தொகை, புத்தகத்திற்காக தரவேண்டிய பணம், ஸ்கிரிப்ட் ரைட்டிங்கில் ஒத்துழைத்தால் தரும் பணம் இவற்றின் மொத்த தொகை பற்றி ஒப்பந்தத்தில் எழுதப்பட்டிருக்கிறது. நீங்கள் ஒப்பந்தத்தைப் படித்த பிறகு நாளை காலை இதைப்பற்றி நாம் பேசலாம்."

கொஞ்ச நேரப் பேச்சிற்குப் பின் உமாசங்கர் கிளம்ப எழுந்தபோது தயாரிப்பாளர் கதவு வரைக்கும் வந்து வழியனுப்பினார். அவர் எதையோ ஞாபகப்படுத்திச் சொன்னார். "உங்களுக்கு கேஷ் வேண்டுமா? இலலை செக் வேண்டுமா? என்று கேட்க மறந்துவிட்டேன். கேஷ் வாங்கிக் கொள்ள ஆலோசனை சொல்வேன்" சொல்லிக் கொண்டிருக்கும் போது பணக்கட்டொன்றை எடுத்து உமாசங்கரிடம் கொடுத்தார்.

உமாசங்கர் காசோலையைத் திருப்பித் தந்து, ரசீதில் கையெழுத்திட வேண்டுமா எனக் கேட்டார். தயாரிப்பாளர் "அதற்கு அவசியம் இல்லை. எழுத்தாளர்களுடன் எனக்கு எப்போதும் பிரச்னை இருந்ததில்லை" என்றார்.

இரவு உணவிற்குப் பிறகு உமாசங்கர் ஒப்பந்தத்தை வெகு கவனமாகப் படித்தார். பத்திரம் சட்டரீதியான விஷயங்களாய் இருந்ததால் அவர் புரிந்துகொள்ள இயலவில்லை என்றாலும், ஒப்பந்தத்தில் குறிப்பிடப்பட்ட தொகை அவரின் கற்பனைக்கு

மேலாக இருந்தது. அன்றிரவு முழுமையான ஓய்வு தூக்கத்தைத் தந்தது.

அடுத்த நாள்காலையில் அந்த ஒப்பந்தத்தை மீண்டும் கவனமாகப் படித்தபோது, உமாசங்கருக்கு இந்த ஒப்பந்தத்தில் கையெழுத்திடுவதற்கு முன்பு இன்னொரு தயாரிப்பாளரிடம் பேசிவிட வேண்டும் என்று ஒரு கணம் தோன்றியது. ஒப்பந்தத்தில் குறிப்பிட்ட பெரிய தொகையைப் பார்த்த பின்பு அவரின் பழைய நாவலின்மீது நம்பிக்கையைப் புதுப்பித்துக் கொண்டார். அந்த புத்தகத்தால் இன்னும் பணம் கிடைக்கும் என்ற எண்ணத்தில் பேராசை அவரை மூழ்கடித்தது. ஆனால் இன்னொரு தயாரிப்பாளர் மறுபடியும் அவர் உறுதியளித்தபடி அழைக்க அக்கறை எடுத்துக் கொள்ளவில்லை. இந்த மனிதரிடமிருந்து முன்பணம் பெற்றாயிற்று. ஆனால் முன்பணத்தை திருப்பித் தந்து விடமுடியும். கையிலிருப்பதை இழப்பது முட்டாள்தனமாகும் இந்த நினைப்புடன் அடுத்த நாள் விடுதியில் அந்தத் தயாரிப்பாளரைச் சந்தித்தார்.

தயாரிப்பாளர் "கொஞ்ச நேரத்திற்கு தொலைக்காட்சி தொடர் பற்றி விரிவாகப் பேசலாம். அதன் பின் ஹோட்டலை நான் காலி செய்வேன். உங்கள் சிட்டியைப் பார்த்தபின் நாம் பூரிக்குப் போகலாம். பூரியிலிருந்து திரும்பும்போது நேரடியாக விமான நிலையத்திற்குச் செல்வேன். உங்களின் பொன்னான நேரத்தை எடுத்துக் கொண்டதற்கு என்னை மன்னிக்கவும்" என்றார்.

தயாரிப்பாளர் விடுதியைக் காலி செய்தார். உமாசங்கர் அவருக்குக் கோவில்களையும், புவனேஸ்வரின் குகைகளையும் காட்டினார். அவருக்கு அவரை ரொம்பவும் பிடித்திருக்கவில்லை. ஆனால் பூரி கோவிலில் நுழைந்ததும் அவரின் மனநிலை வெகுவாக மாறிவிட்டது. ஜெயவிஜயா கதவருகில் கண்களை குறுக்குமாக மாற்றியும், கண்களை மூடியும் ரொம்ப நேரம் இருந்தார். வெளியேறுவதற்கு முன் கோவிலுக்குப் பெரும் தொகையொன்றைத் தந்தார். அவருக்கு உதவிய பிராமணருக்கு நல்ல 'டிப்ஸ்' கொடுத்தார். வெளியே வந்து காரில் உட்கார்ந்தபோது "இங்கு வந்ததில் எனக்கு மிகவும் அமைதி கிடைத்தது. கடவுள்

ஜெகந்நாத்திற்கு நமது தொலைக்காட்சித் தொடர் இதன் மூலம் சமர்ப்பிக்கப்படுகிறது. இனி அவரின் விருப்பம்.”

திரும்புகையில் திட்டம் பற்றிப் பேசாமல், அவரைப் பற்றி நிறைய பேசினார். உமாசங்கர் அவருடன் மிகுந்த அன்பை சீக்கிரம் வளர்த்துக் கொண்டார். குறிப்பாகக் கோவிலுக்குள் அவரின் நடத்தையைக் கண்டு பேசி மகிழ்ந்தனர் இருவரும். விமானநிலையத்தில் அவரை உமாசங்கர் இறக்கி விட்டார். வீட்டிற்குத் திரும்பும்போது குறுகிய காலத்தில் நாவலின் உரிமையைக் கொடுத்துவிட்ட தீர்மானம் குறித்து திடுமென சந்தேகங்கள் வந்தன. ஆனால் தயாரிப்பாளர் தந்த ஐம்பதாயிரம் ரூபாய் கப்போர்டில் பத்திரமாக இருந்தது. அதற்கு அவர் ரசீது கூடத் தரவில்லை. மும்பையின் இன்னொரு தயாரிப்பாளர் அவருக்குத் தொலைபேசி செய்ய அக்கறை எடுத்துக் கொள்ள வில்லை. சரியான முடிவு எடுத்திருப்பதாக தனக்குள் உறுதிப்படுத்திக் கொண்டார்.

சில நாட்களில் தயாரிப்பாளரிடமிருந்து வந்த கடிதத்தில் உமா சங்கரை சந்தித்ததில் மகிழ்ச்சி என்றும், ஒரிசாவால் வெகுவாகக் கவரப்பட்டதாகவும் எழுதி இருந்தார். பூரி கோவிலுக்கு மறுபடியும் வர ஆர்வமாக இருந்தார். அவரின் திட்டத்தைத் தொலைக்காட்சி நிர்வாகத்தாருக்கு அனுப்பி இருப்பதாகவும், முன்னேற்றம் பற்றி உமாசங்கருக்கு தெரிவிப்பதாகவும், திட்ட வேலைகளை அங்கீகாரம் கிடைத்தவுடன் தொடங்க இருப்பதாகவும் சொன்னார்.

உமாசங்கருக்கு அதன்பின் மிகவிரைவில் ஒருபார்சல் வந்தது. அதில் நிறையப் புத்தகங்கள் இருந்தன. தொலைக்காட்சிக்கு தொடர்கள் எப்படி எழுதுவது? என்பது பற்றிச் சில புத்தகங்கள் இருந்தன. வெற்றி பெற்ற தொலைக்காட்சித் தொடரின் அச்சான ஸ்கிரிப்ட் புத்தகங்களாய் சில இருந்தன. உமாசங்கர் அவரின் நேரத்தை முழுமையாக அந்தப் புத்தகங்களைப் படிப்பதில் செலவிட்டார். கதைகள் மற்றும் நாவல் எழுதும் நுட்பத்திலிருந்து தொலைக்காட்சித் தொடர்கள் எழுதும் நுட்பம் முற்றிலும் மாறுபட்டது. பார்வையாளனின் கவனத்தைக் கவரும் வகையில் தொடருக்கு எழுதுவதற்கு மிகத் திறமை தேவை. ஒவ்வொரு

அரைமணி நேர உப கதையிலும் முரண்பாடுகளும், முடிவுகளும் இணைந்திருக்க வேண்டும். வெற்றி பெற்ற தொடர்களின் புத்தகங்கள் இந்த விதிகளை முற்றிலும் பின்பற்றியுள்ளன. புத்தகங்களைப் படித்த பிறகு உமாசங்கர் ஸ்கிரிப்ட் எழுதுவது அவருக்கு சிரமமானது என்பதை உணர்ந்தார். தயாரிப்பாளருக்கு இந்தவகை வேலைக்கு நேரம் ஒதுக்க இயலாமல் இருப்பதால், வேறு யாருக்காவது இந்த வேலையை ஒதுக்கலாம் என்று தகவல் தந்தார்.

இரண்டு தினங்களுக்குப் பிறகு தயாரிப்பாளரிடமிருந்து ஒரு தந்தி வந்தது. "உங்கள் கடிதத்திற்கு நன்றி. உங்களின் சிறந்த நாவலுக்கு ஒரு சிறந்த ஸ்கிரிப்ட் எழுத்தாளரை நியமிப்பேன். ஆனால் இந்த வேலைக்கு உங்களின் ஒத்துழைப்பு அவசியம். உங்களின் பேக்ஸ் எண், ஈ.மெயில் முகவரியை தெரிவியுங்கள்."

உமாசங்கரிடம் இந்த நவீன வசதிகள் இல்லை. அவரிடம் தட்டச்சு இயந்திரம் கூட இல்லை. ஸ்கிரிப்ட் எழுதுவதில் எல்லாவகை முடிந்த உதவிகளும் செய்வதாக திரும்ப பதில் எழுதினார்.

அதன்பின் எல்லாம் துரித கதியிலாயின. ஒரு நாள் இரவு பத்து மணிக்குத் தயாரிப்பாளர் உமாசங்கருக்கு தொலைபேசியில் அழைத்து தொலைக்காட்சி நிர்வாகத்தினர் நாவலை தொலைக்காட்சித் தொடராக்குவதற்கு ஒத்துக் கொண்டதற்கு வாழ்த்துக்களைத் தெரிவித்தார். தொலைக்காட்சி நிர்வாகத்தின் அங்கீகாரத்திற்குப் பின் ஒப்பந்தத்தின்படி அவருக்கு இன்னும் பணம் கிடைக்கும் என்பதால் உமாசங்கர் மகிழ்ச்சியடைந்தார். தொலைக்காட்சியில் தொடர் ஒளிபரப்பாகும்போது ஒவ்வொருவாரமும் அவருக்குப் பணம் வரும்.

நள்ளிரவில் தபால்காரன் ஒரு தந்தியைக் கொண்டு வந்து கொடுத்தான். தயக்கத்துடன் அதை திறந்த உமாசங்கர் ஏதாவது கெட்ட செய்தி இருக்கும் என்று பயப்பட்டார். அது தயாரிப்பாளரிடம் இருந்து வந்திருந்தது. அத்திட்டத்தை தொலைக்காட்சி நிர்வாகத்தினர் ஒத்துக் கொண்டார்கள். ஆனால் "உத்தராயன்" என்ற தலைப்பில் வேறொரு தொடர் முன்பு தயாரிக்கப்பட்டதால் அந்தத் தலைப்பு ஏற்றுக் கொள்ளக்

கூடியதல்ல. தொடருக்கு இன்னுமொரு தலைப்பு தர தயாரிப்பாளர் கேட்டார். "துட்சிநாயன்" என்ற தலைப்பு அதற்கு மாற்றாக சரியாக இருக்குமா? என்று ஆச்சரியப்பட்டார்.

நாவலின் தலைப்பை பலவிதமான எண்ணங்களுக்கும், ஆலோசனைகளுக்குப் பின் உமாசங்கர் முடிவு செய்திருந்தார். வடக்கு நோக்கி டிசம்பர் முதல் ஜூன் வரை சூரியன் மெதுவாக நகர்வதை மட்டும் "உத்ராயன்" குறிப்பதல்ல; அதற்கு முக்கியமான அர்த்ததங்கள் உண்டு. இந்திய சுதந்திரப் போராட்டத்தோடு பிணைக்கப்பட்ட ரஜினிகாந்தின் தனிப்பட்ட வாழ்க்கையை அந்த நாவல் விவரித்திருந்தது. சுதந்திரம் அடையும் வரையான இருபது வயது கல்லூரி மாணவனின் பதினைந்து வருட காலப்பயணம் அதில். கோடை நீட்சியின் வடக்குப் பகுதி என்பது பயணத்தின் திசையைச் சுட்டிக் காட்டுவது மட்டுமல்ல காதல், உணர்வுகள், வாழ்க்கைப் போராட்டத்தின் பயணத்தைக் காட்டுவதாகும். வடக்கு என்பது இறுதியானதாக, சிறந்ததாக, உயர்ந்ததாகவும் ஆகும்.

இதுவரையான காலங்களில் புதுப் பெயரைத் தேர்வு செய்வது என்பது உமாசங்கருக்குப் பெரிய சவாலாக இருந்திருக்கிறது. அவரால் இன்னொரு பொருத்தமான தலைப்பை யோசிக்க முடியவில்லை. தயாரிப்பாளரின் மும்பை அலுவலகத்திலிருந்து அடுத்த நாள் தொலைபேசி அழைப்பு வந்தது. தொலைக் காட்சி நிர்வாகத்திற்குப் புதிய தலைப்பை உடனே அனுப்ப வேண்டியிருப்பதாகத் தெரிவித்தார்கள். உமாசங்கர் இன்னும் தீர்மானிக்கவில்லையென்றால் "துட்சிநாயன்" தலைப்பை தருவதாகச் சொன்னார்கள். உமாசங்கர் மாட்டிக் கொண்டதாக உணர்ந்து புது தலைப்பிற்குச் சம்மதம் தந்தார்.

தொடரின் தயாரிப்பு வேலைகள் வெகு துரிதமாக அதன் பின் நடந்தன. தயாரிப்பாளர் திரும்பத்திரும்ப உமாசங்கருக்கு தொலைபேசி செய்தார். உமாசங்கரின் மேற்பார்வையில் ஸ்கிரிப்ட் எழுதுவது துரிதமாக நடைபெற புவனேசுவரில் ஒரு அலுவலகம் திறக்கவிருப்பதாகத் தெரிவித்தார். அலுவலகம் திறப்பதில் இன்னொரு நோக்கம் இருப்பதாகச் சொன்னார். அவ்வப்போது அங்கு வரவும், பூரி கடவுள் ஜெகநாத்தை தரிசிக்கவும் அது உதவும்

என்றார். இந்தியில் தொடர் தயாரிக்கப்பட்டாலும் ஒரிசாவை மையமாக வைத்த கதை என்பதால் ஒரிசாவில் நிறைய படப்பிடிப்பு எடுக்க வேண்டியிருக்கும். தலைப்பு மாற்றப்பட்டாலும் அவரின் நாவலைப் படமாக்குவதை மேற்பார்வையிட முடியும் என்பதை உமாசங்கர் உறுதிப்படுத்திக் கொண்டார்.

வெகு விரைவில் தயாரிப்பாளரின் ஆள் வந்து ஒரு வீட்டை வாடகைக்கு எடுத்துக் கொண்டார். நாற்காலிகள், மேசைகள், அலுவலகக் கருவிகள், கணினிகள், தொலைபேசி என வீடு நிரப்பப்பட்டது. "பெரிய நட்சத்திரங்களை வைத்து மெகா படம் எடுப்பதற்கு நீண்ட காலமாகத் திட்டமிட்டிருந்தேன். அது இப்போது நிறைவேறுகிறது. புதுத் திரைப்படம் எனது எல்லா நேரத்தையும் எடுத்துக் கொள்ளும். எனவே தொலைக்காட்சித் தொடர் தயாரிப்பு வேலையை என் மகனிடம் விடுகிறேன். அவன் உங்களை விரைவில் வந்து சந்திப்பான். இது அவனின் முதல் அசைன்மெண்ட். அவனுக்கு உதவவும். எல்லா வகைகளிலும் அறிவுரைகள் சொல்லவும் உங்களை வேண்டுகிறேன். உங்களுடனான நட்பு எப்போதும் பாதிக்காது. கடவுள் ஜகந்நாத் என் கடவுள்; என் குரு எப்படியாயினும் ஒரிசாவிற்கு நான் பயணங்கள் மேற்கொள்ள வேண்டியிருக்கிறது. கடவுள் ஜகந்நாத்தின் அருளால் தொலைக்காட்சி தொடரும், திரைப்படமும் நல்லபடியாக முன்னேறும்."

தயாரிப்பாளரின் மகன் அவரின் அப்பாவிடமிருந்து ஒரு கடிதத்துடனும், ஒரு ஸ்காட்ச் பாட்டில் பரிசுடனும் சில தினங்களில் உமாசங்கரின் வீட்டிற்கு வந்தான். அவனை அறிமுகப்படுத்திக் கொண்டு சொன்னான். "எனது பெயர் அரூப் குமார். ஆனால் எல்லோரும் என்னை ஏ.கே. என்று கூபபிடுவார்கள். நீங்களும் அந்தப் பெயரிலேயே கூப்பிடலாம்."

ஏ.கே. மிகவும் அழகானவன். படிப்பை முடித்தபின் ஒருவருடம் முன்பு ஹார்வார்டிலிருந்து திரும்பியவன். நளினமாகப் பழகக் கூடியவனாக இருந்தான். அவனுடன் சௌகரியமாகவும் இயல்பாகவும் அவன் அப்பாவுடன் பழகியதைப் போல இருக்க முடியவில்லை. அன்று மாலை ஸ்கிரிப்ட் விஷயமாக அலுவலகத்தில் கலந்தாலோசிக்கலாம் என்று முடிவானது.

உமாசங்கர் அந்த அலுவலகத்திற்கு முன்பு சென்றிருக்கிறார் ஆனால் இப்போது உள் அலங்காரத்தால் அது மிகவும் அழகாக இருந்தது. ஏ.கே. ஒவ்வொருவருக்கும் அவரை அறிமுகம் செய்து வைத்தார். ஸ்கிரிப்ட் தட்டச்சு செய்ய, கம்ப்யூட்டரிலிருந்து பிரிண்ட் அவுட் எடுக்கவும், அலுவலகப் பராமரிப்பிற்கும் சில ஆட்கள் வேலைக்கு இருந்தார்கள். ஏ.கே.க்கு பக்கத்தில் அமர்ந்திருந்த திரைப்பட நடிகை போன்ற பெண் ரோசி, அவனின் செயலாளர், சாதாரணமாய் உடுத்திக் கொண்டு தாடி வைத்த இளைஞன் உட் ப்ரான்ட், ஸ்கிரிப்ட் ரைட்டர், ஏ.கே. சொன்னான்: "உட்ப்ரான்டின் தோற்றத்தில் ஏமாறாதீர்கள். மும்பையில் சிறந்த ஸ்கிரிப்ட் ரைட்டர். சென்றாண்டின் மிக பெரிய வெற்றி பெற்ற இரண்டு படங்களின் ஸ்கிரிப்ட்டுகளை, வேறு யாரோ பெயரில் அவை வெளி வந்தாலும், அவற்றை எழுதியவன். எனது வழிகாட்டுதலில் தட்சிநாயன் ஸ்கிரிப்ட்டை எழுதுவான். பத்து பிற தயாரிப்பாளர்கள் அவனை எடுத்துக் கொள்ள விரும்பினர். கடத்தாத குறையாக அவனை இங்கே கூட்டி வந்திருக்கிறேன்."

ஏ.கே. உமாசங்கரின் நாவலை படிக்கவில்லையென்றாலும் கதைச் சுருக்கத்தைப் படித்துவிட்டு அக்கதை பற்றிய எண்ணத்தைக் கொண்டிருந்தான்.

"இது பவர்புல்லான கதை. இதிலிருந்து முதல் தரமான தொலைக்காட்சித் தொடரை எடுப்பேன்" உமாசங்கர் மிகுந்த மகிழ்ச்சியடைந்தாலும் உட்ப்ரான்டை பார்த்த போது அது உறுதியாகவில்லை.

ஏ.கே. அவரின் சந்தேகத்தைக் குறிப்பால் அறிந்து கொண்டவர் சொன்னார். "பதினைந்து நிமிடங்களுக்கு அவரிடம் நீங்கள் பேசினால் அவரின் சத்தியை சீக்கிரம் தெரிந்து கொள்வீர்கள் நமது தொடர் நிச்சயம் வெற்றி பெறும்"

அதன் பின் தொடரின் தலைப்பையும், அதன் கதாபாத்திரங் களைப் பற்றியும் அவர்கள் கலந்தாலோசித்தார்கள். ஏ.கே. சொன்னார்: "தட்சிநாயன் என்ற தலைப்பு கனமாகத் தோன்றுகிறது. மோனியர் - வில்லியம் ஸின்டிக்ஷனரியைப் பார்த்தேன். அயன் என்பது தலைப்பிற்கு அவ்வளவு மோசமாக இருக்காது என எண்ணுகிறேன். முக்கியக் கதாபாத்திரத்தின் பெயரை நிச்சய

மாக மாற்ற வேண்டும். பார்வையாளர்கள் ரஜினிகாந்த் என்ற பெயரைக் குறிப்பிடும்போது புகழ் பெற்ற தென்னிந்திய நடிகரை நினைப்பார்கள்."

உமாசங்கர் "வாசகர்கள் இந்தப் பெயருடன் வெகுபரிச்சயம் கொண்டவர்கள்" என்றார்.

ஏ.கே. சொன்னார் "புத்தகத்தின் வாசகர்கள் தொலைக் காட்சியின் ரசிகர்களிடமிருந்து வேறுபட்டவர்கள். இத் தொடரைப் பார்க்கப்போகும் வெகு சிலரே அந்தப் புத்தகத்தைப் படித்திருப்பார்கள். பார்வையாளர்கள் சுலபமாகக் கண்டு கொள்ளும் ஒரு பெயரை நாம் கண்டுபிடிக்க வேண்டும். மும்பையிலிருந்து கிளம்புவதற்கு முன் ஒரு அபிப்ராய சர்வே நிறுவனத்திடம் பல பெயர்களைத் தந்துவிட்டு வந்திருக்கிறேன். அவர்கள் சர்வே செய்து பார்வையாளர்கள் ஏற்றுக் கொள்ளும் பெயரைத் தேர்வு செய்வதை உங்களுக்குத் தெரிவிப்பேன்."

ஏ.கே. எழுந்து நின்று சொன்னார்: "ரோசியும் நானும் பூரிக்கு இன்று கிளம்புகிறோம். உட்பிரான்ட் அவரின் யோசனைகளை உங்களுடன் கலந்தாலோசிப்பார்."

ஏ.கே. சென்றபின் உட்ப்ரான்ட் உமாசங்கர் அருகில் நாற்காலியில் வந்து அமர்ந்துகொண்டார். "நீங்கள் சிறந்த நாவல் ஒன்றை எழுதியிருக்கிறீர்கள். இந்தி மூலத்தை மட்டுமே படித்தேன். அது ஆங்கிலத்தில் மொழி பெயர்க்கப்பட்டுள்ளதா?"

உமாசங்கர் இல்லையென்று சொன்னதும் உட்ப்ரான்ட் "நான் அதை மொழிபெயர்க்க விரும்புகிறேன். நீங்கள் வேறு யாருக்கும் அனுமதி தரக்கூடாது. முதல் பக்கத்தை நான் முன்பே மொழி பெயர்ப்பு செய்துவிட்டேன். அதைப் பிறகு உங்களிடம் காட்டுவேன்" என்றார்.

உமாசங்கர் "சரி நாம் அதைப் பற்றி பிறகு பேசலாம்" என்றார்.

உட்ப்ராண்ட் அவரின் பையிலிருந்து கற்றையாகத் தாள்களை எடுத்து மேஜை மீது வைத்தார். அவர் சொன்னார்: "உங்கள் நாவலையொட்டி நான் நிறைய வேலை செய்துவிட்டேன். உங்கள் நாவல் ஒரு தனி நாவல் அல்ல. இடபோது அது ஐம்பத்தி இரண்டு

உப கதைகளின் தொகுப்பாகும்."

அவர்முன் குவிக்கப்பட்ட கற்றைத் தாள்களை பார்த்தபடி உமாசங்கருக்கு அவரின் நாவல்எப்படி பல பாகங்களாகப் பிரிக்கப்பட்டது என்பதை அறிய ஆவல் ஏற்பட்டது. ஆனால் உட்ப்ராண்ட் அவரின் பையில் மறுபடியும் போட்டார் "மாலையில் ஓய்வாக இருக்கும்போது நான் இதை தங்களிடம் எல்லாவற்றையும் கலந்தாலோசிப்பேன்."

உமாசங்கர் தீவிரமாக அவரைப் பார்த்தார். அந்தப் பெயருக் கேற்றபடி அவன் இருப்பதாகத் தோன்றியது. தயாரிப்பாளர் மிகச் சிறந்த வியாபாரி என்பதை நினைத்து ஆறுதலடைந்தார். அவரைத் தேர்வு செய்ததில் தவறெதுவும் செய்திருக்கவில்லை.

உட்பிரான்ட் சொன்னார்: "நான் இங்கு வருவதற்கு முன்பே நான் ஹோட்டலில் தங்குவதில்லை என்று அவர்களிடம் சொல்லி விட்டேன். நான் தனியான ஒரு இடத்தை வாடகைக்கு எடுப்பேன். தனியறை எனக்குப்போதும், ஆனால் ஒரு டீக்கடையும், தாபாவும் அருகில் இருக்க வேண்டும். நான் காலையில் ஒரு வீடு பார்த்தேன். நான் என்ன விரும்பினேனோ அதுவாக அது இருந்தது. சரியான இடத்தில்தான் இருக்கிறது. சாப்பிடும் இடமும், அதிஷ்டகரமாக லிக்கர் ஷாப்பும் இருக்கின்றன. இன்று மாலை என்னுடன் கழிக்க முடியுமா?"

உமாசங்கர் உட்பிரான்ட் அவரின் நாவலை என்ன செய்தார் என்பதை அறிந்துகொள்ள ஆவலாக இருந்தார். எனவே அவரின் விருப்பப்படி உடனே சம்மதித்தார். "நாம் போகலாம்" என்றார்.

காரிலிருந்து இறங்கி உட்ப்ரான்ட்டின் வீட்டிற்குள் அவருடன் சென்றார் உமாசங்கர். ஒரு தனி அறை என்பதைவிட வேறெதுவும் இல்லை. மூலையில் உட்ப்ரான்ட்டின் சூட்கேஸ் திறந்தபடி கீழே கிடந்தது.மேஜையில் இரண்டு டம்ளர்களும் ஒரு தண்ணீர் ஜக்கும் தவிர வேறெதுவும் இல்லை. உமாசங்கரை இயல்பாக இருக்கச் சொல்லிவிட்டு சொன்னார். "கொஞ்ச நேரத்தில் நான் திரும்புவேன்."

வெற்றறையில் தனியாக உட்கார்ந்திருந்த உமாசங்கர் அவரின் சூழல் பற்றி நினைத்தார். ஏ.கே. திரைப்படத் தயாரிப்பில்

பங்கேற்பது அவருக்கு ஒரு புது அனுபவம். தயாரிப்பாளர், ஏ.கே., ரோசி, உட்ப்ரான்ட்- எல்லோரும் அவரின் உலகத்திலிருந்து வேறு ஒரு உலகத்தினர். அவர் இப்போது அவர்களின் வட்டத்திற்குள் இருக்கிறார். இன்று வரைக்கும், இலக்கியம், அவருக்குப் படிக்கும் மேசை, அவரின் கையெழுத்துப் பிரதிகள், புது தாளின் மணம், புதிதாய் பதிப்பான புத்தகங்களின் பிரிண்ட் இங்க் வாசனை, ரசிக்கும் வாசகர்களின் கடிதங்கள், முறிந்த நாற்காலிகளைக் கொண்ட கூட்ட அறைகளின் விமர்சகர்கள் என்றிருந்திருக்கிறது. இப்போது அவர் நுழைந்திருக்கும் உலகு ஐந்து நட்சத்திர விடுதிகள், ஸ்காட்ச் விஸ்கி, அழகான மனிதர்கள், கணினிகள், இ.மெயில் மற்றும் ஒரு நொடிக்கும் இருபத்தி நான்கு படங்கள் என்றிருக்கிறது. உமாசங்கர் இந்த அந்நியமான ஆச்சர்ய உலகத்தில் புதிதாகப் பிரவேசித்திருப்பதாக உணர்ந்தார்.

உட்ப்ராண்ட் ஒரு சுமையுடன் திரும்பி வந்தான். அதைப் பார்த்த உமாசங்கர் இந்த இன்னொரு உலகிற்குள் அவர் வரவேற்கப்படாதவர் என்றால், உட்ப்ரான்ட் அதற்குள் நுழைந்து விட்ட அபாயகரமான தீவிரவாதிதான். இருந்தாலும் உமாசங்கர் சௌகரியமாகவும் அவரின் இருப்பு ஜாக்கிரதையாகவும் இருப்ப தாக உணர்ந்தார்.

உட்ப்ரான்ட் பொட்டலங்களை எடுத்து மேஜையில் ஒழுங்காக்கினான். இரண்டு பேப்பர் தட்டுகளில் சாப்பிடுபவற்றை வைத்து விட்டு ரம் பாட்டிலிலிருந்து இரண்டு டம்ளர்களுக்கு ஊற்றினான். “ஏ.கே. எனக்கென தருவித்த நல்ல விஸ்கியை நாம் பயன்படுத்தியிருக்கலாம்” என்றார் உமாசங்கர்.

உட்ப்ரான்ட், “பெரிய பரிசோதனைக்குப் பிறகு நான் ரம்மில் தஞ்சமடைந்திருக்கிறேன். குடிப்பதை அனுபவிப்பது என்பதில் மிகப் பெரிய தொகையைச் செலவழிப்பதில் என்ன இருக்கிறது” என்றார். தண்ணீர் கலந்து உமாசங்கருக்கு ஒரு டம்ளர் தந்தார்.

இன்னொரு டம்ளரை எடுத்து உதட்டிற்கு நேராக உயர்த்திப் பிடித்துக் கொண்டு சொன்னார். “உத்தராயன் வெற்றிக்காக.”

முதல் மிடறுவை விழுங்கியபடி உமாசங்கர் "உத்தராயன் அல்ல. ஆனால் தட்சிநாயன், ஏ.கே. வழியென்றால் அது 'அயன்.'

உட்ப்ரான்ட் "பெயரில் என்ன இருக்கிறது. மையமான நாவலின் கதையும் தத்துவமும் மாறாமல் இருந்தால் தலைப்பினை சிறிது மாற்றினால் என்ன இதை மொழிபெயர்ப்பில், ஒரு மொழியிலிருந்து இன்னொரு மொழிக்கோ அல்லது இலக்கியத்திலிருந்து திரைப் படத்திற்கோ ஏற்றுக் கொள்ளத்தான் வேண்டும். உங்கள் நாவல் இன்னொரு மொழியில் மொழிபெயர்க்கப்படும் போது அந்த மொழியில் இதே பெயரில் புகழ் பெற்ற நாவல் இருந்தால், எந்த பதிப்பாளரும் அந்தத் தலைப்பிலேயே பதிப்பிக்க விரும்பமாட்டார். அப்படியானால் நீங்கள் என்ன செய்வீர்கள்?

உட்ப்ரான்ட் அவரின் டம்ளரை காலி செய்தார். அவர் அதை நிரப்பினார். இரண்டு மிடறு மட்டும் விழுங்கிய உமாசங்கரைப் பார்த்தார். இன்னொரு மிடறு விழுங்கிய பின் உட்ப்ரான்ட் சொன்னார். "நீங்கள் என்னைப் போல் ஒருவனைப் பார்க்க ஆச்சரியப்படுவீர்கள். ஆனால் மும்பாயில் இதெல்லாம் சகஜம். பாலிவுட்டில் என் ஸ்கிரிப்ட்டுகள் வெற்றி பெறும் வரைக்கும் இந்த நிலையில் நான் தொடர முடியும். ஒவ்வொருவரும் என்னை முட்டாள் தனத்தில் ஆழ்த்துகிறார்கள் நான் இரண்டு படங்கள் வெற்றிகரமாகத் தந்தால் அவர்கள் என்னைத் துரத்துவார்கள். ஆனால் ஒரு தோல்விக்குப் பின் என்னை தூக்கியெறிந்து விடுவார்கள். அந்த இடத்தின் எளிமையான சூத்திரம் இது."

மூன்றாவது முறையாக உப்ரான்ட் அவனுக்காக ஊற்றிக் கொண்டு தொடர்ந்தார். "எனது விநோதமான பெயர் பற்றி உங்களுக்கு ஆச்சர்யம் இருக்கக்கூடும் விஜய் ஸ்ரீ வஸ்தவா போன்ற பெயர்களால் வாழ்க்கையில் எதுவும் சாதிக்காதவர்கள் மத்தியில் நான் இந்தப் பெயரை எடுத்துக் கொள்ள வேண்டியிருந்தது. ஆனால் நீங்கள் வெற்றி பெற்றுவிட்டால் எந்தப் பெயரும் சரிதான். ஆனால் அதற்கு முன் உங்களுக்குச் சரியான பெயரும் முகவரியும் இருக்க வேண்டும். எப்படியாய் இருந்தாலும் உட்ப்ரான்ட் என்பதும் என் சொந்த பெயர். கல்லூரியில் இந்தப் பெயரில் நான் கவிதை எழுதுவது வழக்கம்."

அந்த மனிதன் சரியாகவே பேசுவதாக உமாசங்கர் நினைத்தார். அவரின் எண்ணத்தைக் கண்டுபிடிக்கிற விதமாய் உட்ப்ரான்ட் அவரது பையிலிருந்து தாள்களை எடுத்தபோது, ஸ்கிரிப்ட் பற்றிக் கேட்க நினைத்தார். "முதல் இரண்டு எபிசோடுகளின் ஸ்கிரிப்டினை உங்களுக்குப் படித்துக் காட்டுவேன்." அவன் பின் சற்றே முகம் இருளடைந்து வாசிக்கத் துவங்கினான். வசனங்களுடன் கூடிய உபகதையாகும் அது. உலகை மறந்தபடி அதை முழுவதும் உட்ப்ரான்ட் வாசித்தான். அவன் அதை முழுவதும் வாசித்த முறையில் நாடகத்தன்மையும், வலுவும் இருந்தது உமாசங்கர் முழுவதும் அமிழ்ந்து போனார். நீண்ட நாட்களுக்கு முன் எழுதப்பட்ட அவரின் கதை புது உற்சாகத்தை அவருக்குக் கொண்டு வந்தது.

உட்ப்ரான்ட் படிப்பதை நிறுத்தியபின் அவர்கள் இருவரும் கொஞ்ச நேரம் அமைதியாக இருந்தார்கள். இரண்டு டம்ளர்களையும் மறுபடியும் நிரப்பினார். தன்னை நிலை நிறுத்திக் கொள்ள வேண்டும் என்றிருந்தது உமாசங்கருக்கு இப்போது. அவரது உணர்வுகளை அடக்கிக் கொண்டு "எனது நாவலின் எந்த வரியையும் இக்கதை முன்னேற்றிச் செல்லவில்லை. ரஜினிகாந்த்திற்கு அவன் அப்பாவோடு பிரச்னைகள் இருந்தன. ஆனால் நீங்கள் விவரித்தவை எனது நாவலில் இல்லை."

மறுபுறமாக உட்ப்ரான்ட் கேட்டான். "ரஜினிகாந்த்தை உருவாக்கியவர் என்ற முறையில் அவரின் வாழ்க்கையில் இது போல நடக்காது என்று நினைக்கிறீர்களா. அல்லது இது போன்ற ஒன்று நடந்திருந்தால், இதற்குப் பதிலாக நீங்கள் வேறு விஷயம் பற்றி எழுத தேர்வு செய்யணும்."

உமாசங்கருக்கு உட்ப்ரான்ட் சொல்வது சரியென்றுபட்டது. நாவலில் ரஜினிகாந்தின் கதாபாத்திரத்தை உருவாக்கிய விதத்திலேயே உட்ப்ரான்ட் எழுத்தில் பிரதிபலித்திருக்கிறார். ஆனால் அந்தக் கதாபாத்திரம் இன்னும் தீவிரமாக ஸ்கிரிப்ட்டில் காட்டப்பட்டிருக்கிறது. நாவல் உங்கள் குழந்தை. இளம் குருத்து. உங்கள் நாவலின் பின்னாலேயே நான் செல்கிறேன். அதை மாற்ற எனக்கு உரிமை இல்லை. உங்களின் நாவலின் கதாபாத்திரங்கள் எப்படியானாலும், கதையின் ஆன்மா எதுவாயினும் நான்

சுதந்திரம் எடுத்துக்கொள்ள மாட்டேன்.” பிறகு உட்ப்ரான்ட் வித்தியாசமான சூழலை சிருஷ்டித்ததற்கான காரணத்தை விளக்கினார். தொலைக்காட்சித் தொடரின் நுணுக்கங்களை கொண்டிருப்பதாக அவருக்குத் தோன்றியது. ரஜினிகாந்திற்கும் அவரின் தந்தைக்குமான பேச்சுப் பரிமாற்றம் நாடகத் தன்மையாக இருந்தது. கிராமத்திலிருந்து அவர் புகைவண்டியில் வெளியேறுவது ஒரு சிறிய கிளைமாக்ஸ். உட்ப்ரான்ட் புகைவண்டி இந்த தொடரில் உத்தராயன் அல்லது முன்னேற்றத்திற்கு ஒரு படியாக இருப்பதையும் விளக்கினார்.

உமாசங்கர் அவரின் தனிப்பட்ட கருத்துக்களாய், இதை இன்னும் வித்தியாசமாகச் செய்திருக்கலாம் என்றிருந்தாலும் உட்ப்ரான்ட்டுடன் நாடகமாக்கிய தன்மையில் பொதுவாக உடன்பட்டார். இலக்கியப் படைப்பின் சுய தன்மையால் திரைப்படத் தயாரிப்பும், தொடர் தயாரிப்பும் அதற்கென தனி விதிகளைக் கொண்டவையால் மாற்ற முடியாது. உட்ப்ரான்ட்டின் கை வண்ணத்தில் கதை எப்படி நகர்கிறது? என்று அறிய ஆவலாக இருந்தார். நேரமாகிக் கொண்டிருந்ததால் தங்குவதற்கு பொறுமை இல்லாமலிருந்தார். முழு ஸ்கிரிப்டினைக் கேட்காமல் இரண்டாவது எபிசோடின் மையக்கருத்து பற்றிக் கேட்டார். அந்த எபிசோடில் ரஜினிகாந்த் கல்லூரி முதல்வரோடு முரண்படும் விஷயம் இருக்கும் என்று உட்ப்ரான்ட் பதிலளித்தார்.

உமாசங்கரின் நாவலில் அதைப் போன்ற சம்பவம் இல்லை. எனவே இதைக் கேட்க அவருக்கு வருத்தமாக இருந்தது. அவரின் மனதில் என்ன ஓடுகிறது என்பதை உட்ப்ரான்ட் அறிந்துகொண்டது போலிருந்தது– “என் கையில் உங்கள் நாவல் பத்திரமாக இருக்கும் என்பதை உறுதி செய்து கொள்ளுங்கள். உங்கள் நாவலின் கதாபாத்திரங்களோ, கதையோ அடிப்படையில் மாறுமளவிற்கு நான் எதுவும் செய்ய மாட்டேன். தொலைக்காட்சியில் உங்கள் நாவலை ஏற்றுக் கொள்ளச் செய்வதே என் பொறுப்புணர்வாகும். நீங்கள் பெருமை கொள்ளுமாறு நான் ஒரு ஸ்கிரிப்டை எழுது வேன்.”

எரிச்சலான மனநிலையில் வீடு திரும்பினார் உமாசங்கர். நாவலை மறந்துவிட முடிவு செய்தார். அப்புத்தகத்தை விற்றாயிற்று.

அவர்கள் விரும்பியதைச் செய்து கொள்ளட்டும். தினந்தோறும் ஸ்கிரிப்ட் எழுதுவதில் பங்கேற்கப் போவதில்லை. ஆனால் ஒப்பந்தத்தின் படி ஸ்கிரிப்ட் எழுதுவதற்கு ஆலோசகர் என்ற வகையில் பணம் வரவேண்டும். அதற்காய் உட்பிரான்ட்வுடன் தொடர்பு கொள்ள வேண்டும். ஆனால் அவர் சுதந்திரமாக இருக்க விட மாட்டார். அவருடன் இனிமேலும் இது பற்றி விவாதிக்க அவருக்கும் பொறுமை இல்லை. வெற்றியடைந்த ஸ்கிரிப்ட் எழுத்தாளர் என்ற வகையில் தொலைக்காட்சி ஒளிபரப்பிற்கு எது சரியென்று முடிவு செய்ய உட்பிரான்டிற்கு உரிமை உண்டு.

அடுத்த நாள் தயாரிப்பாளர் அலுவலகத்திற்குச் சென்றபோது உட்பிரான்ட் முன்பே அங்கிருந்தான். இரவு முழுவதும் உட்கார்ந்து முதல் இரண்டு எபிசோடுகளின் ஸ்கிரிப்டுகளை சரி செய்திருந்ததால் அலுவலகப் பணியாளர் இப்போது அதை டைப் செய்து பிரிண்ட் அவுட் எடுப்பார். மும்பை ஆட்கள் ஸ்கிரிப்ட் அங்கு சேர்ந்ததும் படப்பிடிப்பை ஆரம்பிப்பர். அவசர நடவடிக்கையாக எல்லாம் நடநது வருவதனை உமாசங்கர் கவனித்தார். இவர்களுக்கு அவர்களின் வேலை என்னவென்று தெரியும் என நினைத்தார். அவரின் நாவலில் பல மாற்றங்கள் செய்தாலும் நல்ல கலையம்சம் உள்ள தொடர் இறுதியாகத் தயாரிக்கப்படும்.

தட்டச்சு செய்யப்பட்ட ஸ்கிரிப்ட் மாலையில் அவருக்குக் கிடைத்தது. நேற்று மாலை உட்பிரான்ட் படித்துக் காண்பித்ததி லிருந்து பல மாற்றங்கள் இருந்தன. அவரது மூலக்கதை என்றாலும், ஸ்கிரிப்ட் சிறப்பாக இருப்பதாகச் சொன்னார். நாவலில் இல்லாதபடி சில நிகழ்ச்சிகள் ஸ்கிரிப்டில் எளிமையாக இருந்தன. மற்றவை மிகைப்படுத்தப்பட்டிருந்தன. இலக்கிப் படைப்பைத் திரைப்படமாக்கும்போது இதெல்லாம் தவிர்க்க முடியாதவை என்று அவரிடம் உட்ப்ரான்ட் விளக்கினார். மாபெரும் இலக்கியப் படைப்புகளிலும் திரைப்பட இயக்குனர்கள் சுதந்திரம் எடுத்துக் கொண்டிருப்பதை விளக்கினார். ரவீந்திரநாத் தாகூரின் கதைகள் சத்யஜித்ரேயால் படமாக்கப்பட்டதை உதாரணங்களாகத் தந்தார். உமாசங்கர் அது சரியென்றார். ஆனால் அது அவருக்கு உற்சாகம் தரவில்லை.

சில தினங்களில் ஏ.கே. அங்கு வந்தார். அவரும் குறிப்பாக ரோசியும் பூரி நகரத்தை வெகுவாக விரும்பினர். அவரின் அப்பாவிற்கு பூரி என்றால் ஜெகந்நாத் கோவில். ஆனால் அவர்களுக்கு கடற்கரைகள்தான். "தட்சிநாயன்" என்பது படத்தின் தலைப்பாகவும், கதாநாயகனின் பெயர் "மாயங்க்" எனவும் கருத்து வாக்கெடுப்பு முடிவு செய்திருப்பதை அலுவலகக் கூட்டத்தில் உமாசங்கர் இருந்தபோது ஏ.கே. தெரிவித்தார். உமாசங்கரின் மனதில் திடுமென வருத்தம் ஏற்பட்டது. அவர் நாவலை எழுதின போது இரண்டு வருடங்கள் ஒவ்வொரு கணத்தையும் ரஜினிகாந்த் குறித்து செலவிட்டிருக்கிறார். அவருடன் சிறைச்சாலைக்குச் சென்றார். அவருடன் மகிழ்ச்சியில் சிரித்தார், அவருடன் துக்கத்தில் அழுதார். இந்த மாயங்க் திடீரென எங்கிருந்து வந்தான்.

ஆனால் இதைச் சொல்வதற்கு பதிலாக உமாசங்கர், "ஆனால் இது ஒரிசாவில் புகழ்பெற்ற பெயர்" என்றார்.

ஏ.கே. சொன்னார்: "மன்னிக்கவும் நாம் இதை ஒரிசா கதை என்று காட்டப்போவதில்லை என்பதை உங்களுக்குச் சொல்ல மறந்துவிட்டேன். கதாநாயகனை உலக நாயகனாக காட்டப்போகிறோம். அவர் இந்தியாவின் எந்தப் பகுதியையும் சேர்ந்தவராகவும் இருக்கலாம்" உமாசங்கர். "தனித்துவமிக்கனாகவும், தனித்த சூழலில் இருப்பவனாகவும் காட்டிவிட்டு ஒரு கதாபாத்திரத்தை உலகநாயகனாக்கலாம்" என்றார்.

ஏ.கே. சொன்னார்: "ரசிகர்களை பற்றி நாம் யோசிக்க வேண்டும் கதாபாத்திரங்களுக்கு அகில இந்திய அங்கீகாரத்தை அளிக்க வேண்டும் என்பது நம் நோக்கம். இந்தித் திரைப்படங்களில் கதாநாயகரின் பெயர் ராஜ் அல்லது விஜய் என்று இருப்பதை நீங்கள் கவனித்திருக்கக் கூடும். அது அவரை இந்தியாவில் எந்தப் பகுதிக்கும் சொந்தக்காரர்களாக்குகிறது. அதைத் தவிர நமது தொலைக்காட்சித் தொடர் இந்தியில் தயாராகிறது. ஒரியாவில் அல்ல, எனவே அது ஒரிசாவுடன எந்தவித உறவு கொண்டிருக்காது."

ஏ.கே. தாள்களை கலைத்தபடி சொன்னார்: "கருத்து கணிப்பின்படி எழுபத்தி மூன்று சதவிகிதம் மக்கள் மாயங்க் என்ற பெயரை விரும்புகிறார்கள். கருத்துக் கணிப்பாளர்களும் இது

பற்றி சிறுகுறிப்பைத் தந்திருக்கிறார்கள். ரஜினிகாந்த், மாயங்க் இரண்டும் ஒரே அர்த்தத்தைக் கொண்டிருப்பது உண்மையில் மகிழ்ச்சியான ஒற்றுமை.”

ஒரு கதாபாத்திரத்திற்கு பெயரிடும் போது எழுத்தாளர் அதன் அர்த்தத்தை பார்ப்பதில்லை என்று உமாசங்கர் சொல்ல இருந்தாலும், எதுவும் பேசவில்லை.

திட்டமிட்டபடி எல்லாம் சரியாகச் சென்று கொண்டிருப்பதாயும், முதல் இரணடு எபிசோடுகளை முடித்து தொலைக்காட்சி நிர்வாகத்தினரிடமிருந்து அங்கீகாரம் கிடைத்துவிட்டால் வேலை இன்னும் வேகமாக நடக்கும் என்றும் ஏ.கே. சொன்னார். ஏ.கே. கூட்டத்தை முடித்துக் கொண்டு பூரிக்குப் புறப்பட்டார்.

உமாசங்கர் ஸ்கிரிப்ட் குறித்து இனி எந்தவிதக் கவலையும் கொள்ளப் போவதில்லை என முடிவெடுத்திருந்தார். ஆனால் உட்ப்ரான்ட் பல்வேறு விஷயங்களில் அவரின் அபிப்ராயத்தைக் கேட்டு அவ்வப்போது தொந்தரவு செய்து கொண்டிருந்தார். வேலைக்கு எந்த வரையறையும் அற்றவன் அவன் நடு இரவு வரைக்கும் குடித்துவிட்டுத் தூங்கப்போகாமல் எழுதுவான். காலையில் தட்டச்சு செய்யக் கொடுப்பான். தட்டச்சு செய்த தாள்களுடன் உமாசங்கரை மாலைகளில் பார்க்கவும், சில விஷயங் களைக் கலந்தாலோசிக்கவும் வந்து விடுவான். உமாசங்கருக்கு உட்ப்ரான்ட் நாவலின் நிகழ்வுகளிலும் கதாபாத்திரங்களிலும் அவன் சுதந்திரம் எடுத்துக் கொள்வது பிடிக்காமலிருந்தாலும் உட்ப்ரான்ட் நாவலுடன் முழுமையாக ஈடுபடுவது மகிழ்ச்சியாக இருந்திருக்கிறது. நாவலின் நிகழ்வுகள் கதாபாத்திரங்களோடு அவனின் குறுக்கீடு உமாசங்கரின் வரையறைக்குள் இருந்திருக்கிறது. ஆரம்பத்தில் உட்ப்ரான்ட்டுடன் ஸ்கிரிப்ட் குறித்து கலந்தாலோசித்த அவர், வேறுபாடுகளுடன் அவன் சொல்வதை மட்டும் கேட்டு அறிவுரையோ, விமர்சனங்களோ அளிப்பதை நிறுத்திக் கொண்டார்.

அவரின் எதிர்வினையற்ற பேச்சைக் கண்ட உட்ப்ரான்ட் தினந்தோறும் அவரை வந்து பார்ப்பதை நிறுத்தி விட்டு அவ்வப்போதான இடைவெளிகளில் சந்தித்தான். ஸ்கிரிப்ட்

ஆலோசனையாளர் என்பதை அவர்கள் மறக்கிற அளவில் உமாசங்கர் அலுவலகம் வருவதை நிறுத்தினார். தவணைத் தேதிகளில் அவருக்கான தொகையைத் தருவதில்லை. நாவல் இனி அவருடையதல்ல. அதைவிற்று விட்டாயிற்று. எனவே வாங்கியவரின் அக்கிரமங்கள் பற்றிச் சொல்ல வேண்டியதில்லை என்று தனக்குள் முடிவாக்கிக் கொண்டார்.

உட்ப்ரான்ட் ஐம்பத்தி இரண்டு எபிசோடுகளையும் எழுதி முடித்துக் கணினியில் பதிவு செய்து கொண்டார். ஒரு நாள் காலை உட்ப்ரான்ட் உமாசங்கரிடம் ஒரு பெரிய புத்தகத்துடன் வந்தார். "இது உங்கள் நாவலின் ஐம்பத்தி இரண்டு எபிசோடுகள். இதைப் படித்துவிட்டு உங்கள் விமர்சனங்கள் சொல்லுங்கள். திருத்தங்களை கம்ப்யூட்டரில் சுலபமாகச் செய்து விடலாம்."

உமாசங்கர் அந்தப் புத்தகத்தின் கடைசிப் பக்கத்தைப் பார்த்தார். உமாசங்கர் எழுதியது மாதிரியே உட்ப்ரான்ட் ஸ்கிரிப்டை முடித்திருந்தார். அவரின் நாவலில் புகைவண்டி நிலையக் காட்சி எதுவும் இல்லாவிட்டாலும் ஸ்கிரிப்டின் இறுதியில், ரஜினிகாந்த் ஆகஸ்ட் 14, 1947 அன்று எல்லோரையும் விட்டுப் பிரிந்து புகைவண்டியைப் பிடிப்பதாய் காட்டியிருந்தார். நாவலில் இருப்பது போல அவரின் கடைசி வசனம் இருந்தது. "இந்தியா நாளை சுதந்திரமடைகிறது. எனது வேலை முடிந்துவிட்டது. நான் திரும்பிப் பார்க்கப் போவதில்லை" அதில் எதைப் பற்றியும் விமர்சிப்பதற்கு பதிலாக உமாசங்கர் "கதாநாயகன் பெயர் மாயங்க் என்று இருக்க முடிவு செய்த பிறகு நீ இன்னும் ரஜினிகாந்த் என்று ஏன் எழுதுகிறாய்?" என்று கேட்டார்.

உடப்ரன்ட் சொன்னார்: "அவர்கள் என்ன விரும்புகிறார்களோ அதைச் செய்யட்டும் என்னைப் பொறுத்தவரை ரஜினிகாந்த்தான் கதாநாயகன் எனவே என் ஸ்கிரிப்ட்டில் அந்தப் பெயரை வைத்துள்ளேன். ரஜினிகாந்திலிருந்து மாயங்க்க்கு கம்ப்யூட்டரில் ஒரு கணத்தில் மாற்றிவிடலாம். அது அவர்களின் பிரச்னை."

உமாசங்கர் இந்த மனிதன் நாவலின் ஆழ்ந்த பக்தன் என்ற முடிவுக்கு வந்தார். தேனீர் வரவழைத்து, இன்னும் கொஞ்ச நேரம் அவருடன் பேச முடிவெடுத்தார். உட்ப்ரான்ட் தயாரிப்பாளருடன் ஆறுமாத ஒப்பந்தம் செய்திருந்தார். ஆனால்

அவர் இரண்டு மாதங்களில் அதை முடித்திருந்தார். மும்பைக்குத் திரும்பச் சென்று தயாரிப்பாளர் ஒத்துக் கொண்டால் வேறு வேலை தொடங்க நினைத்தார். ஆனால் இந்த வேலையில் பல்வேறு காரணங்களுக்காக ஒருவர் ஸ்கிரிப்டை பலமுறை மாற்ற வேண்டியிருக்கும். அதற்காக உட்கார வேண்டியிருக்கும். ஆங்கிலத்தில் அந்த நாவலை மொழிபெயர்க்க அந்த நேரத்தை பயன்படுத்தப் போவதாகச் சொன்னார்.

ஷப்னம் என்ற தனது செயலருடன் அடுத்த முறை வந்த ஏ.கே. பூரி செல்ல அவசரமாக இருந்தான். எனவே தயக்கத்துடன் அன்று ஒரு கூட்டம் ஏற்பாடு செய்யப்பட்டது. இரண்டு எபிசோடுகளின் முன்மாதிரித் திட்டத்தைத் தொலைக்காட்சி நிர்வாகத்தினருக்குத் தந்தது அவர்களுக்கு பிடித்துப் போக, ஐம்பத்தி இரண்டு எபிசோடுகளுக்குப் பதிலாக நூறு எபிசோடுகளை அவர்கள் அங்கீகரிக்க விரும்புவதாகத் தெரிவித்தார். எனவே எல்லாவற்றையும் புதிதாக யோசித்து, ஸ்கிரிப்ட் ஆரம்பத்தில் இருந்து திரும்ப எழுதப்பட வேண்டும். உமாசங்கர் இது அதிகபட்ச தர்க்கமற்றது என்று கண்டார். ஆனால் பேசாமல் இருந்தார். ஆனால் உட்ப்ரான்ட் நாவல் ஐம்பத்தி இரண்டு எபிசோடுகளுக்கு மேல் நீடிக்க முடியாது என்றார்.

ஏ.கே. "நான் நாவலை படிக்காவிட்டாலும் கதைச் சுருக்கத்தை படித்தேன். அது சுதந்திரப் போராட்ட காலத்தில் முடிகிறது. இக்கதையை அரசியல் கதையாக்கினால் தொடர் வெற்றி பெறும் என்பது கருத்துக் கணிப்பு முடிவு. இந்த நாவலில் விவரிக்கப்படுபவை காந்தீய காலத்தினது. கதையை நேரு காலம் வரைக்கும், மேலும் இந்திராகாந்தி வரைக்கும் நீட்டிக்கலாம் நூறு எபிசோடுகளுக்கு நீட்டிக்கப்படும் பட்சத்தில்" என்றார்.

இந்த வார்த்தைகள் அவரை வேதனைப்பட வைத்தாலும் உமாசங்கர் ஒரு வார்த்தையும் சொல்லவில்லை. உட்ப்ரான்ட், "அந்த வகைத்திட்டத்திற்கு நான் உடன்பட விரும்பவில்லை. நான் என்ன எழுத வேண்டுமோ அதை எழுதிவிட்டேன். அதில் என்னென்ன மாற்றங்கள் செய்ய வேண்டுமோ அதைச் செய்வேன். ஆனால் நூறு எபிசோடுகளுக்கு நான் உடன்படவில்லை" என்றார்.

ஏ.கே. "சரி நான் பூரியிலிருந்து திரும்பி வந்தபின் அதைப்பற்றி மீண்டும் பேசலாம்" என்றார்.

அலுவலகத்திலிருந்து வெளியே வரும்போது உட்பிரான்ட் உமாசங்கரிடம் அறிவுரையாகக் கூறினார்: "எந்த நிலையிலும் இந்தத் திட்டத்திற்கு ஒத்துக் கொள்ளாதீர்கள். தொலைக்காட்சிக்கு போலியானதொன்றை உங்கள் நாவலையும் பெயரையும் பயன் படுத்தி அவர்கள் தர விரும்புகிறார்கள். இந்த வகையில் உங்கள் ஒப்பந்தத்தை ரத்து செய்து விடுங்கள். நான் இதைவிட நல்ல தயாரிப்பாளர்களை உங்களுக்குக் கிடைக்குமாறு செய்வேன்" என்றார்.

உமாசங்கர் "அது முடியாதது" என்றார். உமாசங்கர் அன்றிரவு ஒப்பந்தத்தைக் கவனமாக படித்தார். அந்த ஒப்பந்தத்தில் தயாரிப்பாளர் கதையைச் சுருக்கவும், திருத்தவும், மாற்றவும் அல்லது நீட்டிக்கவும் தொலைக்காட்சி ஒளிபரப்பிற்காக செய்யலாம் என்றும் நாவலில் இருந்து கதாபாத்திரங்களை நீக்கவும், அல்லது புதிய கதாபாத்திரங்களைச் சேர்க்கவும், கதை மையத்தை மாற்றவும் கூடச் செய்யலாம் என்றிருந்தது. உமாசங்கர் ஒப்பந்தத்தில் கையெழுத்திட்டதும் கதையை ஒளிபரப்பு செய்வதில் தயாரிப்பாளருக்கு எல்லாவித உரிமைகளும் உள்ளன. அது அவரை மிகவும் சோர்வடையச் செய்தது. ஆனால் இந்த விஷயத்தில் அவர் இனி ஈடுபடுவதில்லை என முடிவு செய்தார். தயாரிப்பாளர் வாக்களித்தபடி முழுத் தொகையையும் வாங்கிக் கொள்ளலாம் என்பதில் நம்பிக்கையாக இருந்தார். கதையைத் தயாரிப்பாளர் என்ன வேண்டுமானாலும் செய்து கொள்ளட்டும்.

உட்பிரான்ட் அடுத்த நாள் காலையில் அவரின் வீட்டிற்கு வந்து அந்த விஷயத்தில் கலந்தாலோசித்தார் "என்ன முடிவு செய்திருக்கிறீர்கள்."

ஒப்பந்த விபரங்களைப் பற்றி உமாசங்கர் பேசாமல் "நான் ஒரு எழுத்தாளன். சினிமாவும் டெலிவிஷனும் எனக்கானதல்ல. எனது வேலை நாவலை எழுதுவதிலும் பதிப்பிப்பதிலும் முடிந்து விட்டது. அது இறுதியானது. யாராவது அதை மொழி பெயர்க் கிறார்களா? அல்லது நாடகமாக்குகிறார்களா? அல்லது திரைப்பட மாக்குகிறார்களா? அல்லது சீரியலாக்குகிறார்களா? என்பதைப் பற்றி அதன் பின் நான் கவலைப்பட அதிகமில்லை" என்றார்.

இப்படி அவர் பேசுவதைக் கேட்டு உட்ப்ரான்ட் கொந்தளித்தான். "நீங்கள் அதை எப்படி சொல்லலாம்? நீங்கள் சிருஷ்டிகர்த்தா. உங்கள் நாவல் உங்களின் குழந்தை போல. உங்கள் குழந்தையை யாராவது கொல்லவோ, மாயமாக்கவோ விரும்புவீர்களா? ஒரு குழந்தையைப் பெற்றெடுப்பதோடு பெற்றோர் கடமை முடிந்து விடுவதில்லை. பின்னாலிருந்து பார்த்து குழந்தையைப் பாதுகாக்க வேண்டும். நீங்கள் ஒரு எழுத்தாளராக இருந்து கொண்டு நீங்கள் இதை ஏன் புரிந்து கொள்ளவில்லை."

உமாசங்கருக்கு அவர் கேட்டது பிடிக்கவில்லை. எரிச்சலுடன் "அந்தக் குழந்தை என்னுடையதுதானா? அதைச் சீரழித்த முதல் நபர் நீங்கள் தான். நாவலிலிருந்து சில கதாபாத்திரங்களையும் நிகழ்ச்சிகளையும் நீக்கிவிட்டும் அந்த இடத்தில் சிலவற்றைச் சேர்த்தும் நீங்கள் கொடுத்த அந்தக் குழந்தை மீது நான் எந்தப் பொறுப்பையும் எடுத்துக் கொள்ளப் போவதில்லை. உங்கள் ஸ்கிரிப்ட் உங்கள் குழந்தை என் குழந்தையல்ல. அதை நீங்களே கவனித்து கொள்ளுங்கள்" என்றார்.

உட்ப்ரான்ட் திடுமென மௌனமாகிவிட்டான். "பாஸ்டர்டு குழந்தை என்றாலும் குழந்தைக்கு தகப்பன் என்று ஒருவர் உண்டு. சரி நான் நீங்கள் சொல்வதற்கே வருகிறேன். நீங்கள் உங்கள் நாவலை பாதுகாத்துக் கொள்ளவில்லையென்றாலும் நான் என் ஸ்கிரிப்டை பாதுகாப்பேன். ஆனால் நீங்கள் ஞாபகம் வைத்துக் கொள்ளுங்கள். எழுத்தாளன் அல்லது பெற்றோர் பொறுப்புணர்வு என்பது எழுதி முடித்ததுமே, பிள்ளை பெற்றதுமே முடிந்து விடுவதில்லை."

ஏ.கே. பூரியிலிருந்து திரும்பிய மறுபடியும் அவர்கள் சந்தித்தபின் ஒரு முக்கிய நிகழ்வு நடந்தது. உட்ப்ரான்ட் ஸ்கிரிப்ட் எழுதிய இரண்டு படங்கள் வெற்றி பெறவில்லை. சில நாட்களே ஓடின. மற்ற தயாரிப்பாளர்கள் அவரின் வேலையை விரும்புகிறவர்கள் தேவையில்லை என்று சொல்லிவிட்டார்கள். எல்லோருக்கும் முன்பாக ஏ.கே. உட்ப்ரான்ட்டிடம் மும்பையிலிருந்து இரண்டு பேரை ஸ்கிரிப்ட் எழுத அழைப்பதாகச் சொன்னார். உட்ப்ரான்.டுக்கு ஆறு மாத ஒப்பந்தம் இருப்பதால் அவர் இந்த

வேலையில் விரும்பினால் உதவலாம். முழுத் தொகையையும் பெற்று கொண்டு விலகிவிடலாம்.

உட்ப்ரான்ட் "எனது ஸ்கிரிப்டில் வேலை செய்யும் புது எழுத்தாளர்களுடன் சேர்ந்து வேலை செய்வேன். எனது ஆறு மாதத்தை இங்கே நிறைவு செய்வேன்" என்றார்.

ஏ.கே. "உனது விருப்பம்" என்றார்.

ஏ.கே. உமாசங்கரைப் பார்த்து, "சுதந்திரத்திற்குப் பின்னதான எபிசோடுகளை நானும் எண்ணியுள்ளேன். உங்களுக்கு ஏதாவது ஆட்சேபனை இருந்தால் முதல் ஐம்பத்தி இரண்டு எபிசோடுகளும் தட்சிநாயன் என்ற பெயரில் போகும். இரண்டாவது பகுதி தட்சிநாயன்-II என்றாகும். நீங்கள் இரண்டாவது பாகத்தோடு ஒத்துழைக்காமலிருந்தாலும் சரி, புது ஒப்பந்தத்தில் இதை சேர்த்துள்ளேன். தட்சிநாயன்-IIக்கும் நீங்கள் ஆலோசகராக இருந்தால் அதே தொகையைத் தருவோம். என்ன சொல்கிறீர்கள்" என்று கேட்டார்.

உட்ப்ரான்ட் பார்க்காமல் உமாசங்கர் "இரண்டாவது பாகத்திலும் வேலை செய்ய விரும்புகிறேன்" என்றார்.

ஏ.கே. தொடர்ந்தார். "இனி என்னால் அடிக்கடி வர இயலாது. தயாரிப்பு வேலையை சூப்பர்வைஸ் செய்ய வேண்டும். நான் அனுப்பப்போகும் ஸ்கிரிப்ட் எழுத்தாளர்கள் அனுபவம் மிக்கவர்கள். வெற்றிகரமான தொடராக்குவோம் என்பதில் நம்பிக்கை இருக்கிறது. என் அப்பா எப்போதாவது பூரிக்கு வருவார். சப்னத்திற்குப் பூரியைப் பிடிக்கவில்லை போல."

ஏ.கே. சென்றபின் அவருக்கான பணம் தொடர்ந்து கிடைத்து வந்தாலும் உமாசங்கர் தனித்திருந்தார். மும்பையிலிருந்து வந்த புது ஸ்கிரிப்ட் எழுத்தாளர்கள் அவர்களின் வேலையில் மூழ்கினர். ஸ்கிரிப்ட் எழுத்தாளர்களுடன் தான் ஒத்துழைப்பதில்லையென்று அவ்வப்போது வரும் உட்ப்ரான்ட் சொல்வார். அவர்கள் திட்டமிட்ட மாற்றங்களை அறிந்து கொள்ள விரும்பியதால் அந்த உறவை எப்படியிருந்தாலும் தவிர்க்க இயலவில்லை. ஸ்கிரிப்டை நாசமாக்கிக் கொண்டிருக்கிறார்கள். அவரின் மூலமான நாவலுடன் எந்தவிதத் தொடர்பும் இல்லாதபடி கடைசியில் தொடர்

தயாரிக்கப்படும் என உட்ப்ரான்ட் பயப்பட்டான்.

உமாசங்கர் திருத்தப்பட்ட ஸ்கிரிப்ட் பற்றிக் கேட்காததால் உட்பிரான்ட் "அவர்கள் செய்திருக்கும் மாற்றங்கள் பற்றிக் கேட்க விரும்புகிறீர்களா? முதல் எபிசோடில் ரஜினிகாந்த் அல்ல மாயங்க் வீட்டை விட்டுக் கிளம்புவதற்கு முன்பு அவன் அப்பாவின் ரிவால்வரைத் திருடிக் கொள்கிறான். அவனும் அவனது கல்லூரி நண்பர்களும் வெடிகுண்டு செய்வதைக் கற்றுக் கொள்கிறார்கள். உங்கள் அஹிம்சை கதாநாயகனை இப்படியான கதாபாத்திரமாக்கி உள்ளார்கள். இன்னும் கேட்க விரும்புகிறீர்களா? அவனின் நண்பன் ஹரிஸ் ஐந்தாவது எபிசோடில் இறந்து போகிறான்" என்று சொன்னான்.

உமாசங்கருக்கு ஒவ்வொரு வார்த்தையும் ஒவ்வொரு அடியாய் தென்பட்டன. அவர் கேட்டார், "எனது நாவலில் ஹரிஸ் நாவல் முடிவும் வரை உயிரோடு இருப்பான். அவன் ஏன் சாகவேண்டும்?"

"என்னை ஏன் கேட்கிறீர்கள்? போய் அவர்களைக் கேளுங்கள். இன்னும் நீங்கள் அமைதியாக இருக்க வேண்டுமா?"

உமாசங்கர் சோர்ந்து போன மனிதனாகிவிட்டார். ஆமாம் என்று வெறுமனே தலையாட்டினார்.

சில வாரங்கள் கழித்து உட்ப்ரான்ட் அகால இரவில் மூக்கு முட்ட குடித்துவிட்டு உமாசங்கரின் வீட்டிற்கு வந்தான். அவரின் பையிலிருந்து கற்றையான தாள்களை எடுத்து அவர் முன் வைத்து, "இது திருத்தப்பட்ட முழுமையான ஸ்கிரிப்ட்." இது பற்றி என் அபிப்ராயத்தைக் கேட்டனர். எல்லாம் கணினியில் உள்ளவை. நானும் சில மாற்றங்கள் சொல்லி அது பொருந்தினால் மாற்றங்கள் செய்யலாம் என நினைக்கிறார்கள். இல்லாவிட்டால் மும்பைக்கு இது ஷூட்டிங்கிற்குச் செல்லும். படமெடுத்த இரண்டு ஸ்கிரிப்ட்டுகள் நீக்கப்பட்டு புது ஸ்கிரிப்ட் படமாக்கப்படும்."

உமாசங்கருக்கு முன்னால் உட்கார்ந்து உட்பிரான்ட் பக்கங்களைத் திருப்பினான். "எல்லா டிரெயின் காட்சிகளும் நீக்கப்பட்டுவிட்டன. மாயங்க்கிற்கு கேர்ல் பிரண்ட் இதில் உள்ளாள். உங்கள் நாவலில் இல்லாத கதாபாத்திரம் அது. ஒரு முக்கியமான

பெண் கதாபாத்திரம் இல்லாமல் ஒரு தொடரைப் பார்க்க பார்வையாளர்கள் அக்கறை எடுத்துக் கொள்ளமாட்டார்கள் என்று அவர்கள் நம்புகிறார்கள். கடைசி காட்சியில் என்ன நடந்தது என்று தெரிய வேண்டுமா? மாயங்க்கும் அவனது நண்பர் களும் ஆகஸ்ட் மாத காலண்டரின் கீழ் உட்கார்ந்து கொண்டு "சுதந்திரம் உடனடியாக தேவை. ஆனால் நாம் இன்னும் வெகு தூரம் போக வேண்டியுள்ளது."

உமாசங்கர் மௌனமாகவே இருந்தார். தாள்களைச் சேகரித்தபடி உட்ப்ரான்ட், "இந்தக் காட்சி தட்சிநாயன்-II க்கு விளம்பரமாகும். இதெல்லாம் உங்களுக்குப் பிடித்திருக்கிறதா" என்றான்.

உமாசங்கரின் மனம் கொந்தளித்துக் கொண்டிருந்தாலும் எதுவும் சொல்லவில்லை.

உட்ப்ரான்ட் "நீங்கள் ஏதாவது செய்யலாம். அல்லது செய்யாமல் போகலாம். ஆனால் நான் இந்த ஸ்கிரிட்டைப் படமாக்குவதை விடமாட்டேன். என்னிடம் உள்ள இந்த ஸ்கிரிப்ட்தான் அவர்கள் எடுத்த ஒரே பிரிண்ட் அவுட் என்பது எனக்குத் தெரியும். அவர்களிடம் வேறு பிரதியில்லை. கம்ப்யூட்டரின் டிஸ்கில் மட்டும் இருக்கிறது. இந்த பிரிண்ட் அவுட்டையும், கம்ப்யூட்டர் டிஸ்கையும் நான் எரித்து விட்டால் அவர்கள் படமாக்க முடியாது" என்றான். உட்ப்ரான்ட் அவரைப் பார்த்தான். ஆனால் உமாசங்கர் அமைதியாக, மெய் மறந்தவர் போல இருந்தார்.

உட்ப்ரான்ட் "எந்த பெட்ரோல் பங்க் இந்த நேரத்தில் திறந்திருக்கும்' என்று கேட்டான்.

உமாசங்கர் அவரின் கேள்விக்குப் பின் இருக்கும் விஷயத்தை கண்டு கொள்ளாமல், ஆனால் அந்தக் குடிகாரனைத் தவிர்க்க எண்ணி, "மெயின் மார்க்கெட்டிற்கு பக்கமிருப்பது திறந்திருக்கும்" என்றார்.

பையில் தாள்களைத் திணித்த பின் நிதானமில்லாமல் நின்றான் உட்ப்ராான்ட். அவனின் கால்கள் தடுமாறின. "உங்களிடம் காலி பாட்டில் ஏதாவது இருந்தால் தாருங்கள். வீட்டிற்குப் போவதற்கு முன் அலுவலகம் போக நினைத்திருக்கிறேன்" என்றான்.

6
வழிகாட்டி

மல்லிகா சோகக்கதையின் கதாபாத்திரம் போல் சாக விரும்புவாள் என்று எப்போதும் கற்பனை செய்து பார்த்ததில்லை. இதையெல்லாம் விட ஒரு கதைப் புத்தகம் அவளுக்குத் தைரியம் தந்து வாழ ஆதரவு தருவதும் கூடத்தான். அவளின் உலகிலிருந்து அபய் விலகிச் சென்ற தினம் முதல் அவளுக்கு எல்லாம் முடிந்ததாக இருந்தது. எல்லாம் அர்த்தமற்றதாய் தெரிந்தது. அதன்பின் அவள் வெறுமையில் வாழ்ந்தாள். இந்த உலகில் இருந்து அவள் பெறுவதற்கு எதுவும் இல்லை. அவள் வாழ்க்கையில் அர்த்த மில்லை. சந்தோஷங்களும் துக்கங்களும் அவளிடமிருந்து விலகிக் கொண்டன. பிரயோஜனமில்லாத மற்றும் குறிக்கோள் இல்லாத இருப்பிலிருந்து விடுதலை பெறுவது தான் அவளின் நினைப்பாக இருந்தது.

ஆனால் ஒருவரின் வாழ்க்கையைத் தீர்மானித்துக் கொள்வதற்கு அவளுக்கு உரிமையில்லை. தற்கொலை செய்து கொள்ள முடிவெடுப்பது சுலபமாக இருக்கலாம். ஆனால் அதை நிறைவேற்றுவது மிகவும் கடினம். வாழ்க்கையை முடித்துக் கொள்வதுபற்றி இருக்கும் வழிகளைக் கணக்கிலிட்டாள். ஆனால் அவள் அதில் உடன்படவில்லை. இப்போது அவளின் குறிக்கோள் சுலபமாகத் தற்கொலை செய்து கொள்வதற்கு வழியைக் கண்டு பிடிப்பதுதான்.

அந்தத் தலைப்பில் பல படைப்புகளைப் படித்துவிட்டாள். ஆனால் அதில் எந்த வழிகளும் பொருத்தமானதாகவோ சௌகரிய மானதாகவோ தெரியவில்லை.

காலம் பெரிய நிவாரணியாக இருந்தாலும் தற்கொலை செய்து கொள்வதில் எந்தச் சமரசமும் செய்து கொள்வதில்லை என முடிவெடுத்தாள். அவளது முடிவில் பலவீனமாய் உணர்ந்த

கணத்தில் அபயின் கடிதங்களை இன்னுமொரு முறை படித்த போது, அவளது முடிவு இன்னும் உறுதிப்பட்டது. அபய் எழுதியிருந்தான். "சமீபத்திய நமது சந்திப்புகள் நமது பழைய உறவைப் போலில்லை என்பதை நீயும் என்னைப் போலவே உணர்ந்திருப்பாய். நடந்ததற்கு இருவரையும் குற்றம் சுமத்திக் கொள்வதை விட, நாம் இருவரும் இனியும் விரும்பவில்லை என்பதை ஒத்துக் கொள்ளத்தான் வேண்டும்."

அபய் எழுதியிருந்ததில், அவர்களின் உறவின் திருப்புமுனை சிக்கலை அவள் சுலபமாக எடுத்துக் கொண்டதால் அந்தக் கடிதம் கிடைக்கும் வரை அவர்களது உறவில் மோசமான சிக்கல் இருந்ததாய் அறிந்ததில்லை. ஆனால் கடைசி சில சந்திப்புகளில் சில முக்கிய விஷயங்கள் குறித்து கடுமையான வாக்குவாதம் இருந்தது. அது இவ்வகை முடிவுக்கு வருமென்று மல்லிகா கற்பனை செய்து கூடப் பார்த்ததில்லை. முதல் தரம் அக்கடிதத்தை படித்தபோது அவளின் கண்களை நம்ப முடியவில்லை. கடிதத்தைத் திறந்தபோது சுமூகமானதற்கான உறுதிப்பாடு அதில் இருக்கும் என நம்பினாள். அபய் அவர்களின் கடைசிச் சந்திப்பிற்கு பிறகு நீண்ட நாளில் அதை அனுப்பியிருந்தான். அவள்அதை மீண்டும் படித்தபோது அவளின் காலடியிலிருந்து உலகம் நழுவுவது போலிருந்தது. அவளின் வாழ்க்கையில் இனி எந்த அர்த்தமும் இல்லை என்றும் கூட.

பூட்டியக் கதவுகளுக்குப் பின் இரண்டு தினங்கள் அவள் அழுதாள். அவள் தொடர்பு கொள்ள முயற்சித்தபோது யாருக்கும் எதுவும் சொல்லாமல் அபய் நகரை விட்டுச் சென்றுவிட்டான் என்பதை அறிந்தாள். இனி வாழ்வதில் அர்த்தமில்லை என மல்லிகா முடிவு செய்தாள். குடும்பத்தினரிடமிருந்து விலகி அறையினுள் கிடந்தாள். தற்கொலை செய்து கொள்ள நிச்சயமான, சுலபமான வழியை யோசித்தாள்.

வீட்டில் அபயுடனான அவளது உறவு எல்லோருக்கும் தெரிந்ததே. யாரும் அதை அங்கீகரித்ததில்லை. அந்த உறவில் சிக்கல் இருப்பதை அவர்கள் உணர்ந்திருந்தனர். மல்லிகா எல்லோரையும் தவிர்த்துவிட்டு அறைக்குள் முடங்கிய போது, அவளின் பொருத்தமில்லாத உறவு முறிந்தது குறித்து ஆறுதல்

அடைந்ததாகத் தோன்றியது. அவளின் உறவினர்களிடமிருந்து அனுதாபம் கூட இல்லாதது, அவளின் முடிவை இன்னும் உறுதியாக்கியது.

அவளின் வாழ்க்கையில் இவை போன்றவை அவளை மூழ்கடித்த போது மல்லிகா 'மகாஜீவனை' அறிந்தாள். அந்த நாவல் அவளிடம் கொஞ்ச காலத்திற்கு முன்னிருந்து இருந்தது. ஆனால் அதுவரை அவள் படிக்கவில்லை. அந்த நாளில் அந்த புத்தகத் தலைப்பு அதைத் தேர்ந்தெடுக்கச் செய்தது. புத்தகத்தை திறந்து அவள் முதல் வரியைப் படித்தாள். “இந்த என் வாழ்க்கை யாருக்காக?” அவளின் முதுகுத் தண்டில் நடுக்கம் ஏற்பட்டது. அந்தப் புத்தகம் பற்றி அவள் அறிந்ததில்லையென்றாலும், அவளுக்காகவே அது எழுதப்பட்டதாய் உணர்ந்தாள். அந்தச் சமயத்தில் அந்தப் புத்தகம் அவளைச் சென்றடைய வேண்டும் என்று சட்டமாக்கப்பட்டது போல உணர்ந்தாள்.

சாம்பிரகாசின் மகாஜீவன் ஏறத்தாழ ஐம்பது வருடங்களுக்கு முன் எழுதப்பட்டது. விரிவாகப் படிக்கப்பட்டதும் அந்தக் காலத்தில் விவாதிக்கப்பட்ட நாவல்களில் ஒன்றானதும்கூட. அது பதிப்பிக்கப்பட்ட பிறகு உடனே கிளாசிக் என்ற அந்தஸ்தைப் பெற்றுவிட்டது. அந்தத் தலைமுறை எழுத்தாளர்களை வெகுவாக பாதித்திருந்தது. விமர்சகர்களிடமிருந்து அந்தப் புத்தகம் சிறந்த விமர்சனத்தையும், பொதுமக்களிடம் வரவேற்பையும் பெற்று பல பதிப்புகள் பெற்றது. பல மொழிகளில் அந்தப் புத்தகம் மொழி பெயர்க்கப்பட்டது. அந்த நாவல் பற்றி புத்தகங்கள் எழுதப்பட்டன. அது பற்றிய கட்டுரைகள் அதன் தத்துவார்த்த, சமூக, அரசியல் மையங்கள் குறித்துப் பிரசுரமாகிக் கொண்டிருக்கின்றன.

சாம்பிரகாஷ் மகாஜீவனுக்குப் பிறகு சில புத்தகங்கள் எழுதி விட்டார். ஆனால் அவை பெரும்பாலும் சாதாரணமானவை. மகாஜீவன் அவரை வெற்றியின் உச்சிக்குக் கொண்டு சென்றது. இலக்கிய ரீதியாகவும், தனிப்பட்ட முன்னேற்றத்திற்கும் கூட வெற்றியின் அடிப்படை அதிலிருந்தது. சாம்பிரகாஷ் மகாஜீவனை ஒப்பீடு செய்யும்போது மற்றவை சாதாரணமானவை என்றும் அந்த தனித்த படைப்பால் அவரின் அடையாளம் தெரியவந்தது என்று அறிந்திருந்தார். இவ்வளவு வருடங்களாய் அவருக்குப்

புகழைத்தந்து வரும் அந்த பிரம்மாண்ட படைப்பு அவரின் மன முதிர்ச்சியற்ற இருபது வயதில் எழுதப்பட்டது என்பது குறித்து அவருக்கு அடிக்கடி ஆச்சரியம் ஏற்படும்.

ஆனால் மல்லிகா இதையெல்லாம் அறியமாட்டாள். அவளுக்கு இலக்கியத்தில் எப்போதும் அதிக ஆர்வம் இருந்ததில்லை. குறைந்த அளவு புத்தகங்களே படித்திருந்தாள். அவளின் அலமாரியில் சில புத்தகங்கள் இருந்தன. அவற்றைப் படிக்க அவள் முயற்சி எடுத்ததில்லை. ஆனால் மகாஜீவனைப் படிக்க ஆரம்பித்த பின் கீழே வைக்க முடியவில்லை. அந்தப் புத்தகத்தில் ஓர் இளைஞனும் அவளைப் போன்ற ஓர் இளைஞியும் முக்கியமான கதாபாத்திரங்கள். கதாபாத்திரங்கள் சமூக, அரசியல், உளவியல், உடல் சார்ந்த மற்றவர்களால் ஏற்பட்ட உணர்ச்சிக் கொந்தளிப்புகளாக இருந்தன. இளம் ஆத்மாக்களின் ஏக்கங்களாய் சமூக, தனிப்பட்ட சூழல் காரணமான பிரச்னைகளிலிருந்து தப்பிக்க இயலாத சூழல் பற்றினவை. அவள் ஒவ்வொரு பக்கத்தையும் புரட்டும் போது மல்லிகாவுக்கு ஒவ்வொரு பக்கமும், ஒவ்வொரு வரியும் அவளின் சொந்த அனுபவங்களையும், வேதனையையும் பிரதிபலிப்பதாகத் தோன்றியது.

தொடர்ந்து அந்தப் புத்தகத்தைப் படித்த மல்லிகா வினோதமான மாற்றங்கள் அவளுள் ஏற்படுவதை உணர்ந்தாள். அவளுள் இருந்த சோகபாரமும் துயரமும் ஒவ்வொரு படியாக கரைந்து பாரத்தை இறக்கி அவளின் மனதை விடுதலை செய்வதாக இருந்தது. மூடப்பட்ட மூச்சுதிணறும் வீட்டின் ஒவ்வொரு ஜன்னலாய் யாரோ திறப்பது போலிருந்தது. அவளின் மனதை எதிர்பாராத மகிழ்ச்சி நிறைந்திருப்பதாய் இருந்தது. அவள் புத்தகத்தை முடிக்கும்போது கறுப்பு மேகங்கள் முழுமையாக மறைந்து சூரியன் வெகுபிரகாசமாக ஒளிவீசும் என்பதில் அவளுக்குச் சந்தேகமிருக்கவில்லை.

இறுதியாக அதுவும் நடந்தது. மகாஜீவனின் கடைசிப் பக்கத்தை அவள் படித்து முடிக்கும் போது அவள் முற்றிலும் புதிய ஆளாக இருந்தாள். அவளின் அறையை விட்டு வெளியே வந்து சாதாரணமுறையில் எல்லோருடனும் பேசினாள். அவளின் நண்பர்களுக்குத் தொலைபேசி செய்தாள். ஷாப்பிங் சென்றாள்.

திரைப்படங்கள் பார்த்தாள். புதிய சக்தியுடன் நீண்ட நாள் வியாதியிலிருந்து விடபட்ட நோயாளி வாழ்வை அனுபவிப்பது போல மல்லிகா ஒவ்வொரு கணத்தையும் மகிழ்ச்சியால் திளைக்க வேண்டும் என விரும்பினாள். எதிர்பார்க்கப்பட்ட மரணத்திற்கு பிறகு மறுபடியும் பிறந்திருப்பதாக அவளுக்குத் தோன்றியது. வீட்டில் ஒவ்வொருவரும் அவள் நட்பிலும் அன்பிலும் குளிப்பாட்டுவதால், மல்லிகா அவளின் இன்னொரு மறு வாழ்க்கையை மகிழ்ச்சியுடன் அனுபவித்தாள். அவள் தூங்கும் போது பழையதை அவள் நினைக்கவில்லை. பிரகாசமான அடுத்த நாள் காலையையும், அதற்கடுத்த நாட்களையும் அவள் நினைத்தாள்.

ஒருநாள் அவள் புத்தகக்கடையொன்றுக்கு சென்று சாம்பிரகாஷின் எல்லா புத்தகங்களையும் வாங்கினாள். அதில் ஒரு சிறுகதைத் தொகுதியை வாசித்தாள். ஆனால் அதில் நீரொழுக்கு நடையோ, கவரும் கதாபாத்திரங்களோ, மையமோ இருக்கவில்லை. அதைத் தள்ளி வைத்துவிட்டு கவிதை நூல் ஒன்றை எடுத்தாள். சில கவிதைகளின் சில வரிகள் அவளுக்குப் பிடித்திருந்தன. ஆனால் ஒட்டு மொத்தமான மகிழ்ச்சியை அது தரவில்லை. எரிச்சலடைந்து மகாஜீவனை மறுபடியும் திறந்து, அங்கங்கே படிக்கையில் மகிழ்ச்சி நிறைந்தது.

இப்போது அவள் தொடர்ந்து புத்தகக்கடைக்குச் சென்று புத்தகங்களைப் புரட்டுகிறவளானாள். புத்தகங்களை அங்கங்கே திறந்து அங்கங்கே வரிகளைப் படித்தாள். ஆனால் வாழ்க்கையின் சாரமாக அந்தப் பக்கங்கள் அவளது மனதிற்கு எதையும் தரவில்லை. இறுதியாக, சாம்பிரகாஷின் படைப்புகள் பற்றின எல்லாப் புத்தகங்களையும் வாங்கி வீட்டிற்கு வந்தாள். அவை சாம்பிரகாஷின் படைப்புகளின் மதிப்பீடாகவும், குறிப்பாக மகாஜீவன் பற்றியும் இருந்தன. அந்தப் புத்தகங்களிலிருந்து மல்லிகா புதிதாய் எதையும் கண்டுபிடிக்க முடியவில்லை. அவளே முன்பு அறிந்தவை என்பதால், எப்படியாயினும் சாம்பிரகாஷ் பற்றி அப்புத்தகங்களில் இருந்து நிறைய தெரிந்து கொள்ள முடிந்தது. அந்தப் பெரிய எழுத்தாளரை சந்திப்பது என்று முடி வெடுத்தாள்.

சாம்பிரகாஷ் இப்போது தேசிய இலக்கிய அமைப்பின் தலைவர் என்பதால் அவரைக் கண்டுபிடிப்பது சிரமமாக இருக்கவில்லை. ‘மகாஜீவன்’ பதிப்பிற்குப் பிறகு அங்கீகாரமும், கௌரவமும் அவரைச் சென்றடைந்திருக்கின்றன. இளம் சுதந்திர போராட்ட வீரராக முன்பு இருந்ததால் அரசியலிலும் சுதந்திரப் போராட்டத்தில் முக்கிய பாத்திரம் வகித்தவர். ஆனால் அரசியலை விட்டு விலகி இலக்கியத்திற்கு வாழ்க்கையை அர்ப்பணித்துக் கொண்ட அவரின் முடிவு அவரின் தியாக உணர்வையும், பெருந் தன்மையையும் காட்டுவதாகச் சித்தரிக்கப்பட்டது. அவரின் பிந்தைய படைப்புகள் சிறந்தவையாக இல்லாவிட்டாலும் இந்தப் புத்தகங்களுக்காக பரிசுகளைப் பெற்றிருக்கிறார். பல்வேறு அமைப்புகளின் தலைவர் பொறுப்புகள், பல்வேறு குழுக்களின் உறுப்பினர் பதவி, பல்வேறு பல்கலைக்கழகங்களுக்கு வருகை தரும் பேராசிரியரான கௌரவம் ஆகியவையும் கூட. ‘மகாஜீவன்’ மொழிபெயர்ப்புகள் மூலம் பல நாடுகளில் வரவேற்பைப் பெற்றதால், சாம்பிரகாஷ் பயணங்களையும் மேற் கொண்டிருக்கிறார். இந்தியாவிலிருந்து வெளி நாடுகளுக்குச் செல்லும் இலக்கியக் குழுக்களில் அவருக்கு நட்சத்திர அந்தஸ்து இருந்திருக்கிறது. வெளிநாட்டு எழுத்தாளர்கள் இந்தியாவிற்கு வருகை தருகிற போது அவரைச் சந்திப்பது வழக்கம். வெவ்வேறு அமைப்புகள் இலக்கியக் கூட்டங்களுக்குத் தலைமை வகிக்கவும் பரிசுகள் வழங்கும் குழுக்களுக்குத் தலைமை வகிக்கவும் ஒவ்வொருவரும் போட்டி போட்டுக் கொண்டனர். அவரிடம் இருந்து படைப்பு பெற முடியாதபோது அவரின் கடிதத்தையாவது பிரசுரிப்பதில் இலக்கிய இதழ்கள் கௌரவம் கொண்டன. மொத்தமான படைப்புகள் என்ற அளவில் அவரை மிகச் சிறந்த எழுத்தாளராகப் பலர் நினைக்கவில்லையென்றாலும், நாட்டின் மிகப் பெரிய இலக்கிய ஆளுமை என்ற அளவில் இரண்டு கருத்துக்கள் இருந்ததில்லை.

சாம்பிரகாஷை கடுமையான விமர்சனம் செய்யும் சில விமர்சகர்கள் இருந்தனர். கொஞ்சம் அறியப்பட்ட வெளிநாட்டுப் புத்தகங்களிலிருந்து கதாபாத்திரங்கள், மையக்கரு மற்றும் ‘மகாஜீவனின்’ சம்பவங்கள் எடுக்கப்பட்டதைச் சுட்டிக்காட்டியிருந்தனர். வெவ்வேறு பரிசுகள் மற்றும் பதவி

களை அடைய அவர் மேற்கொண்ட குறுக்குவழிகளையும், புத்திசாலித்தனமானவற்றையும் பற்றிப் பல கதைகள் உலா வந்தன. பதவியில் இருப்பவர்களை எப்போதும் அவர் ஆதரிப்பது பற்றிச் சொல்லப்பட்டது. ஆனால் இந்த விமர்சனங்கள் குறிப்பிட்ட எல்லை கொண்டவை. ஆனால் அவரின் ஒட்டுமொத்த பிம்பம் என்ற அளவில் இந்த விமர்சனங்கள் பொது மக்களிடம் எந்த விளைவையும் கொண்டிருக்கவில்லை. சில சமயங்களில் சில விருதுகளையும், பதவிகளையும் பெற மறுத்ததும், நிறுவனங்களுக்கு எதிரான அவரின் கடுமையான விமர்சனங்களும் விமர்சகர்களுக்கு எதிர்வினையாக இருந்திருக்கின்றன.

சாம்பிரகாஷிற்கு கடிதம் எழுத உட்கார்ந்த போது இதுவரை புத்தகங்களின் பக்கங்களில் மட்டுமே சந்தித்த பெரும் மரியாதைக்குரிய எழுத்தாளரை இக்கடிதம் மூலம் தொடர்பில் வழிபடுகிறோம் என்பதில் ஒரு வினோதமான உணர்வு அவளுக்கிருந்தது. 'மகாஜீவன்' மூலம் அவளின் வாழ்க்கையில் புது திருப்பம் ஏற்பதை விவரித்தவள் அவளின் நன்றியைத் தெரிவிக்க சாம்பிரகாஷை நேரில் சந்திக்க விருப்பம் தெரிவித்தாள். நீண்ட நாட்களாய் அவரிடமிருந்து பதில் இல்லாததால் அவள் பெரும் ஏமாற்றமடைந்திருந்தாள். அவருக்கு ஆண்களும், பெண்களுமாக நிறைய வாசகர்கள் இருக்கக்கூடும் என்றும், தெரியாத வாசகர்களிடமிருந்து கடிதங்கள் வருவது அவருக்கு வழக்கமானது என்றும் முடிவு செய்தாள். அவ்வளவு பெரிய புகழ்வாய்ந்த மனிதரிடமிருந்து பதிலை எதிர்பார்ப்பது நிச்சயம் சிறு பிள்ளைத்தனமானது என்றிருந்தது அவளுக்கு.

சில நாட்களுக்குப் பிறகு சாம்பிரகாஷிடம் இருந்து கடிதம் ஒன்று வந்தபோது கற்பனைக்கு எட்டாத வகையில் மகிழ்ச்சியடைந்தாள். சாம்பிரகாஷ் கடிதத்தை அவரே எழுதி யிருந்தார். கடிதத்தின் சாரம் வெகு நட்புடனும் அது அவரின் புகழுக்குப் பெருமை சேர்ப்பதாகவும் இருந்தது. இளம் மல்லிகாவிற்கு வாழ்த்துக்களைச் சொல்லியிருந்தார். முன்பே அபாய்ன்ட்மெண்ட் பெற்று அவரை எப்போதாவது சந்திக்க வரும்படி அழைப்பும் விடுத்திருந்தார்.

ஆனால் சாம்பிரகாஷை தொடர்பு கொள்வது சுலபமாக இருக்கவில்லை. நகரத்திலிருந்து நாற்பது மைல்கள் தள்ளிய ஒரு கிராமத்தில் அவர் வாழ்ந்து வந்தார். தொலைபேசியில் தொடர்பு கொள்வது சிரமமாக இருந்தது. சில சமயங்களில் தொலைபேசியில் பேச்சு அவ்வளவாய் கேட்கக் கூடியதாய் இல்லை. சில சமயங்களில் தொலைபேசி இணைப்பு கிடைத்தபோது சாம்பிரகாஷ் இருக்க வில்லை. தொலைபேசியில் நேரத்தை வீணாக்காமல் அங்குசெல்ல மல்லிகா முடிவெடுத்திருந்தாள்.

சாம்பிரகாஷ் சுதந்திரத்திற்கு முன் காந்தீயவாதியாக இருந்தார். மார்கசியம் மற்றும் நச்சல்களால் ஈர்க்கப்பட்டார். ஆனால் இப்போது காந்தியத்திற்கே திரும்பி விட்டதாகச் சொன்னார். கிராமத்தின் வெளிப்பகுதியில் கட்டப்பட்ட ஆசிரமம் போன்ற வீட்டில் வசித்து வந்தார். அந்த வீடு டிரஸ்ட் ஒன்றுக்கு சொந்த மானதாக இருக்கலாம். ஆனால் சாம்பிரகாஷ் மட்டும் அதை உபயோகப்படுத்தி வந்தார். அவரின் மனைவி நீண்ட நாட்களுக்கு முன் இறந்து விட்டார். அவரின் குழந்தைகள் யு.எஸ்.ஏ.வில் வாழ்ந்து வருகின்றனர். எனவே சாம்பிரகாஷிற்கு ஆசிரமம் சௌகரியமான ஏற்பாடாக இருந்தது. புகழ்பெற்ற கட்டிடக்கலை வல்லுநர் ஒருவர் அதை வடிவமைத்திருந்தார். ஒரு பணக்காரத் தொழிலதிபர் அதைக் கட்ட நிதி உதவி செய்திருந்தார். வெளியிலிருந்து பார்த்தால் அது மண்ணால் கட்டப்பட்ட சுவர்களும், வறட்டிகளும் கொண்ட ஒரு கிராமகுடிசையாகத் தென்பட்டாலும் உள்ளே ஏர் கண்டிஷனர் உட்பட எல்லா நவீன வசதிகளும் கொண்டதாய் இருந்தது. சாம்பிரகாஷைப் போலவே அந்த வீடு புகழ் பெற்றதாய், கட்டிடக் கலை மாணவர்கள் தனித்துவமான அந்த கட்டிடக்கலை மாதிரியை பார்க்க வருகை புரிந்தனர்.

மல்லிகா அங்கு காரில் சென்றாள். அரசாங்க அலுவலகத்தில் இருப்பது போல ஒரு சிறிய அலுவலர் இருந்த வரவேற்பறைக்குச் சென்றாள். நாற்காலியில் உட்காரச் சொன்னார்கள். சாம்பிரகான் சுயசரிதையை எழுதும் ஒரு அமெரிக்கப் பெண்ணுடன் அவர் பேச்சில் ஈடுபட்டிருப்பதாகச் சொல்லப்பட்டது. அவளுக்காக கொஞ்ச நேரம் ஒதுக்க முடியுமா என்பதை அவர் சொல்வார் என்பது மல்லிகாவிற்கு கொஞ்சம் ஏமாற்றமாக இருந்தது.

மகாஜீவனை படித்தபின்னும் சாம்பிரகாஷ் பற்றியும் அவள் மனதில் ஏற்படுத்தியிருந்ததிற்கு மாற்றாக அந்த இடம் இருந்தது. ஒரு முதிய எழுத்தாளர் தோட்டத்தில் நின்றுகொண்டு பூச் செடிகளுக்கு முன்நின்று கொண்டு தத்துவார்த்தமாகப் பேசுவது என்பது அவளின் கற்பனையாக இருந்தது. இப்போது ஓர் அரசாங்க அலுவலகத்தினுள் நுழைந்தது போல உணர்ந்தாள். சுவரையொட்டின புத்தக அலமாரிகள் ஆறுதலாக இருந்தன. எல்லா இடத்திலும் புத்தகங்கள் இருந்தன. திறந்திருந்த கதவு வழியாக அவள் புத்தக வரிசைகளைப் பார்க்க முடிந்தது. அது மல்லிகாவிற்கு ஆறுதலாக இருந்தது.

செயலர் திரும்ப வந்து சாம்பிரகாஷ் அடுத்த இரண்டு மாதங்களுக்கு வேலையாக இருப்பார் என்றார். அமெரிக்க ஆராய்ச்சியாளர் இந்தியாவில் சில தினங்களே இருப்பார். எனவே சாம்பிரகாஷ் அவரின் எல்லா நேரத்தையும் அவளுக்காக ஒதுக்குகிறார். அதன்பின் கலாச்சார தூதுக்குழு உறுப்பினராக தாஷ்கண்டிற்கு பதினைந்து நாட்கள் செல்கிறார். அதன் பின்னே சந்திக்க முடியும். ஏமாற்றமடைந்த மல்லிகா அவளின் முகவரியையும், தொலைபேசி எண்ணையும் செயலரிடம் கொடுத்துவிட்டு வந்தாள். முன் அப்பாயின்ட்மெண்ட் இல்லாமல் அங்கு சென்றிருக்கக் கூடாது என்பதை உணர்ந்தாள். அது சுமூகமாக இல்லை என்பதால் சாம்பிரகாஷை சந்திக்கும் அனுபவம் சரியாக இருக்காது என்றும் அவளுக்கு மனதில் வந்தது. நெருங்கும் போது பெரிய மனிதர்கள் வெகு வித்தியாசமானவர்கள். எங்கோ படித்த மாதிரி சரித்திரத்தில் கவிஞர்கள் தெய்வீகத் தன்மை யானவர்கள். ஆனால் உண்மையில் வேடிக்கையானவர்கள் என்று பட்டது. சாம்பிரகாஷிடமிருந்து இரண்டு தினங்கள் கழித்து தொலைபேசி வந்தது மல்லிகாவிற்கு ஆச்சரியமாக இருந்தது. அன்று சந்திக்க முடியாததற்கு வருத்தம் தெரிவித்தார். விரைவில் சந்திப்பதாகச் சொன்னார். அடுத்த நாள் காலை மல்லிகா அவரைச் சந்திப்பதாக முடிவானது. தொலைபேசியை வைத்தபின் அவளின் நல்ல நேரத்தை எண்ணி மல்லிகா மிகவும் மகிழ்ச்சியடைந்தாள். சாம்பிரகாஷ் அவராகவே தொலைபேசி செய்துள்ளார். ஆனால் அவரின் குரல் தொலைபேசியில் ஒருவித கரகரப்பாகவும் சத்தம் குறைந்ததாகவும் அவள் கற்பனை

செய்ததில் இருந்து மிகவும் மாறுபட்டு இருந்தது. தொலைபேசி தொடர்பு குறை என நினைத்தாள். மல்லிகா அவரின் அன்பில் நனைந்து போனாள்.

ஒரு பெரிய மெர்சிடிஸ் கார் அவர் சந்திக்க மறுத்த பின் வெளியேறியதை பார்த்த ஒரே காரணம் அவர் தொலைபேசி செய்ய வைத்துள்ளது. மல்லிகா நகரின் மேல்தட்டு பணக்காரத் தொழில் அதிபரின் மகள் என்பதை விசாரித்தறிந்தார். எனவே அவளின் கடிதத்தைத் தேடி எடுத்து விட்டு தொலைபேசி செய்திருக் கிறார்.

அவரின் இடத்திற்கு அவள் சென்றபோது சாம்பிரகாஷ் அவளுக்காகக் காத்துக் கொண்டிருந்தார். முதல் தோற்றத்தில் மல்லிகா ஏமாற்றமடைந்தாள். ஒல்லியான குள்ளமானவராக தலைக்கு அழுத்தமாக 'டை' பூசியும் எழுத்தாளர் என்ற வகையில் கண்ணைப் பறிக்கும் வெள்ளை உடைகளுடனும் வாசனை திரவியத்தைப் பூசியும் இருந்தார். அவரின் பாவனைகளும், பேச்சும் திட்டமிட்டதாக செயற்கையாக இருந்தது. அவரை ஒரு எழுத்தாளராக அவளால் பார்க்க இயலாமல், நடிகராக நடிக்கும் ஒரு தேர்ந்த நடிகராகப் பட்டார். ஆனாலும் இவ்வகை எண்ணங்களை ஒழித்து ஒரு தேர்ந்தவராக அவரைப் பார்ப்பதில் கவனம் செலுத்தினாள்.

எல்லோரும் சொன்னமாதிரி, சாம்பிரகாஷ் அவரின் பேச்சு மூலம் மக்களைக் கவரக் கூடியவராக இருந்தார். அன்று சந்திக்காததற்கு வருத்தம் தெரிவித்தார். அவளின் குடும்ப பின்னணி பற்றியும் அவளின் நலம் பற்றியும் கேட்டார். மல்லிகா 'மகாஜீவன்' அவளைக் காப்பாற்றியதை நினைவுபடுத்தியபோது சாம்பிரகாஷ் "நாம் பின்னால் கதை பற்றி பேசுவோம். மற்றவை பற்றி முதலில் பேசலாம்" என்றார்.

பிறகு தேனீருக்கு ஆள் அனுப்பி அவளுக்கு வழங்கினார். அவரின் செயலர் யாரோ அவரைப் பார்க்க வந்திருப்பதாய் சொல்ல அங்கு வந்தார்.

"நான் முக்கியமான கூட்டத்தில் பிஸியாக இருப்பதாகச் சொல்" என்றார். சாம்பிரகாஷ் செயலர் அங்கிருந்து நகர்ந்த போது

மல்லிகாவை பார்த்து, "நான் பொய் சொன்னது பற்றி நீங்கள் நினைக்கக்கூடும். ஆனால் எனக்கு இப்போதைய முக்கிய வேலை உங்களுடன் பேசுவதுதான்" என்றார்.

மல்லிகா அபூர்வமான விருந்தாளி போலவும், அப்போது வேறு வேலை இல்லாது அவளுடன் பேசுவதும் அவளுடன் இருப்பதும்தான் என்று சாம்பிரகாஷ் நடந்து கொண்டார்.

அமெரிக்கப் பெண்மணி வீட்டினுள் இருந்து வெளிவந்து அவர்களுடன் இணைந்து கொண்டார். சாம்பிரகாஷ் சான்பிரான்ஸிஸ்கோவிலிருந்து அவரின் சுயசரிதத்தை எழுத வந்திருக்கும் லூயிஸ் லௌட்டனை அறிமுகப்படுத்தினார்.

"உங்களுக்கு ஆட்சேபனை இல்லையென்றால் உங்களின் கேள்விகளை மல்லிகா இருக்கும்போதே கேட்கலாம். என் வாழ்க்கை திறந்த புத்தகம். மற்றவர்கள் முன்னால் பேசுவதில் எனக்கு ஆட்சேபனை இல்லை" என்று சாம்பிரகாஷ் அவளிடம் சொன்னார். ஆனால் லூயிஸ் மௌனமாக இருந்தார். யாரோ ஒருவர் முன்னிலையில் பேட்டி எடுப்பதற்கு விரும்பாமல் இருக்கலாம். அசௌகரியமாக உணர்ந்த மல்லிகா "நான் வேண்டுமானால் கிளம்புகிறேன். நீங்கள் பேட்டி தரவும்" என்றாள்.

சாம்பிரகாஷ் "மேற்கத்திய நாட்டினர் அவர்களின் வேலையில் குறியாக இருப்பர். நான் எனது விருந்தாளியுடன் பேசுகிறேன். ஆனால் அந்தப் பெண்மணி அவளின் புத்தகத்திற்காக எப்படி விஷயங்களை வாங்க முடியும் என்பதில் அக்கறையாக இருக்கிறார்" என்றார்.

லூயிஸ் "இந்த நேரத்தை உங்களுக்காக ஒதுக்கிக் கொள்ளுங்கள்" என்றார்.

எரிச்சலை மறைத்தபடி சாம்பிரகாஷ் "நான் உங்களுக்கு அப்பாய்ட்மெண்ட் தரும்போது மல்லிகா வருவார் என்று தெரியாது. மல்லிகா இப்போது இங்குள்ளார். உங்களுக்குப் பேட்டி தருவதைக் காட்டிலும் அவளுடன் பேசுவது மிக முக்கியமானது என நினைக்கிறேன்" என்றார்.

பேச்சு சுவாரஸ்யமற்று வெறுமையாக இருந்தது. இறுதியாக சாம்பிரகாஷ், "எனது ஆரம்ப கால படைப்புகளை உங்களுக்குத்

தருகிறேன். அதைப் படியுங்கள்" என்றார்.

உள்ளே சென்று கத்தையாக பத்திரிக்கைகளை எடுத்து வந்து "ஏறக்குறைய இதற்கு இன்றைய முழு நாளாகிவிடும் உங்களுக்கு. எனக்குத் தெரிந்தவர்களை பேட்டியெடுக்கும் பட்டியலில் மல்லிகா வையும் சேர்க்கவும்" என்றார்.

மல்லிகாவின் முகவரியையும் தொலைபேசி எண்ணையும் எழுதின தாளை லூயிஸிடம் தந்து அவள் கிளம்பலாம் என்று சொல்லுவது போல் தந்தார். ஆனால் லூயிஸ் அங்கு உட்கார்ந்து பத்திரிக்கைகளைப் படிக்க ஆரம்பித்தாள். ஆனால் மல்லிகா அசௌகரியமாக உணர்ந்தாள். அதைப் புரிந்து கொண்ட சாம்பிரகாஷ் "வாருங்கள் எனது தோட்டத்தைக் காண்பிக்கிறேன்" என்றார்.

லூயிஸை விட்டுவிட்டு சாம்பிரகாஷ் மல்லிகாவுடன் வீட்டிற்கு வெளியே வந்தார். வெளியே வரும்போது எங்கும் புத்தங்கள் இருப்பதை மல்லிகா உணர்ந்தாள். "இவை எனது பலவீனம். என் வாழ்க்கைக்கு சம்பந்தமானவற்றைப் பாதுகாத்து வைத்துள்ளேன். இவற்றை ஆராய்ச்சியாளர்களிடம் காட்டியுள்ளேன். இன்னும் பொதுமக்களுக்காகவென்றில்லாமல் பல உள்ளன. லூயிஸிற்கு அவற்றைக் காண்பிக்க வேண்டுமா? என்பதை முடிவு செய்ய வேண்டும்" என்றார் சாம்பிரகாஷ்.

மல்லிகா "அந்தப் பெண்மணியை நீங்கள் நம்பினால் எல்லா வகையிலும் அவளுக்கு ஒத்துழையுங்கள்" எனப் பதிலளித்தாள்.

சாம்பிரகாஷ் சொன்னார்: "நானும் அப்படித்தான் நினைக்கிறேன். அமெரிக்க ஆராய்ச்சியாளர்கள் நமது ஆராய்ச்சியாளர்களைவிடக் கடுமையாக உழைக்கக் கூடியவர்கள். அவர்கள் வேலைக்கு முக்கியத்துவம் கொடுப்பவர்கள். லூயிஸ் என்னைப் பற்றி ஒரு நல்ல புத்தகத்தை எழுதுவார் என்ற நம்பிக்கை எனக்கு இருக்கிறது. ஒரிஜினலாக எனது எல்லா புத்தகங்களையும் படித்திருக்கிறாள். என்னைப் பற்றி எல்லா படைப்புகளையும் படித்திருக்கிறாள். ஆனால் இந்த அமெரிக்கர்கள் நம்மைப்பற்றி எவ்வளவு புரிந்து கொள்ள முடியும்."

அவர்கள் தோட்டத்தில் இருந்தார்கள். செடிகள் பற்றி ஓரளவு அறிவு சாம்பிரகாஷிற்கு இருப்பது பற்றி மல்லிகாவிற்கு

ஆச்சரியமாக இருந்தது. ஒவ்வொரு தாவரத்துடன், பதியத்துடன், பூவுடன் அவருக்கு தனிப்பட்ட உறவு இருப்பதாகப் பட்டது. ஒரு செடியைக் காட்டி சாம்பிரகாஷ் சொன்னார்: "இதை நான் ஒரு மாதத்திற்கு முன் நட்டேன். முதலில் இலைகள் துளிர்க்க ஆரம்பித்தபோது ஒவ்வொரு நாளும் அது எப்படி வளர்கிறது? என்பதை தினமும் கவனிப்பது வழக்கமானது. சில நேரங்களில் நடு இரவில் எழுந்தால் கையில் டார்ச்சுடன் இங்கு வந்து இலைகள் எல்லாம் சரியாக இருக்கிறதா என்று பார்ப்பேன்."

தோட்டத்தைச் சுற்றிப் பார்த்துவிட்டு இறுதியாக கேட்டை அடைந்தார்கள். மல்லிகாவின் காரும், ஓட்டுனரும் வெளியே காத்துக் கொண்டிருந்தார்கள். சாம்பிரகாஷ் திடீரென்று, "இன்று இங்கிருங்கள். இன்று மதிய உணவு என்னுடன் சாப்பிடுங்கள். உங்களுக்கு நேரமிருந்தால், இன்று மாலை நான் கலந்துகொள்ள வேண்டிய இலக்கியக் கூட்டத்திற்கு நாம் இருவரும சேர்ந்து போகலாம்" என்றார். சிறு இடைவேளைக்குப் பின், "உங்களுக்கு வேறு முக்கியமான வேலை இல்லாமலிருந்தால் மட்டுமே" என்றார்.

மல்லிகாவிற்கு இந்த அழைப்பு எதிர்பாராததாக இருந்தது. மல்லிகா மகிழ்ச்சியில் திளைத்தாள். அவள் அப்பா அலுவலகத்திற்கு அவ்வப்போது செல்வதுதான் அவளின் ஒரே வேலையாகும். ஒரு கம்பனியின் தலைமைப் பொறுப்பில் அவள் இருந்தாள். அந்த அலுவலகத்தில் அவளுக்கென்று தனி அலுவலக அறை இருந்தது. அவளுக்கென்று வேலை எதுவும் இல்லை. உட்கார்ந்து ஆசுவாசப்படுத்தவும், கடிதங்கள் எழுதவும் அல்லது அபய்க்கு தொலைபேசி செய்வதும்தான் அவளது வேலை. சமீபத்தில் நீண்ட காலமாக அவள் அலுவலகம் செல்லவில்லை. சாம்பிரகாஷின் வேண்டுகோளை ஏற்றாள். ஓட்டுனரிடம் இன்றைக்கு முழுவதும் இங்கிருப்பதாகச் சொன்னாள்.

சாம்பிரகாஷ் உள்ளே வந்த பின் மல்லிகா ஓட்டுனரின் மதிய உணவிற்குச் சொன்னார். அதன் பின் மல்லிகாவிடம் சொன்னார்: "நான் என் நூலகத்தைக் காண்பிக்கிறேன். லூயிஸ் பாவம் என்ன செய்கிறாள் என்பதை முதலில் கண்டுபிடிப்போம். அவளுக்கு அவளின் ஆராய்ச்சியைத் தவிர வேறு ஆர்வம் இல்லை."

லூயிஸ் பத்திரிக்கைகளைக் கவனமாகப் படித்துக் குறிப்புகள் எடுத்துக் கொண்டிருப்பதைக் கண்டார்கள். லூயிஸ் சாம்பிரகாஷைப் பார்த்தபோது "பாதியில் இருக்கும் இண்டர்வியூவை இப்போது தொடரலாமா" என்றாள்.

ஏதோ இருவருக்கும் ரகசியத் திட்டம் இருப்பது போல சாம்பிரகாஷ் மல்லிகாவைப் பார்த்துவிட்டு, "அதை இப்போது செய்ய மனமில்லை. நீங்கள் இங்கு தங்கியிருப்பதால் நாம் அதை எப்போது வேண்டுமானாலும் செய்யலாம். ஆனால் மல்லிகா தினமும் இங்கு வரமாட்டாளே" என்றார்.

இந்த வகையில் சாம்பிரகாஷ் மிகுந்த மரியாதையால் மல்லிகாவை கவர்ந்து கொண்டார். லூயிஸ் மதிய உணவை அவர்களுடன் சேர்ந்து உண்டாள். ஆனால் அதிகம் பேசவில்லை. அவளின் ஆராய்ச்சி பற்றியே எப்போதும் நினைத்துக் கொண்டிருப்பதாகத் தோன்றியது. கூட்டத்திற்குச் செல்வதற்கு நேரம் நெருங்கியபோது, கூட்ட அமைப்பாளர்களின் கார் காத்துக் கொண்டிருந்ததை தவிர்த்து மல்லிகாவின் காரில் செல்ல முடிவெடுத்தார்கள். கிளம்பும் போது சாம்பிரகாஷ் லூயிஸிடம் திரும்பி சொன்னார். "நான் மல்லிகாவுடன் போகிறேன். நீங்கள் கூட்ட அமைப்பாளர்களுடன் வாருங்கள்."

அவரின் ஏமாற்றத்தைக் கண்டவர் "உங்கள் ஆராய்ச்சிக்கு அங்கு பேசுவது உபயோகமாகும்" என்றார்.

கூட்ட இடத்தினை அடைந்த போது அவரது வாசகர்களால் சூழப்பட்டார். மல்லிகாவைப் பக்கத்தில் வைத்துக் கொள்ள முயற்சித்தார். சுற்றி இருப்பவர்களிடம் அறிமுகப்படுத்தினார். ஆனால் அவர்கள் அவரைக் கூட்டிச் சென்றுவிட்டார்கள். கூட்டம் ஆரம்பித்தபோது கூட்டத்திலிருந்து தன்னை விலக்கிக் கொண்டு மூன்றாவது வரிசையில் ஒரு இருக்கையில் அமர்ந்தாள். தலைமையாளரின் நாற்காலியில் உட்கார்ந்த சாம்பிரகாஷ் கூட்டத்தில் யாரையோ தேடுவதைக் கவனித்தாள். கூட்டம் ஆரம்பித்து, பேச்சுகள் தொடர்ந்தன. ஆனால் சாம்பிரகாஷின் கவனம் பார்வையாளர்கள் மீது இருந்தது. இறுதியில் மல்லிகா வைப் பார்த்தார். அவரின் முகத்தில் புன்னகை மலர்ந்தது. மல்லிகா அவரின் பார்வை அவள் மீது நிலைத்திருப்பதைக்

கவனித்தாள். அவர் தலைமை உரைக்காக எழுந்து நின்றபோது பார்வையாளர்கள் பலமுறை கைதட்டினார்கள். அவரின் பேச்சைவிட சாம்பிரகாஷின் கவனம் அவள்மீது இருந்தது பற்றியே பிரக்ஞையுடன் இருந்தாள்.

கூட்ட முடிவில் அவரின் ரசிகர்களிடமிருந்து தன்னை விடுவித்துக் கொண்ட சாம்பிரகாஷ் மல்லிகாவுடன் சேர்ந்து கொண்டார். இருவரும் லூரயிஸைக் கண்டுபிடித்தார்கள். எல்லோரும் சேர்ந்து போவதென்றும் போகிற வழியில் மல்லிகாவை இறக்கிவிடுவதென்றும் முடிவானது. அவளின் வீட்டில் அவள் இறங்கிக் கொண்ட போது சாம்பிரகாஷ் கீழிறங்கி அவளின் கையைப் பிடித்துச் சொன்னார். "நீங்கள் எதுவும் பேச முடியாது போய்விட்டது இன்றைக்கு. நீங்கள் நான் சொல்வதைக் கேட்க வேண்டியதாகி விட்டது. நான் நீங்கள் பேசுவதைக் கேட்க சீக்கிரம் அழைப்பேன். அந்த நாளில் நான் ஒரு வார்த்தையும் பேச மாட்டேன்."

அன்று இரவு படுக்கையில் படுத்தபடி மல்லிகா அன்றைய தினத்தில் நடந்ததை நினைத்துப் பார்த்தாள். அன்றைய நாள் சுகமாய் கழிந்தது. அவளுக்குப் புது அனுபவமாக அது இருந்தது. சாம்பிரகாஷை சரியாக கணக்கிட முடியாவிட்டாலும், அவர் சுமூகமாகவே இருந்தார். அவருடனான பழக்கம் அவளை மிகுந்த மகிழ்ச்சிக்குள்ளாக்கியது. அவரது வாழ்க்கை முறை அவளுக்கு வெகுவாகப் பிடித்திருந்தது. அநத மாலைக் கூட்டம் மல்லிகா மகாஜீவனைப் படித்தபோது இருந்த பெருமிதம் போல பொதுமக்களிடம் இருப்பதை நிச்சயப்படுத்திவிட்டது. சாம்பிரகாஷ் உண்மையில் பெரிய மனிதர்தான். அவருடன் நெருக்கமாக இருப்பதை எந்தப் பெண்ணும் பெருமையாக நினைப்பாள். அவள் ஒரு எழுத்தாளர் அல்ல. நல்ல வாசகர் கூட அல்ல, ஆனால் இது சின்ன விஷயமல்ல என்றுணர்ந்தாள்.

அடுத்த நாள் காலை சாம்பிரகாஷிற்குத் தொலைபேசி செய்ய அவள் நினைத்தாள். ஆனால் அவள் மறுபடியும் நினைத்தாள். "ஒரு நாள் பழக்கத்தினால் ஒரு முக்கியமான பிரமுகரைத் தொந்தரவு செய்ய என்ன உரிமை இருக்கிறது." ஒருநாளை அவளுக்காக ஒதுக்கினார். ஆனால் அதனால் அவள்

விரும்பும்போது அவரின் நேரத்தைக் கோருவது சரியல்ல. மக்கள் அவரைச் சந்திக்க எவ்வளவு ஆர்வமாக இருந்தார்கள் என்பதை அவள் கண்டாள். இதற்கு மேலாக அவராகவே அவளுக்கு மறுபடியும் தொலைபேசி செய்வார் என நம்பினாள்.

அடுத்த நாள் அவரிடம் இருந்து தொலைபேசி இல்லாததால் அவளாகவே அவருக்குத் தொலைபேசி செய்தாள். அவரைப் பிடிப்பதற்கு அவள் சிரமப்பட வேண்டியிருந்தது. அவள் எதுவும் சொல்வதற்கு முன் அவர், "நான் நேற்றிலிருந்து உங்களைத் தொடர்பு கொள்ள முயற்சிக்கிறேன். அன்று ஒரு நல்ல நாளாக உங்களுடன் இருந்தது" என்றார்.

"நானும் அதைச் சொல்லவே தொலைபேசி செய்தேன்" என்று பதில் அளித்தாள். "அன்று எனக்காக நிறைய நேரம் ஒதுக்கித் தந்தீர்கள். அதற்கு நன்றி சொல்ல அனுமதிக்கணும்."

சாம்பிரகாஷ், "அன்று இலக்கிய கூட்டம் உங்களுக்கு போர் அடிக்கவில்லை என நம்புகிறேன். அன்று இரவு நாம் பேச இயலவில்லை" என்றார்.

மல்லிகா, "அன்று நடந்த கலந்துரையாடல் பற்றி உங்களைக் கேட்க விருப்பப்படுகிறேன்" என்றாள். "அடுத்து நாம் சந்திக்கும் போது அதைப் பற்றிப் பேசலாம்" என்றார் சாம்பிரகாஷ்.

உடனே வரச் சொல்லி அவளை அழைப்பார் என மல்லிகா நினைத்தாள். ஆனால் அவர் அழைக்காததால், அவளாகவே கேட்டாள்: "இன்று நான் வரட்டுமா."

"நான் கொஞ்சம் வேலையாக இன்றும் நாளையும் இருக்கிறேன். நாளை மறுநாள் வரவும்."

அதைக் கேட்கையில் மல்லிகாவிற்கு சற்று ஏமாற்றமாக இருந்தது- அவரைப் போன்ற மிகவும் வேலையாக இருக்கும் ஒருவரை உடனே சந்திக்க எதிர்பார்ப்பது அதிகப்படியானது.

இரண்டு தினங்களுக்கு பிறகு அவரின் வீட்டை அடைந்த போது சாம்பிரகாஷ் லூயிஸுடன் அவளின் வேலையில் அவர்களுக்கு முன் ஒரு டேப்ரிகார்டருடன் வேலையில் இருந்தார். மல்லிகாவைப் பார்த்தபோது, அவளருகில் வந்து ஒரு செட்புத்தகங்களைகொடுத்து, பக்கத்து அறையில் கொஞ்ச

நேரம் காத்திருக்கும்படி சொன்னார். அந்தப் புத்தகங்களை அவள் முன்பே படித்திருந்தாள். ஆனால் அவை அவளைப் பாதிக்கவில்லை. புத்தகங்களை ஒதுக்கி வைத்து விட்டு சுற்றிலும் பார்த்தாள். சாம்பிரகாஷிற்கு அளிக்கப்பட்ட வெவ்வேறு பரிசு களும், பட்டங்களும் அடுக்கி வைக்கப்பட்டிருந்தன. இந்திய ஜனாதிபதி, பிரதமர் மற்றும் இந்தியாவின் முக்கிய பிரமுகர்கள், மற்றும் வெளிநாட்டு முக்கிய பிரமுகர்களுடன் இருக்கும் புகைப் படங்கள் சுவற்றை அலங்கரித்தன. ஒரு புகழ் பெற்றவரின் வீட்டில் ஒரு சாதாரணப் பெண்ணின் இருப்பு மல்லிகாவிற்கு விநோதமாக இருந்தது. அவரின் கருணை காரணமாக அவள் மீது மிகுந்த அன்பைக் காட்டினாலும், அவள் பக்கம் அதை சார்பாக எடுத்துக் கொள்வது சரியா?

சாம்பிரகாசும், லூயிசும் அப்போது அங்கு நுழைந்தார்கள். லூயிஸ் மகிழ்ச்சியாகக் காணப்பட்டாள். அன்று காலை அவளின் வேலையில் நல்ல முன்னேற்றம் தெரிந்திருக்கலாம். சாம்பிரகாஷ் “மகாஜீவனைப் பற்றி இன்று லூயிஸ் கேட்டதைப் போல எந்த இந்திய விமர்சகரும் ஆழமான கேள்விகளைக் கேட்கவில்லை” என்றார்.

அதைக் கேட்க லூயிஸ் பெருமிதமடைந்தாள். சாம்பிரகாஷ் இப்போது லூயிசிடமிருந்து மல்லிகா பக்கம் கவனத்தைத் திருப்பினார். “அன்று உங்களை இறக்கி விட்டபின் அன்றிரவு ஆற்று ஓரமாக காரில் சென்றோம். அன்று உங்கள் கார் வெகு லேட்டாகத் திரும்பியிருக்கும். முன்பே உங்களுக்கு அதைப் பற்றிச் சொல்லியிருக்கலாம்” என்றார்.

மல்லிகா “அது முக்கியமல்ல எனக்கு கார் பஞ்சமில்லை” என்றாள்.

“நகரத்திற்கு வெளியே இருந்து கொண்டு கார் இல்லாமல் இருப்பது சிக்கல்தான்.”

“உங்களுக்கு கார் தேவைப்படும் போது நான் அனுப்புவேன்” என்றாள் மல்லிகா.

“வேண்டாம் சின்ன விஷயத்திற்காக ஏன் நான் உங்களைத் தொல்லை செய்ய வேண்டும்.”

“இந்த டெலிபோன் நெம்பரை வைத்துக் கொள்ளுங்கள். இந்த நெம்பரில் போன் செய்தால் எந்த நேரத்திலும் உங்களுக்கு ஒரு கார் வந்தடையும்.”

அன்றைய மதிய உணவின்போது லூயிஸ் வெவ்வேறு விசயங்கள் பற்றிப் பேசினாள். அவள் அதற்கு முன்பே பல முறை இந்தியாவிற்கு வந்ததும், நாட்டின் தொன்மையும், இலக்கியமும் அவளைப் பாதித்திருப்பதையும் அந்தப் பேச்சிலிருந்து மல்லிகா தெரிந்து கொண்டாள். அவள் அமைதியான எளிமையான நல்ல பெண்ணாகத் தோன்றினாள். முன்பு அவளுடனான சாம்பிரகாஷின் நடத்தையை ரசிக்க முடியவில்லை. ஆனால் இன்று அவளுடன் அவர் சுமூகமாக இருப்பதை அவர்களின் வேலையைத் தொடர இருவரும் சேர்ந்து கிளம்பிப் போனது உணர்த்தியது. “உங்களுடன் இன்றும் சரியாகப் பேச முடியவில்லை இதற்காகவே நீங்கள் மறுபடியும் வரவும்” என்று மல்லிகாவை வழியனுப்பும் போது சொன்னார்.

அவளின் தோல்வியடைந்த காதல் பற்றியும், மகாஜீவனில் அவளின் ஈடுபாடு பற்றியும் அவருடன் பேச எதிர்பார்த்திருந்தது மல்லிகாவிற்கு ஏமாற்றமளித்தது.

அபய் சம்பந்தமான அவளின் பிரச்னை இப்போது மல்லிகாவின் மனதிலிருந்து மறைந்து விட்டது. ஆனால் அவள் சகஜநிலைக்கு வரவேண்டும். கடந்த சில நாட்களாக அவளின் வாழ்க்கையில் சாம்பிரகாசுடனான உறவு வேறு பிரச்னைக்குக் கொண்டு சென்றுள்ளது. அவரின் வீட்டிற்குப் பலமுறை அவள் சென்றிருக்கிறாள். ஆனால் ஒவ்வொரு முறையும் அசௌகரியமான நினைவுகளுடன் திரும்பியிருக்கிறாள். லூயிஸ் அதற்குக் காரணமாக இருக்கலாம். அவளின் வேலையில் தொந்தரவு ஏற்படுவதால் மல்லிகா வருவது குறித்து அவளுக்கு மகிழ்ச்சி இல்லாமல் இருக்கலாம். சாம்பிரகாஷ் வீட்டின் விருந்தாளி லூயிஸ். அவரது நேரத்தை வேறு யாராவது எடுத்துக் கொள்வதில் அவருடன் இருப்பவர் என்பதால் விரும்பாமலிருக்கலாம்.

இப்போதெல்லாம் சாம்பிரகாஷ் வீட்டிற்குச் செல்வதை மல்லிகா கட்டுப்படுத்திக் கொண்டாள். ஒரு நாள் அவள் படிப்பறையில் நுழைந்த போது சாம்பிரகாஷும், லூயிசும்

நெருக்கமாக உட்கார்ந்திருப்பதைக் கண்டாள். ஆனால் சாம்பிரகாஷ் எழுந்து அவளை அருகில் உட்காரச் செய்தார். அவளுடன் முழு நாளைக் கழித்தார். லூயிஸ் அன்று முழுவதும் சோர்ந்த முகத்துடன் வீட்டில் திரிந்து கொண்டிருந்தாள். சிலநாட்களில் அவள் அமெரிக்கா திரும்பவிருந்தாள். சாம்பிரகாஷிடம் அவளின் கதையை லூயிஸ் சென்றபின் அவர் தனியாக இருக்கும்போது சொல்ல மல்லிகா முடிவெடுத்திருந்தாள்.

சாம்பிரகாஷ் அவரின் தனிப்பட்ட விஷயங்களில் எந்த அக்கறையும் இத்தனை நாட்களாக எடுத்துக் கொள்ளவில்லை. ஆனால் அவளின் குடும்பம் பற்றியும், வியாபார உலகம் பற்றியும் அவளிடமிருந்து நிறையத் தகவல்களை சேகரித்திருந்தார். அவரின் வேண்டுகோள்படி மல்லிகா அவளின் தந்தையை அறிமுகப்படுத்தினாள். அவள் தந்தைக்கு இலக்கியத்தில் அக்கறை இல்லையென்றாலும், மல்லிகா அபய் போன்ற விரும்பத்தகாத ஆளிடம் இருந்து விடுதலைபெற்று ஒரு புகழ் பெற்றவரிடம் தொடர்பு வைத்திருப்பது மகிழ்ச்சியே தந்தது.

சாம்பிரகாஷ் அவரின் புத்தகங்கள், கையெழுத்துப் பிரதிகள், மற்றைய படைப்புகள் பற்றி ஒரு புது டிரஸ்ட் அமைக்கத் திட்டமிட்டார். தற்போதைய டிரஸ்ட்டின் நோக்கம் வேறுபட்டது என்பதால் அவரின் படைப்புகளில் இந்தியா மற்றும் வெளிநாடுகளின் பல்வேறு அமைப்புகள் அக்கறை கொண்டிருப்பதால், மல்லிகா அந்த வேலை குறித்த பொறுப்பை எடுத்துக் கொள்ள வேண்டுமென விரும்பினார். மல்லிகாவின் குடும்பம் அவரின் படைப்புகளையும், ஆவணங்களையும் வைக்க கட்டிடச் செலவை ஏற்கவேண்டும். சாம்பிரகாஷ் ஆய்வுகளை அங்கு வைக்கவும் மல்லிகாவின் கம்பெனியிலிருந்து ஒரு சார்டட் அக்கவுண்ட்ன்ட் டிரஸ்டை அமைக்கும் வேலையை கவனித்துக் கொள்ள வேண்டியதானது.

லூயிஸ் அமெரிக்காவிற்குப் புறப்படுவதற்கு முதல்நாள் மல்லிகா அவளையும், சாம்பிரகாஷையும் அவள் வீட்டிற்கு மதிய உணவிற்கு அழைத்தாள். லூயிஸ் சோகமாக இருநதாள். அவளின் வேலையில் முக்கியப் பகுதியை முடித்திருந்தாலும், இன்னும் செய்ய வேண்டியது நிறைய இருப்பதாகச் சொன்னாள்.

ஆனால் அவள் சேகரித்த விஷயங்களை வைத்துக்கொண்டு சீக்கிரம் புத்தகம் எழுதத் தொடங்கப்போகிறாள். எல்லா ஆய்வாளரும் ஏதோவொரு புள்ளியில் அதற்கு மேலான ஆய்வினை நிறுத்த வேண்டும் என்றாள். இந்த விஷயம் வாழ்க்கைப் பயணத்திற்கும் பொருந்துவதாக மல்லிகா நினைத்தாள். ஒரு மனித ஜீவி அவனின் அல்லது அவளின் தேடலின் எல்லையை முடிவு செய்து கொள்ளவேண்டும். லூயிஸ் அவளின் புத்தகம் பற்றியே மட்டும் பேசினாள். புத்தகத் தலைப்பையும் முடிவு செய்திருந்தாள். “தொலைநோக்குப் பார்வையில்” சாம்பிரகாஷ் அந்தத் தலைப்பிற்கு ஒத்துக் கொள்ளவில்லை. ஆனால் அவர் மகாஜீவன் தலைப்பை விரும்பினார். ஆனால் அந்தத் தலைப்பு அமெரிக்கப் பதிப்பாளர் ஏற்றுக்கொள்ள முடியாதது என்பதை லூயிஸ் தெளிவுபடுத்தினாள்.

விருந்து சுமூகமாகச் சென்றது. மல்லிகா கைகழுவுமிடத்திற்கு வழிகாட்டிய போது லூயிஸ் அவளின் கைகளைப் பிடித்து ஜாடையாக “இநத மனிதனை நம்பாதே” என்றாள்.

லூயிஸின் இந்த முதுகிற்கு பின்னாலான விமர்சனத்தை எதிர்பார்க்கவில்லை.

குளியலறையிலிருந்து அவள் வெளியேறுகையில் மல்லிகா அவளை நிறுத்திக் கேட்டாள். “நீங்கள் என்ன சொல்ல விரும்பு கிறீர்கள்.”

லூயிஸ் சற்றே தள்ளி, “நானும் இவரைக் காதலிக்கிறேன் முன்பு” என்றாள்.

இதனால் பெரிதும் குழப்பமடைந்த, மல்லிகா அமைதியாக இருக்க முயற்சி செய்தாள். அவர்கள் அவள் வீட்டிலிருந்து வெளியேறும்போது, லூயிஸ் கிளம்புவதற்கு முன் மல்லிகா அவளைப் பார்க்க அவசியம் இருக்காது என்று முடிவானது. சாம்பிரகாஷிற்கு மல்லிகா தந்த காரில் விமான நிலையத்திற்குச் செல்வர். லூயிஸ் காரில் கிளம்புவதற்கு முன் மல்லிகாவை அணைத்து கன்னத்தில் வாய் ஓரத்தை வைத்து அழுத்தினாள். லூயிஸ் பற்றி என்ன நினைப்பது என்பது மல்லிகாவிற்குத் தெரிய வில்லை.

படுக்கையில் வீழ்ந்த மல்லிகா அவளைப் பற்றி நினைத்தாள். ஆராய்ச்சியில் மூழ்கியபடியால் அவள் ஒரு மாதிரி கிறுக்கு ஆகிவிட்டாள் என்ற முடிவுக்கு வந்தாள். இல்லாவிட்டால் அவள் இப்படிப் பேசியிருக்க வேண்டியதில்லை. டிராவல் ஏஜண்ட் அனுப்பியிருந்த விபரச் சீட்டைப் பார்த்தாள். தாஷ்கண்ட் விஜயம் பற்றின விபரங்கள் இருந்தன. சாம்பிரகாஷ் அவளைக் கூட வரும்படி அழைத்திருந்தார். தாஷ்கண்ட்டில் வேலை முடிந்த பின்பு மாஸ்கோவுக்கும் லெனின்கிரேடுக்கும் செல்ல வேண்டும். மல்லிகா அவளின் ஒப்புதலை இன்னும் தரவில்லை. ஆனால் திட்ட மிடப்பட்ட பயணம் பற்றின தகவல்களைச் சேகரித்திருந்தாள். லூயிஸ் சொன்னவை சோர்வு ஏற்படுத்தியதால் அவளின் மனதில் போகவேண்டாம் என முடிவு செய்து விபரச்சீட்டைக் கிழித்தெறிந்தாள்.

லூயிஸ் சென்றபிறகு சாம்பிரகாஷ் அவளின் நேரத்தை எடுத்துக்கொண்டார். கூட்டங்களுக்கு மல்லிகா அவருடன் சென்றாள். அங்கு அவளை மற்றவர்களுக்கு அறிமுகப்படுத்துவதில் அக்கறை எடுத்துக் கொண்டார். திட்டமிட்டபடி டிரஸ்ட் வேலைகள் நடந்தன. மல்லிகாவின் அப்பா குறிப்பிட்ட தொகை காசோலை ஒன்றை அதற்காக அளித்திருந்தார். சில நேரங்களில் லூயிஸைப்பற்றி நினைப்பாள். அமெரிக்கர்கள் பரபரப்பான ஆட்கள் என்ற முடிவுக்கு வந்தாள்.

சாம்பிரகாஷ், அபய் உடனான அவளின் நட்பு பற்றிப் பொறுமையாகக் கேட்டார். அவள் அதைப்பற்றி யாரிடமும் இதுவரை பேசியதில்லை. ஒரு மூன்றாம் நபரிடம் எல்லாவற்றையும் கொட்டிவிட்ட பின்பு ஆசுவாசம் கொள்வதாக உணர்ந்தாள். தனிப்பட்ட விவகாரம் குறித்து அவருடன் பேசுவதற்குச் சந்தர்ப்பம் தந்ததற்கு அவள் சாம்பிரகாஷிற்கு நன்றியுள்ளவளானாள். அவரின் வற்புறுத்தலால் அபயின் கடிதங்களை அவரிடம் காட்டினாள். நேரம் கிடைக்கும் போது படிக்க அவர் வைத்துக்கொண்டார். சில நாட்களுக்குப்பிறகு அந்தக் கடிதங்களை அவள் கேட்டபோது அவர், "நான் திரும்ப அக்கடிதங்களை உங்களிடம் தரமாட்டேன். மறுபடியும் அவற்றைப் படித்து வருத்தப்படுவீர்கள். எனவே அக்கடிதங்கள் மகாஜீவன் டிரஸ்டிற்கு இனி சொந்தமானது" என்றார்.

அக்கடிதங்களைப் படிக்கிறபோதெல்லாம் மல்லிகா உண்மை யில் சோகமாக உணர்ந்தாள். அபய் பற்றி நினைக்கிற போது அவருடன் இருந்த மகிழ்ச்சிகரமான தருணங்களை நினைத்தாலும் அசௌகரியமான விஷயங்களை பற்றியே பெரும்பாலும் மனம் சுழன்றது. அவளின் வாழ்க்கையில் தவறாகச் சென்ற விஷயங்களுக்கு அபய்யை பொறுப்பாக்கினாள் எப்போதும்.

அபய் பற்றி எல்லாவற்றையும் சாம்பிரகாஷிடம் சொன்ன பின்பு இன்னும் இயல்பாக அவருடன் இருந்தாள். எந்த நேரமானாலும் அவரின் வீட்டிற்குச் செல்லத் துவங்கினாள். அவர் படுக்கையில் சாய்ந்து ஓய்வு எடுக்கும்போது படுக்கையில் உட்கார்ந்து பேச அவளுக்கு எந்தவித தயக்கமும் ஏற்பட்டதில்லை. அபய் பற்றிய எல்லா கேள்விகளுக்கும் நேரிடையாகப் பதில் சொன்னாள். அபய் கடிதங்களில் இருந்த எல்லா தனிப்பட்டக் குறிப்புகள், மறைவான செய்திகளைத் தயக்கமில்லாமல் விளக்கினாள். அவர்களுக்கு மத்தியிலான உடல் தொடர்பு பற்றி சாம்பிரகாஷ் கேட்டபோது மல்லிகா எதையும் மறைக்கவில்லை. அவர்களுக்கு மத்தியிலான பாலுறவு பற்றி விரிவாகக் கேட்டபோது, எல்லாவற்றையும் விரிவாகச் சொல்லத் தயங்கவில்லை. சாம்பிரகாஷ் முன் தன்னை முழுமையாக வெளிப்படுத்திக் கொள்வதில் மல்லிகாவிற்குத் தயக்கம் எதுவுமில்லாதிருந்தது.

தாஷ்கண்டிற்கு அவர் சென்றிருந்த சில நாட்கள் சாம்பிரகாஷ் உடனான அவளின் உறவு பற்றிப் பரிசீலனை செய்தாள். அவரின் அறிவும் நேர்மையும் அவளை வெகுவாகப் பாதித்திருந்தது- அவரின் புத்தகம் அவளுக்கு மறுபிறப்பு தந்ததென்றால், அவர் அவளின் வாழ்க்கைக்குப் புதிய வெளிச்சமானார். அவளின் வாழ்க்கையில் முக்கியமான பங்கானார். ஆனால் மல்லிகா பல சமயங்களில் குழப்பமடைந்தாள். சாம்பிரகாஷ் நேர்மையான ஆளாக இருந்தாலும், சில சமயங்களில் குழப்பமாக இருந்தது அவளுக்கு. அவரிடம் செல்வதற்கான நிர்பந்தங்களை உணர்ந்தாள். ஆனால் பெரும்பாலும் வருத்தத்துடனும் சந்தேகங்களுடனுமே அவரிடம் இருந்து திரும்பினாள் என்றாலும் அவரிடம் மறுபடியும் செல்ல விரும்பினாள். சாம்பிரகாஷ் பற்றி லூயிஸின் வார்த்தைகள் அடிக்கடி அவளின் காதுகளில் ஒலித்தன. அந்த சமயத்தில் மல்லிகா அவர் மீது பொறாமையும், சகிப்புத்

தன்மையில்லாமலும் உணர்ந்தாள். நீண்ட காலம் அதைப் பற்றி யோசித்து, லூயிஸின் வார்த்தைகள் பற்றி எந்த முக்கியத்துவமும் தர வேண்டாம் என்ற முடிவுக்கு வந்தாள்.

சாம்பிரகாஷ் இல்லாதது மல்லிகாவின் மனதில் வெறுமையை உணர வைத்தது. அவரின் கலவையான அனுபவங்கள் இல்லாமல் அவளின் வாழ்க்கையில்லை. வெளிநாட்டிலிருந்து அவர் தொலைபேசி செய்வார் என எதிர்பார்த்தாள். ஆனால் அது நடக்கவில்லை. அவளின் பொறுமையை அவர் சோதிப்பதாக மல்லிகா ஆச்சரியப்பட்டாள். அவரின் தொலைபேசி எண்ணைப் பெற்று அவருடன் பேச ஒருமுறை நினைத்தாள். ஆனால் அவள் தன்னைக் கட்டுப்படுத்திக் கொண்டு, அவர் திரும்பும் நாளைக் கணக்கிட ஆரம்பித்தாள்.

அபய்யின் கடிதம் அந்தச் சமயத்தில் வந்தது. கடிதம் சுருக்கமாக இருந்தது. “நான் சில நாட்களாக நமது நட்பு பற்றி ஆழமாக நினைத்துக் கொண்டிருக்கிறேன். நாம் சேர்ந்து உட்கார்ந்து ஒருமுறை மீண்டும் அது பற்றி பேசலாம். நான் உன் பதிலுக்காகக் காத்திருக்கிறேன்” என்று எழுதியிருந்தான். மல்லிகா அக்கடிதத்தைப் படித்துக் கிளர்ச்சியடைந்தாள். அவளிடம் பழைய கடிதங்கள் இருந்திருந்தால் அவற்றை அவள் படித்திருப்பாள். அதற்கு பதிலாக ‘மகாஜீவனை’ படிக்க ஆரம்பித்து, வாழ்க்கையின் பாரங்களிலிருந்து விடுபடுவதாக உணர்ந்தாள். இப்போது அவளின் பிரச்னைகள் பற்றி வெளிப்படையாக பரிசீலிக்க முடிந்தது. அவளுக்கும் அபய்க்கும் இடையிலான பிரச்னையாக இனி அது இருக்காது. அது அறிந்து கொள்ளாத இரண்டு காதலர்களுக்கு மத்தியிலானது. நடுநிலைமையிலிருந்து எல்லாவற்றையும் பார்க்க முடிந்தது அவளால். அந்தக் கடிதத்திற்கு பதில் எழுதுவதில்லை என்று முடிவு செய்தாள். சாம்பிரகாஷ் திரும்பிய பின்பு அவரிடம் காட்டி அவரின் அறிவுரையைப் பெற இருந்தாள்.

சாம்பிரகாஷ் திரும்பின நாளில் மல்லிகா விமான நிலையத்திற்கு அவரை வரவேற்கச் சென்றாள். நடுநிசியில்விமானம் தரையிறங்கியது. நீண்ட விமான பயணத்திற்குப் பின் பிரகாஷ் மிகவும் களைப்படைந்து காணப்பட்டார். விடியற்காலை மூன்று மணிக்கு அவரின் வீட்டை அடைந்தார்கள். மல்லிகா, “இப்போது

ஓய்வெடுங்கள் அடுத்த இருபத்திநாலு மணி நேரத்திற்கு நான் உங்களை டிஸ்டர்ப் செய்ய மாட்டேன்" என்றாள்.

"ஜெட்லாக் காரணமாக இப்போது என்னால தூங்க முடியாது. நீயும் இவ்வளவு தாமதமாக வீட்டிற்குச் செல்லக் கூடாது. இன்று இரவு இங்கு தங்குங்கள். உன்னுடன் கலந்தாலோசிக்க நிறைய விஷயங்கள் உள்ளன" என்றார் சாம்பிரகாஷ்.

மல்லிகா அவளின் கைக் கடிகாரத்தைப் பார்த்து விட்டு சம்மதித்தாள். இருவருக்கும் காபி தயாரித்தாள். காபி சாப்பிடும் போது மல்லிகா, "நானும் உங்களிடம் சொல்ல சில உள்ளன. நீங்கள் வெளிநாடு போயிருந்தபோது அபயிடம் இருந்து ஒரு கடிதம் வந்தது" என்றாள். கைப்பையிலிருந்து கடிதமொன்றை எடுத்து அவரிடம் தந்தாள்.

கடிதத்தை திறக்காமல் ஒதுக்கி வைத்த அவர் "கடந்த சில நாட்களாக உன்னுடன் நெருக்கமாக இருப்பதாக நினைக்கிறேன்" என்றார். மல்லிகா, "எனக்காக உங்கள் நேரத்தை வெகுவாக ஒதுக்கி யிருக்கிறீர்கள். எனவே எனது தடுமாற்றத்தை உங்களிடம் சொல்ல வேண்டும்" எனப் பதிலளித்தாள்.

சாம்பிரகாஷ், "உன் வாழ்க்கையில் அபய் என்ற ஒருவன் இருந்ததை மறந்துவிடு" என்றார்.

மல்லிகா கேள்வியுடன் அவரைப் பார்த்துச் சொன்னாள். அது சாத்தியமா?"

சாம்பிரகாஷ் "வாழ்க்கையில் இறந்த காலமும் இல்லை நிகழ் காலமும் இல்லை. எதிர்கால சாத்தியங்களை நிறைய உள்ளடக்கியதுதான் வாழ்க்கை" என்றார்.

அவரின் வார்த்தைகள் அவளுள் வெகு ஆழமாக இறங்கின. இது "மகாஜீவனின்" கடைசி வாக்கியமாகும். எதுவும் தோன்றாமல் மல்லிகா அமர்ந்திருந்தாள். சாம்பிரகாஷ் அவளைப் பிடித்து இழுத்தபோது அவள் எந்த ஆட்சேபணையும் சொல்லவில்லை. உதட்டில் முத்தமிட்டு அவளின் மார்பில் கை வைத்து அவர், "இப்போதிலிருந்து நீ என்னுடையவள்" என்றார்.

7

கடமை

சோம்நாத் மரணத்திற்கு பிறகு ஐந்து நாட்கள் கடந்துவிட்டன. ஸ்துதி படுக்கையில் படுத்தபடி கூரையை வெறித்திருந்தாள். மன்னனைப் பார்க்கக்கூட அக்கறை எடுத்துக் கொள்ளவில்லை. அழுவதை நிறுத்தியிருந்து விட்டு சிந்தித்தபடியிருந்தாள். அவளுக்கு ஏன் அப்படியொரு அநீதி நடந்தது?

சோம்நாத்தை அவள் பதினேழு வயதில் திருமணம் செய்து கொண்டாள். கிராமப் பள்ளியில் மெட்ரிக்குலேஷன் தேர்வில் ஒரு வருடம் முன்பு தேர்வாகியிருந்தாள். திருமணதிற்குப் பிறகு சோம்நாத்துடன் நகரத்திற்கு உடனடியாக வந்துவிட்டாள். நகர வாழ்க்கையில் அவள் வெளிப்படுவது இதுவே முதல்தரம். இதற்கு முன்பு கிராமத்தை விட்டு எப்போதும் காலடி வைத்ததில்லை. திருமணம் முடிந்து எட்டு நாட்களுக்குப் பிறகு எல்லா லக்கேஜ் களுடன் ஒரு நாள் மாலை வாடகை வீட்டில் நுழைந்தது பற்றி அவளுக்கு இன்னும் ஞாபகமிருந்தது. ஆரம்பத்தில் நிறைய ஜனங்களையும், கடைகளையும், வாகனங்களையும் பார்த்துக் குழப்பமடைந்தாள். இரண்டு அறை கொண்ட வீட்டில் மூச்சுத் திணறுவதாக உணர்ந்தாள். வீட்டிற்கு வெளியே நேராகத் தெரு இருந்தது. அங்கு எப்போதும் கூட்ட மிருந்தது. வீட்டின் முகப்பிலோ, பின்புறமோ திறந்தவெளி சிறிதும் இல்லை.

திருமணத்திற்கு பின்வந்த நாட்கள் மகிழ்ச்சிகரமானவை. சோம்நாத் நகர வாழ்க்கையில் சில நாட்களில் அவளைப் பழக்கப்பட வைத்துவிட்டான். ஆனால் ஸ்துதி வெளியில் செல்ல எப்போதும் பயந்தாள். சோம்நாத் வங்கிக்குச் சென்றபின் காலை 9.30 மணியிலிருந்து கதவுகளைச் சாத்தி வீட்டினுள் இருந்தாள். ஒருநாள் சோம்நாத் வெளியில் அவனுடன் வர கட்டாயப்படுத்தினான். தெருமுனையில் சிறுகடைகள் இருந்தன.

"வீட்டிற்கு ஏதாவது தேவையென்றால் இங்கு வந்து வாங்கு" என்றான்.

சம்மதத்தில் தலையை அசைத்தாள் ஸ்துதி. அந்த வீட்டில் வசிக்கிற வரை அவளாகவே தெருவில் கால் வைத்ததில்லை. சில சமயங்களில் சோம்நாத் திரைப்படங்களுக்கு அவளைக் கூட்டிச் செல்வான். அவளுக்கு திரைப்படங்களைப் பார்க்கப் பிடித்திருந்தது. தெருவின் கூட்டத்திலும், திரையரங்கினுள் கூச்சலிலும் அவள் அசௌகரியமாக உணர்ந்தாள். வீட்டிற்கு வந்த பின்பே ஆசுவாசமாக மறுபடியும் உணர்வாள்.

சோம்நாத் சாப்பாட்டுப் பிரியன். ஸ்துதி சமைப்பதிலும் வீட்டு வேலைகள் செய்வதிலும் நாள் முழுக்க வேலையாக இருப்பாள். ஓய்வு நேரத்தில் செய்தித்தாளை வரிவிடாமல் படிப்பாள். சில சமயங்களில் வானொலி கேட்பாள். சோம்நாத் நேர்மையானவன். அலுவலகம் முடிந்து நேராக வீட்டிற்கு வந்துவிடுவான். அலுவலக நேரம் தவிர மற்ற நேரத்தில் ஸ்துதியுடன் இருப்பான். ஸ்துதி சோம்நாத்தின் நண்பர்கள் யாராவது வந்தால் சிற்றுண்டி, தேநீர் தயாரிப்பாள். ஆனால் எப்போது சமையலறையை விட்டு வெளியே வரமாட்டாள். சமையலறையிலிருந்து பிளேட்களை எடுத்து வந்து சோம்நாத் பரிமாறுவான்.

ஒருநாள் அவனின் நண்பர் ஒருவன் அவனது வீட்டிற்கு அவனின் மனைவியுடன் வந்தான். ஸ்துதி அவளை வீட்டினுள் அழைத்துப் பேசினாள். ஆனால் ஒரு நொடி கூட வெளியே வரவில்லை.

சோம்நாத் அடிக்கடி, "நகர வாழ்க்கை முறை வித்தியாசமானது. நகரவாசியாக இருக்கக் கற்றுக் கொள்" என்பான்.

ஸ்துதியின் பதிலாக "கிராமத்துக்காரியாக இருப்பது எனக்கு சௌகரியமானது." என்பாள். சோம்நாத் "நீ எப்போதும் கிராமியப் பெண்தான்" என்பான்.

மன்னனை வயிற்றில் சுமந்தபோது ஸ்துதி, "என்னைக் கிராமத்திற்கு கூட்டிப் போங்கள்" என்றாள். அங்கு நல்ல மருத்துவர்கள் இல்லாத காரணத்தை சோம்நாத் சொன்னான். முதல் பிரசவத்தில் சிக்கல்கள் இருக்கலாம் என்றான்.

ஸ்துதி கிராமத்திற்குச் செல்ல வற்புறுத்தினாள். அவள், "குழந்தை பெற ஒவ்வொரு பெண்ணும் பிறந்தகத்திற்கே செல்கிறாள்" என்றாள்.

சோம்நாத் வழக்கமான மருத்துவப் பரிசோதனைகளுக்காக ஒரு பெண் மருத்துவரிடம் செல்ல அவளைக் கட்டாயப்படுத்தினான். அதிர்ஷ்டகரமாக ஸ்துதி மருத்துவருடன் ஒத்திசைந்து போனாள். மருத்துவமனையிலிருந்து திரும்பிய போது, அவள் "சரி நான் கிராமத்திற்கு போகவில்லை. இந்த பெண் மருத்துவரிடம் எல்லா ஏற்பாடுகளையும் செய்யுங்கள்" என்றாள்.

மன்னனின் பிரசவத்தில் எந்தப் பிரச்சினையும் இருக்கவில்லை. ஆனால் மருத்துவமனையில் ஒரு நாளைக்கு மேலாகக் கூட ஸ்துதி தங்க விரும்பவில்லை. டாக்டரிடம் சொல்லிவிட்டு வீட்டிற்கு திரும்பி விட்டாள். அவளின் அம்மாவும், அண்ணியும் அவளுக்கு உதவி செய்ய வந்தார்கள். ஆனால் ஸ்துதி அவர்களைச் சீக்கிரம் அனுப்பிவிட்டு வீட்டுப் பொறுப்பை எடுத்துக் கொண்டாள்.

அவளின் பலவீனமான உடல் ஆரோக்கியத்துடன் அவள் நிறைய வேலை செய்வது சோம்நாத்திற்கு கவலை தந்தது. ஒரு நாள், "வீட்டு வேலை செய்ய ஒருவரைப் பார்ப்பேன்" என்றான்.

"எனது வேலை பற்றி நீங்கள் கவலைப்படாதீர்கள். என் வேலையை நான் செய்வேன். உங்கள் வேலையை நீங்கள் பாருங்கள்" என்று ஸ்துதி பதிலளித்தாள்.

அவள் பலவீனமாக இருந்ததால் அவளைத் தொடவும்கூட அவன் விரும்பவில்லை. இரவு நேரங்களில் அவளருகில் செல்லவும் மாட்டான்.

ஒரு நாள் இரவு அவள் படுக்கையில் எழுந்து உட்கார்ந்து அமைதியற்றிருப்பதைக் கண்டான். உடம்பிற்கு சுகமில்லையா? என்று கேட்டான். ஸ்துதி எதுவும் இல்லை என்றாள்.

ஐந்து நிமிடங்களுக்குப் பிறகு அவளை அதே நிலையில் பார்த்துவிட்டு, "என்ன விஷயம்" என்று கேட்டான்.

ஸ்துதி, "ஆமாம், எனக்கு உடம்பிற்கு சுகமில்லை. ஷெல்ப்பி லிருக்கும் மருந்தை எடுங்கள்" என்றாள்.

சோம்நாத் ஒரு பொட்டலத்தைப் பிரித்து, கர்ப்பத்தடை மாத்திரைகள் உள்ளேயிருப்பதைப் பார்த்தான். உரக்க சிரிக்க ஆரம்பித்தபோது, அவள் “இப்படி சிரிக்க வேண்டிய அவசியம் இல்லை” என்றாள் எரிச்சலுடன்.

அந்த நகரத்தில் இரண்டு வீடுகளை அவன் மாற்றினான். அடுத்த வீடு கட்டிடத்தின் முதல் மாடியாகும். ஸ்துதி அந்த வீட்டில் ஆரம்பத்தில் அசௌகரியமாக உணர்ந்தாள். அந்தப் பகுதியே அவளுக்கு சௌகரியமாக்கப்படவில்லை. “நீ வெளியே போவதேயில்லை. லொக்காலிட்டி நல்லதா? கெட்டதா? என்று உனக்கெப்படி தெரியும்?” என்றான் சோம்நாத்.

உண்மையில் வெகு அபூர்வமாகவே அவள் வெளியில் சென்றாள். அந்த நகரம் பற்றிய பயத்திற்கு முடிவேயில்லை. அந்த நகரத்திற்கு வந்த நாள் முதல் அவளைப் பிடித்த பயம் அது.

சோம்நாத் அலுவலகம் சென்ற ஒருநாளில் யாரோ கதவைத் தட்டினர். ஸ்துதி முன் கதவின் அருகில் குழந்தையைக் கையிலேந்தி நின்றவள் கதவைத் திறக்க மறுத்துவிட்டாள். மாலையில் சோம்நாத் திரும்பிய பின் ஸ்துதி சோம்நாத்திடம் இதைப் பற்றிச் சொன்னாள். சோம்நாத், “அது போஸ்ட்மேனாக இருக்கும். கதவின் கீழ் இந்தக் கடிதம் கிடந்தது” என்று பதிலளித்தான்.

இன்னொரு நாள் கதவு தட்டப்பட்டபோது, ஸ்துதி தபால்காரனாக இருக்கக்கூடும் என நினைத்து தபாலை வெளியில் போட்டு விடும்படி சொன்னாள். வெளியில் நின்றபடி சோம்நாத் நான்தான் என்றான். உடம்பு சுகமில்லாததால் அலுவலகத்திலிருந்து சீக்கிரம் திரும்பிவிட்டான். இது பற்றி வாய்விட்டு சிரித்தனர் இதை ஞாபகப்படுத்தி சோம்நாத் அடிக்கடி கிண்டல் செய்வான்.

மன்னன் வளர்ந்து நடக்கும் போது ஸ்துதியின் பயம் பல மடங்காகப் பெருகிற்று. எல்லா சமயங்களிலும் கதவை மூடி வைத்திருந்தாள். அவன் வெளியில் சென்று படியில் விழுந்து விடுவான் என்று, அந்த வீட்டை மாற்றும்படி சோம்நாத்தை எப்போதும் தொந்தரவு செய்தாள். மன்னனுக்கு ஒரு வயது. இப்போது எல்லாவற்றையும் சாப்பிட்டான். ஆனால் நிப்பிலுடனான பாட்டில் பாலோ, தண்ணீரோ குடிக்க அவனுக்குத் தேவையாக இருந்தது. டம்ளரிலிருந்து

குடிக்க அவனால் முடியவில்லை. சோம்நாத் எப்போதும் அவனை விட்டுவிட சொல்வான் ஆனால் ஸ்துதி கவலைப்பட மாட்டாள். அவளின் அன்பு கூடியது. சில சமயங்களில் ஏதாவது காணவில்லையென்றால் மன்னனைத் திட்டுவான்? ஆனால் ஸ்துதி அவனை இழுத்தணைத்துக் கொள்வாள். ஒரு நாள் மன்னனின் பாட்டில் தரையில் விழுந்து உடைந்துவிட்டது.

"இதெல்லாம் நல்லதிற்குத்தான். வேறொரு பாட்டிலை வாங்காதே. டம்ளரிலிருந்து எப்படிக்குடிப்பது என்று கற்றுக் கொள்ளட்டும்" என்றான் சோம்நாத்.

ஆனால் ஸ்துதி, "இப்போதே உடனே பாட்டிலொன்றை வாங்குங்கள். இரவில் தாகமாகி விடும் அவனுக்கு."

அவளாக தனியாக இருக்க பயமாக இருந்தாலும் அந்த இரவில் அவனை பாட்டிலொன்றை வாங்க அனுப்பினாள். மிதி வண்டியில் சென்றவன் ஒரு மணி நேரத்திற்குப் பிறகும் வராதபோது தூங்கிக் கொண்டிருந்தக் குழந்தையை கையிலெடுத்துக் கொண்டு வெளியே சென்று நின்று கொண்டாள். சோம்நாத் திரும்பியபோது அவள் தெருவில் நின்று கொண்டிருந்தாள். அவனுக்கு அவள் மீது கோபமாக இருந்தது. அவன் "இந்த இரவு நேரத்தில் எப்படி யாரோ ஒருவனால் ஒரு பாட்டிலை வாங்க முடியும். ரயில்வே ஸ்டேஷன் வரைக்கும் போகவேண்டியிருந்தது." என்றான். மேலும் சொன்னான், "இரவில் லேட்டான நேரத்தில் வீட்டிற்கு வெளியில் வராதே."

புது வீட்டிற்குச் சென்றபின் நான்கு ஆண்டுகள் கழிந்துவிட்டன. ஸ்துதிக்கு அந்த இடம் பிடித்திருந்தது. வீட்டில் பொருட்களை தயார் செய்தபின் அவள், "இங்கிருந்து டிரான்ஸ்பர் ஆகிற வரை இந்த வீட்டில் இருப்போம். இந்த சமயத்தில் வீட்டு சாமான்கள் அதிகமாகிவிட்டன. மன்னனுக்காக பலவற்றை வாங்கிவிட்டோம். அவன் மிதிவண்டியொன்றை கேட்டுக் கொண்டிருந்தான். ஆனால் ஸ்துதி தயாரில்லை. அந்த வீடு கீழ்தளத்தில் இருந்தது. முதல் தளம் சௌகரியமானது என ஸ்துதி நினைத்தாள். மன்னன் வீட்டை விட்டுச் சென்றால் எல்லா திசைகளிலும் பாயும் வாகனங்களின் மத்தியில்தான் அவன் இருப்பான். சோம்நாத்திற்கு இந்த வீடு பல சிரமங்களைக் கொண்டதாக இருந்தது. அவனின் வீட்டு வாடகைப் படிக்குள்

இதைவிட நல்ல வீடு கிடைக்காது. அலுவலகத்திலிருந்து சற்று தொலைவிலேயே வீடு இருந்தது. மோட்டார் பைக் ஒன்றை வாங்கிக் கொண்டு அலுவலகம் சென்று கொண்டிருந்தான். சில சமயங்களில் ஸ்துதியை, "மோட்டார் பைக்கில் வெளியே போகலாம் வா" என்று கூப்பிடுவான்.

ஆனால் ஸ்துதி பயந்து கொண்டு மறுப்பாள். அவர்கள் சாதாரணமாக வெளியில் செல்லும்போது ரிக்ஷாவில் செல்வர். மோட்டார் பைக்கில் மன்னனை சோம்நாத் கூட்டிச் சென்ற நாளில் அவள் மிகவும் பயந்திருந்தாள்.

அவன் வளர்ந்தபோது சோம்நாத் அவனுக்காகப் பள்ளியைத் தேட ஆரம்பித்தான். ஒரு நாள் அலுவலகத்திலிருந்து திரும்பி வந்தவன் மகிழ்ச்சியாக, "மன்னனுக்கு இன்று மாடல் ஸ்கூலில் அட்மிஷன் கிடைத்துவிட்டது" என்றான்.

"அது இங்கிருந்து எவ்வளவு தூரம்? குழந்தை எப்படிப் போவான்" என்று ஸ்துதி கேட்டாள்.

"அந்தப் பள்ளியில் குழந்தையைச் சேர்க்க ஜனங்கள் ஆயிரக்கணக்கான ரூபாய் செலவு செய்கிறார்கள். குழந்தை பிறப்பதற்கு முன்பே பெற்றோர் சீட்டுக்காக விண்ணப்பம் தருவதாகச் சொல்கிறார்கள். எங்கள் வங்கியில் அந்தப் பள்ளி பிரின்ஸ்பாலுக்கு ஏதோ வேலை இருந்தது. அதனால் மன்னனுக்கு சீட் கிடைத்தது. இல்லையென்றால் நான் சாதாரணமானவன் நம் குழந்தையை அந்தப் பள்ளியில் யார் சேர்ப்பார்கள்" என்றான் சோம்நாத்.

மன்னன் பள்ளிக்குப் பேருந்தில் அந்த நெடுந்தொலைவு தூரத்திற்கு செல்வது ஸ்துதிக்கு வருத்தம் தந்தது.

சோம்நாத், "உன் மகன் அப்படியொரு நல்ல பள்ளியில் படிப்பது குறித்து சந்தோஷப்பட வேண்டும். மன்னனின் எதிர்காலம் பிரகாசமானது" என்றான்.

மன்னன் பள்ளியிலிருந்து திரும்பும் வரைக்கும் ஆரம்பத்தில் ஸ்துதி மிகவும் கவலைப்பட்டாள். மெதுவாக அது தினப்படி வேலையாயிற்று. படிப்பில் மன்னன் கெட்டிக்காரனாக இருந்தான். மாத புராக்ரஸ் கார்டுடன் மன்னன் வந்தபோது சோம்நாம் ஸ்துதியிடம் அவன் கணிதத்தில் நல்ல மதிப்பெண்

பெற்றிருப்பதாகவும் அவன் வளர்ந்து சார்டட் அக்கவுண்டட் ஆவான் என்றான். மிகவும் மகிழ்ச்சியடைந்த ஸ்துதி, “அவன் வளர்ந்து என்னாவான் என்பது யாருக்குத் தெரியும்” என்றாள்.

சோம்நாத்தின் சம்பளம் இதனிடையில்கணிசமாக உயர்ந்து அவர்கள் ஒரு சௌகரியமான வாழ்க்கையை நடத்தினார்கள். அவருக்கு இப்போது நிறைய நண்பர்கள். ஸ்துதி சோம்நாத்திடமிருந்து அவரின் நண்பனைப் பற்றி அறிந்து கொண்டு, அவள் அவர்களில் சிலரை வீட்டிற்கு வரும்போது அடையாளம் கண்டு கொள்கிறவளானாள் - அவள் வெளியில் வந்து அவர்களைச் சந்திக்காவிட்டாலும்கூட வீட்டுக்காரரின் மகனும், அதே கட்டிடத்தில் வசிப்பவனுமான மாதவ் சோம்நாத்தின் நெருங்கிய நண்பனாகி வீட்டில் வேலையில்லாமலிருந்தால் சோம்நாத் மாலை நேரங்களில் ஏகதேசம் அவனுடன் கழிப்பவனானான். மாதவ்வும் அவர்களின் வீட்டிற்கு சில சமயங்கள் வருவான். சோம்நாத் சொல்லியிருந்தாலும், ஸ்துதி அவனைச் சந்திக்க வெளியே வந்த தில்லை.

ஒருநாள் வெளியில் ரிக்ஷாவுக்காக காத்திருக்கும்போது மாதவ் வீட்டுப் படியிறங்கி வந்தான். ஸ்துதிக்கு மாதவ் வணக்கம் சொன்னபோது சோம்நாத் “நீ ஸ்துதியை பார்ப்பதாக இருந்தால் இப்போது நன்றாகப் பார்த்துக் கொள். அடுத்த வாய்ப்பு உனக்குக் கிடைக்காமல் போகலாம்” என்றான்.

ஸ்துதி முகத்தைத் திருப்பிக் கொண்டாள். மாதவ் சென்றபின் அவள், “எவ்வளவு வெட்கக் கேடானது” என்றாள்.

ஒருநாள் கதவு தட்டப்பட்டதால் கதவைத் திறந்த ஸ்துதி மாதவ் வெளியில் நிற்பதைக் கண்டாள். “எனது கணவர் வீட்டில் இல்லை’ என்றாள்.

மாதவ் அவளைப் பார்த்துப் புன்னகைத்தபடி, “மன்னன் வீட்டில் இருக்கிறானா” என்றான்.

மன்னன் அவளின் பக்கத்தில் நின்றிருந்தான். அவனைப் பார்த்து மாதவ் வீட்டிற்குள் வந்து கொஞ்சநேரம் அவளுடன் பேசிக் கொண்டிருந்தான். என்றாலும் ஸ்துதி மாதவ்வின் நடத்தையை விரும்பவில்லை. அவன் சென்றதும், மன்னனிடம் அவள் “வருகிற யாரோவிடம் நீ எப்படி இப்படி நட்பாக

இருக்கலாம்" என்று சப்தமிட்டாள்.

சோம்நாத் வீட்டிற்குத் திரும்பியபோது ஸ்துதி "உங்கள் நண்பர்களில் அவரை எனக்குப் பிடிக்காது. நீங்கள் இங்கே இல்லாதபோது அவனை வர வேண்டாம் என்று சொல்லவும்" என்றாள்.

"உனக்கு மாதவ்வை தெரியாது. மற்றவர்களுக்கு உதவி தேவைப்படும் போது உதவும் நல்ல மனிதன் அவன். என்னவோ உனக்காகத்தான் அவன் வருவதாக நீ எப்போதும் நினைத்துக் கொள்கிறாய்" என்று சோம்நாத் பதிலளித்தான்.

"தேவையிருக்கையில் உதவும் அந்த டீசன்ட் ஆட்கள் எனக்குத் தேவையில்லை" என ஸ்துதி பதிலளித்தாள்.

சோம்நாத்தின் விபத்து குறித்து தகவல் சொல்ல மாலையில் யாரோ வந்தார்கள். அந்த நேரத்தில் மாதவ் அங்கு நின்று கொண்டிருந்தான். ரிக்ஷாவைப்பிடித்து ஸ்துதியுடன் மருத்துவ மனைக்குச் சென்றான். அப்போதே சோம்நாத் இறந்து விட்டிருந்தான். ஒரு ஷீட்டால் மூடப்பட்டு அவன் உடல் ஒரு மூலையில் கிடத்தப்பட்டிருந்தது. அதைப் பார்த்ததும் ஸ்துதி சுயநினைவு இழந்தாள். அதன் பின் நடந்தது அவளுக்குத் தெரியாது.எப்படி வீட்டிற்குத் திரும்பினாள், இறுதிச் சடங்கை யார் கவனித்துக் கொண்டது என்பது பற்றியெல்லாம் அவளுக்குத் தெரியாது. அவளின் படுக்கையைச் சுற்றிப் பெண்கள் அமர்ந்திருப்பர். யாராவது தொண்டையில் சாப்பாட்டைத் திணிப்பர். அவ்வப்போது குளியலறைக்குக் கைத்தாங்கலாக அழைத்துச் செல்வர். மன்னன் சில சமயங்கள் அவளிடம் வந்து அழுவான். அவளருகில் உட்கார்ந்து கொள்வான். அவளின் சகோதரனும், அண்ணியும் வந்து வீட்டைப் பார்த்துக் கொண்டார்கள்.

ஸ்துதி பிறகு அழவில்லை. அவள் தூங்கினாள். கண்களை மூடியபடியே நடப்பதைப் பற்றி நினைப்பாள். வெறுமையாகப் பார்த்துக் கொண்டிருப்பாள். ஆரம்பத்தில் சோம்நாத்தின் மரணத்தை அவள் ஏற்க மறுத்தாள். ஆனால் யதார்த்தத்தை மெதுவாக ஏற்றுக் கொண்டாள். அவளுக்கு ஏற்பட்ட அநீதி குறித்து எப்படியாயினும் அவள் ஒத்துக் கொள்ள வேண்டும். இப்போது அவளின் நினைப்பு மன்னன் பற்றியே பெரும்பாலும்

இருந்தது. மன்னன் சொந்தக்காலில் நிற்க நெடுங்காலமாகி விடும்.

ஸ்துதி கண்களைத் திறந்தாள். பகல் நேரமாக இருக்கலாம் என அறிந்தாள். அவளின் சகோதரனும் அண்ணியும் அருகில் அமர்ந்திருந்தனர். அவளின் சகோதரன் "உங்களின் பக்கத்து வீட்டுக்காரர்கள் வெகு நல்லவர்கள் நாங்கள் வருவதற்கு முன் உன்னை நன்கு கவனித்துக் கொண்டார்கள். சோம்நாத்தின் பாங்க் ஊழியர்கள் வெகு உதவியாக இருந்தனர்" என்றான்.

ஸ்துதி "இன்றைக்கு ஞாயிற்றுக்கிழமையா?" என்று கேட்டாள். அவள் சகோதரன். "இல்லை. இன்று செவ்வாய்க்கிழமை இன்று ஐந்தாவது நாள்" என்று பதிலளித்தான்.

"மன்னன் ஏன் ஸ்கூலுக்கு போகவில்லை."

"இன்னும் சில தினங்களுக்கு அவன் வீட்டில் இருக்கட்டும்."

"வேண்டாம். ஏன் அவன் கிளாஸ்களை நிறுத்த வேண்டும்" அவள் அண்ணி ஒரு கோப்பைத் தேனீரைத் தந்தாள். அவள் தேனீரைக் குடித்தபின், அவளின் சகோதரன், "நான் ஏழு நாட்களுக்கு லீவ் விண்ணப்பித்துள்ளேன். மூன்று நாட்களில் நான் திரும்ப வேண்டும். உன்னால் முடியுமென்றால் எங்களுடன் வந்துவிடு. இல்லையென்றால் உங்கள் அண்ணி சில நாட்களுக்கு இங்கிருப்பார்" என்றான்.

"இங்கு மன்னன் ஸ்கூலுக்குப் போக வேண்டியிருப்பதால் நான் எங்கு போக முடியும்" என்று கேட்டாள் ஸ்துதி.

"மன்னனின் ஸ்கூலை நீ எப்படியும் மாற்றியாக வேண்டும். டவுனில் எப்படித் தனியாக இருப்பாய்" என்று அவள் சகோதரன் கேட்டான்.

"இல்லை. மன்னன் இந்தப் பள்ளியில்தான் படிப்பான். மன்னனின் அப்பா இது நல்ல பள்ளிகளில் ஒன்று என்று சொல்வார் நான் இங்கு தங்குவேன்."

இதுபற்றி விவாதிக்காமல் அவள் சகோதரன், "இன்ஸ்சூரன்ஸ் கம்பெனி ஐம்பதாயிரம் ரூபாய் தருவர். கிராஜிவிட்டி அரியர்ஸ் என்று பாங்கும் கொஞ்சம் பணம் தரும். இந்த பாரங்களில் உனது கையெழுத்து தேவை. லஞ்ச்சின் போது எல்லாவற்றையும் விளக்கமாகச் சொல்வேன்" என்று அவள் சகோதரன்

சொன்னான்.

"வேண்டாம். எனக்குப் பசியில்லை. இப்போதே எல்லா வற்றையும் விளக்கமாக சொல்" என்றாள்.

அவள் சகோதரன் ஒருதாளைக் காண்பித்து அதில் கையெழுத் திடக் கேட்டான். ஏதோ ஆங்கிலத்தில் எழுதப்பட்டிருந்தது. ஸ்துதி இன்ஸ்சூரன்ஸ் கம்பனியின் பெயரைப் படித்துவிட்டு "இது என்னது" என்றாள்.

"இது டிஸ்சார்ஜ் நோட். இதில் நீ கையெழுத்திட்டால் அவர்கள் செக் அனுப்புவர்"

"செக்கை வைத்துக்கொண்டு நான் என்ன செய்வது."

"பாங்கில் உன் பெயரில் ஒரு அக்கவுன்ட் ஓபன் செய்ய வேண்டும். செக் அதில் டெபாசிட்டாகும். சோம்நாத் நண்பர்கள் மாலையில் வருவர். ஏற்பாடுகளைச் செய்வர்."

"பேங்கில் பணம் போட்டால் வட்டி கிடைக்கும் என்று கேள்விப்பட்டிருக்கிறேன். எவ்வளவு வட்டி இதனால் கிடைக்கும்."

"பெரிதாக இல்லை. உன்வீட்டு வாடகைக்குக் கூட இது வராது. சோம்நாத் இல்லாமல் போனபின் வீட்டுக்காரன் உனக்கு வாடகைக்குத் தருவானா? என்பது யாருக்குத் தெரியும்."

ஸ்துதி மன்னனைத் தூக்கத்திலிருந்து எழுப்பினாள். அம்மாவிற்கு உடம்பு சரியாகிவிட்டது. அவனுடன் பேசுகிறாள் என்று அவனுக்கு மகிழ்ச்சியாக இருநதது. ஸ்துதி மாடியிலிருக்கும் வீட்டு உரிமையாளரைக் கூப்பிடச் சொன்னாள்.

மாதவ் மன்னனுடன் வந்தான். அவன் அறைக்குள் நுழைவதற்கு முன்பாகவே, "மன்னனின் படிப்பு முடிகிறவரைக்கும் இந்த வீட்டில் தங்குவேன். வழக்கமாக வாடகை தரப்படும். உங்களுக்கு ஏதாவது பிரச்னை உண்டா?" என்றாள் ஸ்துதி.

மாதவ் இந்த நேரடியான கேள்வியால் அசௌகரியமாக உணர்ந்தாள். "உங்கள் சொந்த வீடு போல் நினைத்துக் கொள்ளுங்கள். நீங்கள் விரும்புகிறவரை தங்குங்கள். இந்த நேரத்தில் இதைப் பற்றியெல்லாம் ஏன் கவலைப்படுகிறீர்கள்." என்றான்.

“இது இப்போதைக்கான கேள்வி அல்ல. எதிர்காலம் குறித்தும் நான் நினைக்க வேண்டும். அதனால்தான் கேட்கிறேன்” என்றாள் ஸ்துதி.

“சோம்நாத் எனது நெருங்கிய நண்பன். உங்களுக்கு இங்கு எந்தப் பிரச்னையும் இருக்காது. எந்த வகையாவது அசௌகரியமாக இருந்தால் எப்போது வேண்டுமானாலும் சொல்லலாம்” மாதவ் உறுதியளித்து விட்டுச் சென்றான்.

அவன் அண்ணி, “இந்த வேலைகளை முடித்துவிட்டு நீ கிராமத்திற்கு வரலாம் என நினைக்கிறோம். அல்லது வந்து எங்களுடன் தங்கியிரு” என்றாள்.

“கிராமப் பள்ளி உங்களுக்குத் தெரியும். மெட்ரிக்குலேஷன் பாஸாகியுள்ளேன். ஆனால் இங்கிலீஷ் படிக்கவோ புரிந்து கொள்ளவோ அவளின் இப்போதைய ஸ்கூல் பெஸ்ட் ஸ்கூல். அதற்கு தேவையான பணம் எனக்கு ஒரு பிரச்னை. என் நகைகளை விற்று பாங்கில் அதை டெபாசிட் செய்வேன். அந்த வட்டி உபயோகமாகும்” என்றாள் ஸ்துதி.

சொன்னபடி அவள் அவளின் நகைகளைப் பெட்டியிலிருந்து எடுத்து, “போய் இந்த நகைகளை விற்கலாம்” என்றாள்.

“என்ன அவசரம். இன்னும் கொஞ்சநாள் காத்திருக்கலாம்” என்று அவள் சகோதரன் சொன்னான்.

“இல்லை. மூன்று நாளில் நீ போய் விடுவாய். நானாக இதை மேனேஜ் செய்ய முடியாது.”

“அப்படியென்றால், இந்த டவுனில் எப்படித் தனியாக இருப்பாய்.”

“எனக்குப் பிரச்னை எதுவுமிருக்காது. ஆனாலும் பணம், நகைகளை இதுவரை புழங்கியதில்லை. அதனால உனது உதவியைக் கேட்கிறேன்.”

அவள் அண்ணி சாப்பிடக் கட்டாயமாக்கினாள். சாப்பிட்ட பின் நகைக்காரரிடம் செல்ல ஸ்துதி வலியுறுத்தினாள். நகைக்கடைக் காரரிடம் ஸ்துதி அவரின் எல்லா நகைகளையும் கொடுத்தபோது அவள் அண்ணி, “சிலது உன்னிடம் இருக்கட்டும் சிக்கலில் பிரயோஜனப்படும்” என்று யோசனை சொன்னாள்.

ஸ்துதி சிரித்தாள். "எனக்கு என்ன சிக்கல் வரப்போகிறது. மன்னனின் படிப்பிற்காக இந்தப் பணத்தை செலவிடுவோம்" என்றாள்.

நகைக்கடைக்காரர் நகைகளை எடைபோடும்போது ஏதோ நினைத்து ஒரு ஒல்லியான நெக்லஸை மட்டும் எடுத்துக் கொண்டாள். நகைக்கடைக்காரர் மதிப்பீடு செய்து "பணமாகத் தரட்டுமா, செக்கா?" எனக்கேட்டார்.

சகோதரன் ஏதோ சொல்வதற்கு முன் ஸ்துதி, "செக்கை பாங்கில் டிபாசிட் செய்வேன். வட்டியும் வரும்" என்றாள் ஸ்துதி.

கடையிலிருந்து திரும்பியபின், மன்னனிடம் அவள் "நாளையிலிருந்து மறுபடியும் ஸ்கூலுக்குப் போ. உனது படிப்பில் கவனமாக இரு" என்றாள்.

சோம்நாத்தின் இரண்டு வங்கி நண்பர்கள் அன்று மாலை வந்தனர். வங்கியிலிருந்து நிலுவைக் காசோலையைத் தர வந்தனர். அதில் ஒருவர் "எங்கள் வங்கியில் உங்கள் பெயரில் ஒரு கணக்கு ஆரம்பியுங்கள்" என்றார்.

விண்ணப்பத்தில் ஸ்துதி கையெழுத்திட்டபின் அவர், "நீங்கள் வங்கிக்குப் போக வேண்டாம். உங்கள் பெயரில் கணக்கை நாங்கள் ஆரம்பித்து செக் புத்தகத்தை கொண்டு வந்து தருவோம்" என்றார்.

ஸ்துதி, "வேண்டாம் நானே பேங்கிற்குச் செல்கிறேன்" என்றாள்.

அவளின் முகத்தில் தெரிந்த உறுதியைப் பார்த்து அவர்கள் மௌனமாக இருந்தனர்.

"ஸ்துதி, "மோட்டார் சைக்கிளுக்காக லோன் எடுக்கப்பட்டது அது என்னவாகும்" என்று கேட்டாள்.

"கடனில் மீதித்தொகை வங்கியால் தள்ளுபடி செய்யப்பட்டது. இப்போது மோட்டார் சைக்கிள் உங்களுடையது. உங்களுக்கு அது பற்றித் திட்டம் எதுவும் இல்லையென்றால், வங்கி அவலுவலர் யாராவது அதை வாங்கிக் கொள்வர்."

"அவர் எவ்வளவு தருவார்" ஸ்துதி கேட்டாள்.

தொகையைக் கேட்ட ஸ்துதி, "நாளை சொல்கிறேன். இப்போது மோட்டார் சைக்கிள் எங்குள்ளது" என்று கேட்டாள். "ஒர்க்ஷாப்பில் ரிப்பேருக்காகக் கொடுக்கப்பட்டிருக்கிறது. ரிப்பேர் ஆனதும் எங்களில் ஒருவர் அதை இங்கு கொண்டு வருவார்."

நாளை வங்கிக் கணக்கு ஆரம்பிப்பதற்காக வந்து அவளைக் கூட்டிச் செல்வதாக உறுதியளித்துச் சென்றனர். அவர்கள் சென்ற பின் ஸ்துதி சகோதரனைக் கேட்டாள். "இரண்டரை ஆண்டுகளுக்கு முன் மோட்டார் சைக்கிள் வாங்கினது. விலை சரியா."

"மோட்டார் சைக்கிளின் இன்றைய நிலையைப் பொறுத்தது அது. நியாயமான பேரமாகத்தான் தெரிகிறது" என்றான் அவளின் சகோதரன்.

ஸ்துதி "சரி" என்றாள்.

இரவு உணவிற்குப் பிறகு ஸ்துதி அவளின் சகோதரனின் அருகில் உட்கார்ந்து எவ்வளவு பணம் கிடைக்கும் என்பதைக் கணக்கிட்டாள். ஒரு தாளில் எல்லா தொகையையும் கூட்டினாள். எல்லாவற்றையும் வங்கியில் டிபாசிட் செய்தால் எவ்வளவு வட்டி கிடைக்கும் என்று கேட்டாள்.

தொகையைக் கேட்டதும் சோகமாகி விட்டாள். நகரில் இருந்து கொண்டு அந்த சிறிய தொகையால் எப்படிச் சமாளிக்க முடியும்? அவளின் முக பாவத்தைக் கவனித்தவன் ஏதோ சொல்ல முயல்கையில் ஸ்துதி, "ஓரிரு மாதங்களில் நான் எனது மனதை மாற்றிக் கொள்வேன் என நினைத்தாயா? இல்லை. மன்னன் படிப்பு முடிகிறவரைக்கும் நான் இங்கு தங்குவேன்' என்றாள். சிறிது நேரத்திற்குப் பிறகு, அவள், "வீட்டு வாடகை ஒரு பெரிய தொகையாகி விடுகிறது. இவ்வளவு பெரிய வீடு எனக்கெதற்கு? இரண்டு பேருக்கு ஒரு ரூம் போதும்" என்றாள்.

"சோம்நாத்திற்கு கிராமத்தில் ஒரு நிலம் இருக்கிறது. அவர் சகோதரருக்கு தந்தி அனுப்பப்பட்டது. ஆனால் அவர் வரவில்லை" என்றார்.

"அவருக்கு உடம்பு சுகமில்லை. அந்தக் காரணத்தால் அவர் வராமல் போயிருக்கலாம். இன்னொரு பிரதர் ராணுவத்தில் இருக்கிறார். அவர் எங்கிருக்கிறார் என்பது தெரியாது. அவர்

யாருக்கும் கடிதம் எழுத மாட்டார். கடிதங்களுக்கும் பதில் போட மாட்டார். மன்னனுக்கு விடுமுறை வரும்போது கிராமத்திற்குச் சென்று சொத்து குறித்து பார்ப்பேன். அதை விற்றால் கொஞ்சம் பணம் எனக்கு வரும்" என்றாள்.

ஸ்துதி அடுத்த நாள் காலையில் தூங்கி எழுந்த பின் அவளின் சகோதரனிடம் சென்றாள். அவர் இன்னும் தூங்கிக் கொண்டிருந்தார். அவரை எழுப்பிச் சொன்னாள். "மெட்ரிகுலேஷன் சர்டிபிகேட்டை கண்டுபிடிக்க முடியவில்லை. நான் இங்கு வரும் போது வீட்டில் விட்டிருக்கலாம். இல்லாவிட்டால் தொலைந்து போயிருக்கும். ஸ்கூலிலிருந்து டூப்ளிகேட் சர்டிபிகேட் வாங்கி அனுப்பு" வீட்டில் மீண்டும் ஸ்துதி சான்றிதழைத் தேடினாள். ஆனால் கண்டுபிடிக்க முடியவில்லை.

வங்கிக்கு சென்றபின் சோம்நாத் நண்பர் "இங்கு வெயிட் செய்யுங்கள். உங்கள் பெயரில் அக்கவுண்ட் ஓபன் செய்து செக்கை டெபாசிட் செய்வேன்" என்று சோம்நாத்தின் நண்பர் ஒருவன் சொன்னான்.

ஆனால் ஸ்துதி, "வேண்டாம். நானே எல்லாவற்றையும் செய்து கொள்கிறேன். இந்த விண்ணப்பத்தில் எப்படி எழுதுவது என்று சொல்லுங்கள். செக்கை எப்படி டெபாசிட் செய்வது? என்று சொல்லுங்கள்" என்றாள்.

அவளாகவே கவனத்துடன் மெதுவாக வங்கி விதிகளை அறிந்து கொண்டாள். வேலை முடித்து கிளம்பும்போது ஸ்துதி "இந்த மாதத்தில் இன்று இருபத்தொன்பதாம் தேதி வரும் மாதத்திற்கு எனக்குப் பணம் தேவை. எப்படி பணம் எடுப்பது என்று சொல்லவும்" என்றாள்.

அவர் சொன்னதை எதுவும் கேட்காமல் வரிசையில் நின்று பணத்தை அவளாகவே எடுத்தாள்.

அவர்கள் வீட்டிற்குத் திரும்பிய போது, அவள் சகோதரன் "இந்த டவுனில் நீ எப்படித் தனியாக இருப்பாய். நமக்கு இங்கு நண்பர்கள் இருக்கிறார்களா? அதைவிட இந்த டவுன்காரர்களை நம்ப முடியாது" என்றார்.

"இந்த டவுனைவிட்டு மகன் படிப்பை முடிக்கிறவரை வெளியே போகச் சொல்லாதே. இந்த டவுனில் ஜனங்கள்

இருக்கிறார்கள். இங்கும் ஜனங்கள் நல்லவர்களாக உதவி செய்பவர்களாக இருக்கிறார்கள்” என்றாள் ஸ்துதி. சிறிது நேரத்திற்குப் பிறகு, “பணம் தான் பிரச்னை. எனது செலவைக் குறைக்க வேண்டும். முதலில் சின்ன வீட்டிற்குச் செல்ல வேண்டும்” என்றாள்.

“சோம்நாத் பிரண்ட் ஓர்க்ஸ்ஷாப் அட்ரஸ் கொடுத்திருக்கிறார். நாம் அங்கு போகலாமா” என சகோதரன் கேட்டார்.

ஸ்துதி, “வேண்டாம். மன்னன் ஸ்கூலிலிருந்து திரும்பி வருவான். அதைத் தவிர மோட்டார் சைக்கிள் பற்றி எனக்கு என்ன தெரியும். அந்த பேங்க்காரன் அதை வாங்கிக் கொள்ளட்டும். அவனிடமிருந்து ஏதாவது வாங்க முடியுமா? பார்” என்றாள்.

மன்னனுக்கு சாப்பாடு போட்ட பின் வீட்டுக்காரனைப் பார்க்கச் சென்றாள். அவர் நல்லவர். “வீட்டைப் பற்றிக் கவலைப்பட வேண்டாம். அதைப் பற்றி பிறகு பேசலாம்” என்றார்.

ஸ்துதி, “நான் இந்த வீட்டை விட்டுப் போவேன். வாடகைக்கு சின்னதாய் வீடு உங்களிடம் இருக்குமா’ என்றாள்.

“சில நாட்கள் கழித்து அதைப்பற்றி பேசலாம்’ என்றார் அவர்.

ஸ்துதி, “இல்ல. இன்று சொல்லுங்கள்” என்றாள்.

அதே வீதியில் காலியாக இருக்கும் ஒரு சிறு வீட்டைப் பற்றி அவர் சொன்னார்.

“தயவு செய்து அந்த வீட்டை எனக்கு ஏற்பாடு செய்யுங்கள். இந்த மாதம் முதல் தேதியில் உங்கள் வீட்டைக் காலி செய்வேன்” என்றாள்.

வீட்டிற்கு வந்து சாமான்களைக் கட்ட ஆரம்பித்தாள். “இன்னொரு வீட்டிற்கு நீ செல்வதாக இருந்தால் இன்னும் சில நாட்களுக்கு நான் லீவ் எடுப்பேன்” என்றார் சகோதரன் “இன்னும் ஓரிரு நாளில் நீ என்ன செய்துவிட முடியும். எனது மிஞ்சிய வாழ்க்கையில் என்னை நானே பாத்துக் கொள்வேன். நானே மேனேஜ் செய்து கொள்வேன்” என்றாள்.

கல்லூரி முடிந்து மாதவ் அவளின் வீட்டிற்கு வந்தான். "வீட்டை காலி செய்ய வேண்டிய அவசியம் என்ன" என்றான்.

ஸ்துதி அவனை உட்காரச் சொல்லி அவனுக்குத் தேநீர் தயாரித்தாள். "உங்களுக்கு என் கணவர் பற்றி எல்லாம் தெரியும். இன்சூரன்ஸ் பணத்தின் வட்டியில் மேனேஜ் செய்ய வேண்டும். அதற்கப்புறம் இவ்வளவு பெரிய வீடு எனக்குத் தேவையா" என்றான்.

மாதவ், "இந்த விஷயத்தில் முன்பே முடிவு எடுத்திருந்தால் சரிதான். அந்த சின்ன வீட்டை உங்களுக்காகத் தயார் செய்வேன். அந்த வீடு பக்கத்தில் உள்ளது. அங்கு உங்களுக்குப் பிரச்னை எதுவுமிராது. அந்த வீட்டுக்காரரை எனக்குத் தெரியும். எவ்வளவு குறைவான வாடகையில் அந்த வீட்டை வாங்க முடியுமென்று பார்ப்பேன்" என்றான்.

மாதவ் இதைச் சொன்னபிறகு அமைதியாக இருந்தான். ஸ்துதி வேறெதுவும் சொல்லாதபோது அவன் செல்ல எழுந்தான். அதன் பிறகு அவன், "சோம்நாத் எனது நெருங்கிய நண்பன். உங்களுக்கு ஏதாவது பிரச்னை இருந்தால் என்னிடம் சொல்லவும். என்னை அந்நியனாகக் கருத வேண்டாம்" என்றான்.

ஸ்துதி அவனின் சகோதரனும், அண்ணியும் அங்கிருந்தபோது வீட்டை மாற்றினார்கள். சில வேறுபாடுகள் இருந்தாலும் அவள் அண்ணியை சகோதரனுடன் திரும்புமாறு அவள் வற்புறுத்தினாள். அப்போது மன்னன் பள்ளிக்குப் போயிருந்தான். அவர்கள் வெளியேறிய பின் அவள் உள்ளே வந்து கதவைச் சாத்திக் கொண்டாள். பிறகு வெகு தனிமையாக உணர்ந்தாள் அவளுடன் யாருமில்லை. சோம்நாத்தைப் பற்றிய நினைவுகள் புது வீட்டில் எழவில்லை. அழ ஆரம்பித்தாள். மெதுவாக கட்டுக்கடங்காத வகையில் அழுது தீர்த்தாள். எப்படி முயன்றாலும் அவளின் துக்கத்தை அவளால் அடக்க முடியவில்லை. படுக்கையில் விழுந்து உரக்கச் சப்தமிட்டும் அழுதாள்.

பிற்பகல் இரண்டு மணிக்கு யாரோ கதவைத் தட்டினார்கள். ஸ்துதி படுக்கையிலிருந்து எழுந்தாள். அழுவதை நிறுத்தினாள். முகத்தைக் கழுவிய பிறகு கதவைத் திறந்தாள். முகத்தில் புன்னகையை வலிய வரவழைத்துக் கொண்டு மன்னனிடம் கேட்டாள் "இன்று வகுப்புகள் சரியாக நடந்தனவா?"

மன்னன் எதுவும் பேசவில்லை. ஆனால் சாப்பிடும்போது அவன், "கணக்கில் கவனம் செலுத்த முடியவில்லை" என்றான்.

ஸ்துதி அவன் மேல் கோபம் கொண்டாள். மன்னன் சாப்பிடுவதை நிறுத்தியதைக் கண்டு பிடித்தவள், "சரி. நீ முதலில் சாப்பிடு. முன்பு கணக்கினை நீ நன்றாக செய்தாய் கணக்கில் தேர்ச்சியாகாவிட்டால் எப்படி எக்ஸாம் எழுதி சார்டட் அக்கவுண்ட் ஆக முடியும்" என்று கேட்டாள்.

மன்னன், "பாதி மாணவர்கள் கணக்குத் தேர்வை மோசமாக செய்திருக்கிறார்கள்" என்றான்.

"பாதி மாணவர்கள் மோசமாக செய்திருக்கிறார்கள் என்பது பற்றி நமக்கென்ன இன்னும் மீதி பாதிப்பேர் நன்றாக செய்திருப்பார்கள் அல்லவா" என்றாள்.

மன்னன், "அவர்கள் வீட்டில் டியூஷன் வைத்திருக்கிறார்கள்" என்றான்.

ஸ்துதி வேறெதுவும் சொல்லவில்லை. ஆனால் மாதவ் அன்று மாலை வீட்டிற்கு வந்தபோது, தேனீர் தந்த பின் அப்பிரச்சனை பற்றி அவனிடம் பேசினாள். மாதவ், "இந்த சின்ன பிரச்னைக்கு ஏன் கவலைப்படுகிறீர்கள். மன்னன் கணக்குப் புத்தகத்தை எடுத்து வா. எல்லாவற்றையும் உனக்கு விளக்குவேன்" என்றான்.

மன்னன் கணக்குப் புத்தகத்துடனும், நோட் புத்தகத்துடனும் வந்தான். மன்னனுக்கு முடிந்தவரை விளக்க முயற்சித்தான். ஆனால் வெற்றி பெறவில்லை. இறுதியாக அவன் ஸ்துதியிடம், "வெளிப்படையாகச் சொன்னால் கணக்கில் நானே தேர்ச்சி யுடையவன் அல்ல" என்றான். இதைக் கேட்டு மூவரும் வாய் விட்டுச் சிரித்தார்கள். மாதவ், "கவலைப்படாதே. நாளை கணக்கில் நன்கு படிக்கும் மாணவர்களுள் ஒருவனை உதவச் சொல்வேன். அவன் வந்து மன்னனுக்கு ஒரு மணி நேரமோ இரண்டு மணி நேரமோ சொல்லிக் கொடுப்பான்" என்றான். மன்னனிடம் திரும்பி, "ஆங்கிலத்தில் ஏதாவது உதவி தேவைப்பட்டால் சொல்" என்றான்.

மன்னன், "இந்த தரம் 85% ஆங்கிலத்தில் மார்க் வாங்கி யுள்ளேன் ஆங்கிலத்தில் எல்லாம் தெரியும்" என்றான்.

ஸ்துதி அவளாகவே வெளியில் செல்வதற்கு மெதுவாகப் பழகிக் கொண்டாள். இன்சூரன்ஸ் கம்பனியிலிருந்து காசோலை பெற்ற நாளில் வங்கிக்கு அவளாகவே சென்று காசோலையை வங்கியில் டெபாசிட் செய்தாள். வரும் மாதச் செலவிற்குப் பணம் பெற மீண்டும் வங்கிக்கு செல்வதைத் தவிர்க்க அன்றே பணத்தை கணக்கில் இருந்து பெற்று வீட்டிற்குத் திரும்பும்போது மளிகைச் சாமான்களை வாங்கி வந்தாள். இல்லாவிட்டால் ரிக்ஷா வாடகை இருமுறை செலவழிக்க வேண்டியிருக்கும் அவளுக்கு.

ஸ்துதி பணம் குறித்து ஜாக்கிரதையாக இருந்தாள். தேவை யில்லையென்றால் ஒரு ரூபாயையும் அனாவசியமாக அவள் செலவிடவில்லை. ஷாப்பிங் அவளாகவே செய்து கொண்டாள். ஒரு கடைக்காரர் எடை குறைவாய் அவளை ஏமாற்றியபோது, மன்னனுடன் திரும்ப அங்குச் சென்று கடைக்காரனை தப்பை ஒப்புக்கொள்ள செய்து சரியான எடையில் பொருட்களைத் திரும்ப வாங்கி வந்தாள்.

வீட்டை நிர்வகிப்பதில் எந்தச் சிக்கலும் அவளுக்கில்லை. கவனமாக இருந்தும், பெரிய எதிர்பாராத செலவு திடுமென வரும்போது சமாளித்தாள். ஆனால் வீட்டில் தனியாக யாரு மில்லாதபடி இருக்க கொஞ்சம் பயந்தாள்.

வங்கி நிலுவை பற்றி விளக்க சோம்நாத்தின் வங்கியிலிருந்து ஒருவர் சில தினங்கள் வந்தார். அந்தப் பிரச்னை தீர்ந்த பின்பு ஒரு தடவையோ இரு தடவையோ அவளின் நலம் பற்றி விசாரிக்க அவர் வந்தார். மன்னன் வீட்டில் இல்லாதபோது ஒரு நாள் மாலை அவர் வந்தார். அவர் உட்கார்ந்து, “எந்த வகையிலும் உங்களுக்கு அசௌகரியம் இல்லை என்பதை உறுதிப்படுத்திக் கொள்ள நான் அவ்வப்போது வருவேன்” என்றார்.

ஸ்துதி எதுவும் சொல்லவில்லை.

அவர், “நெடுந்தொலைவிலிருந்து வந்திருக்கிறேன் எனக்கு டீயாவது தரக்கூடாதா” என்று தொடர்ந்தார்.

ஸ்துதிக்கு அவரைப் பிடிக்கவில்லை. அவருக்கு ஒரு கோப்பை தேநீரைத் தந்தாள். ஆனால் கோப்பையை அவர் முன் வைத்தபிறகு உள்ளே சென்று விட்டாள். அவர் தேநீரை

அருந்திய பிறகு கொஞ்ச நேரம் காத்திருந்தார். ஸ்துதி வந்து "எனக்கு எந்தப் பிரச்னையும் இல்லை. இங்கு மீண்டும் நீங்கள் வர அவசியமில்லை" என்றாள்.

ஆனால் சில சமயங்களில் மாதவ் வருவான். மன்னனுடன் நன்கு பழகினான். பல்வேறு விஷயங்கள் குறித்து ஸ்துதி அவனிடம் பேசினாள். சிறு பிரச்னைகள் இருந்தபோது அவனின் உதவியைக் கேட்டாள். அவனின் மாணவன் மன்னனுக்கு கணிதம் கற்பித்தான். மாதவ் ஆங்கிலத்தில் அவனுக்கு உதவினான். மாதவ் கல்லூரி நூலகத்திலிருந்த கதைப் புத்தகங்களை ஸ்துதிக்கு எடுத்து வருவான். அவர்கள் மூவரும் நெடுநேரம் பேசிக் கொண்டிருப்பர். மன்னனுக்கு வீட்டுப்பாடம் செய்ய வேண்டியிருந்தால், உள்ளே சென்று படிக்கும்படி சொல்வாள்.

அவளின் சகோதரரிடமிருந்து மெட்ரிகுலேஷன் சான்றிதழ் வந்தபின் வங்கி மேலாளரைப் பார்க்கச் சென்றாள். அவர் ஏதோ கூட்டத்தில் இருந்ததால் காத்திருக்கச் சொன்னார். மன்னன் பள்ளியிலிருந்து திரும்பும் நேரமது. அவள் நெடுநேரம் காத்திருக்காமல் வீட்டிற்குத் திரும்பி விட்டாள். அடுத்த நாள் மேலாளர் அவளைச் சந்தித்தபோது அவளின் நலம் பற்றி விசாரித்தார். அவள் மெட்ரிகுலேஷன் தேர்ச்சி பெற்றிருப்பதை அறிந்து அவர், "இந்த குவாலிபிகேஷனில் வேலை கிடைப்பது சிரமம். டைப்பிங் தெரிந்தால் நல்ல வேலைக்கு ஏற்பாடு செய்ய முடியும். சாதாரண நிலை வேலையை செய்ய உங்களுக்கு விருப்பமா" என்றார்.

உடனே ஸ்துதிக்கு எந்தவித முடிவுக்கும் வர இயலவில்லை. அவள் மௌனமாக இருந்தாள்.

மேலாளர், "யோசியுங்கள். உங்களுக்குத் தேவைப்படும் போதெல்லாம் நான் சில ஏற்பாடுகளைச் செய்வேன்" என்றார்.

மேலாளரின் அறையிலிருந்து வந்தபின் ஸ்துதி பெண் ஸ்டேனோகிரபரிடம் நேரடியாகச் சென்றாள். தன்னை அறிமுகப் படுத்திக் கொண்டபின் அந்தப் பெண் அவளை உட்காரச் சொன்னாள். ஸ்துதி தட்டச்சு எங்கே கற்றுக்கொள்ள முடியும் என்பது பற்றிக் கேட்டாள். அவளின் வீட்டருகே உள்ள தட்டச்சு நிறுவன முகவரியை அவள் எழுதிக் கொடுத்தாள். தட்டச்சுக்

கற்றுக் கொள்ள எத்தனை நாளாகும் என்பதை ஸ்துதி அவளிடம் கேட்டாள். திரும்புகையில் அது பற்றியே நினைத்திருந்தாள். அவளின் தற்போதைய நிலையில் சாதாரண வேலையை அவளால் பெற முடியும். ஆனால் தட்டச்சு பழகுவதற்கு ஆறுமாதம் செலவழித்தால் முறையான வேலையை அவள் பெற முடியும். ஆறு மாதத்தில் என்னவிருக்கிறது? வாழ்க்கையில் ஏதோவொன்றாக மன்னனுக்கு பல ஆண்டுகள் பிடிக்கும். ஒரு நல்ல வேலையை அவள் பெற முடிந்தால் மன்னனின் எதிர்காலத்திற்கு அது உதவும்.

தட்டச்சு கற்றுக்கொள்ள விசாரித்தாள். ஆனால் நேரம் பிரச்னையாக இருந்தது. தட்டச்சு வகுப்பு பிற்பகலில் நாலு மணிக்கு முடியும். ஆனால் மன்னன் இரண்டு மணிக்கு வீட்டிற்குப் பள்ளியிலிருந்து திரும்புவான். பள்ளியிலிருந்து திரும்பிய பின் அவனாகவே எப்படிச் சமாளிப்பான் என்பதை ஸ்துதி நினைத்தாள். "நான் சமைத்து வைத்துவிட்டுச் சென்றால் நீயே போட்டுக் கொண்டு சமாளிக்க முடியுமா" என்று மன்னனை அவள் கேட்டாள்.

மன்னன் சரி என்றான்.

ஸ்துதி இரட்டைச் சாவிகளுடன் ஒரு பூட்டை வாங்கினாள். பூட்டைத் திறக்கவும் உள்ளே செல்லவும் மன்னனுக்கு கற்றுக் கொடுத்தாள். ஸ்துதியின் தட்டச்சு முதல் நாள் வகுப்பு முடிந்து வந்தபோது மன்னன் மதிய உணவை சாப்பிட்டு முடித்திருந்தான். தட்டுகளைக் கூட கழுவி வைத்திருந்தான். ஸ்துதிக்கு அழவேண்டும் போலிருந்தது. மன்னனை பார்த்துக் கண்ணீரைத் துடைத்துக் கொண்டாள். அவனைக் கட்டியணைத்துக் கொண்டாள்.

தட்டச்சு கற்றுக் கொள்ளும் பணியில் ஸ்துதி மூழ்கினாள். அவனின் வீட்டுப்பாடத்தைச் செய்ய மாலையில் மன்னனுடன் உட்கார்ந்தாள். அம்மா தீவிரமாக இருப்பதைப் பார்த்து மன்னன் புன்னகைத்தான். மன்னன் அவளிடம், "வகுப்பில் நான் முதலாவதாக இருக்க வேண்டும் என்று நீ எப்போதும் வலியுறுத்துவாய் நீங்களும் முதலாவதாக வரவேண்டும்" என்றான்.

அவளுக்குப் புரியாததை மன்னனைப் போல எழுதி வைத்துக் கொள்வாள். மாதவ் வரும்போது அவளின் சந்தேகங்களை நிவர்த்தி செய்து கொள்வாள். தட்டச்சு பயின்ற பின் அவள்

எவ்வளவு சம்பாதிக்க முடியும் என்பதைக் கண்டுபிடித்திருந்தாள். அவ்வப்போது அவளின் சம்பாத்தியத்தை சேர்ப்பதில் அவள் மிகுந்த மகிழ்ச்சி கொள்வாள். மன்னனின் எதிர்காலப் படிப்பிற்காக அவளின் சம்பளத்தில் ஒரு பகுதியை ஒதுக்கி வைக்க முடியும் என நினைத்தாள்.

ஒருநாள் திடுமென அவளின் சகோதரனிடமிருந்து அவளுக்கு ஒரு கடிதம் வந்தது. "உதவிப் பொறியாளர் ஒருவர் இங்கிருக்கிறார். அவரின் மனைவி சென்றாண்டு இறந்துவிட்டார். அவருக்குக் குழந்தை இல்லை. அவர் சற்றே உன்னைவிட வயது மூத்தவர். நீ ஒத்துக் கொண்டால், நான் அவரிடம் பேச முடியும்" என எழுதி யிருந்தார்.

அவள் சகோதரன் விநோதமான மனிதன் என்று ஸ்துதி நினைத்தாள். "எனது பொறுப்புகள் பற்றி உனக்குத் தெரியும். சில நாட்களில் வங்கியில் எனக்கு ஒரு வேலை கிடைக்கும் என்ற நம்பிக்கையுள்ளது. எனவே எனது எதிர்காலம் பற்றிக் கவலைப்பட வேண்டாம். யாரிடமும் பேசாதே. நான் நன்றாகவே உள்ளேன்" எனப் பதில் எழுதினாள்.

மன்னன் வெளியில் விளையாடிக் கொண்டிருந்தான். அவன் உள்ளே நுழைந்ததும் ஸ்துதி, "இந்தக் கடிதத்தைத் தபால் பெட்டியில் போட்டு விட்டு வா" என்றாள்.

மன்னன் அந்தக் கடிதத்தை எடுத்தபடி "நான் சொல்ல மறந்து விட்டேன். நேற்று நீங்கள் ஷாப்பிங் சென்றிருந்த போது மாதவ் பாபு வந்திருந்தார். உங்களிடம் பேச விரும்பினார்."

"இந்தக் கடிதத்தைப் போட்டுவிட்டு அவரின் வீட்டிற்குச் சென்று மாலையில் வருமாறு சொல்" என்றான் ஸ்துதி.

"அப்படியானால் நான் சட்டை போட்டுக் கொள்கிறேன்" என்றான் மன்னன்.

மன்னன் சட்டை மாற்றும்போது அவனை நேசத்துடன் ஸ்துதி பார்த்தாள். அவனுக்கு ஏழு வயது இந்த ஒல்லியான நோஞ் சான் மகன் மனிதனாக எவ்வளவு காலம் பிடிக்கும். ஸ்துதிக்கு இருபத்து நான்கு வயதே ஆகிறது. அவளின் இந்தச் சுமை எப்போது முடிவுக்கு வரும்?

மன்னன் சென்றபின் அவளின் சூட்கேஸைத் திறந்து அவளுக்குப் பிடித்த சேலையொன்றை எடுத்துக் கொண்டாள். முகம் கழுவி விட்டுக் கவனமாகச் சேலையை அணிந்து கொண்டாள். கண்ணாடி முன் உட்கார்ந்து கொஞ்சம் அழகு படுத்திக் கொண்டாள். நெற்றியில் பொட்டு இட்டுக் கொண்டாள். ஒதுக்கி வைத்திருந்த நெக்லஸை அணிந்து கொண்டாள் பிறகு கண்ணாடியில் கவனமாகப் பார்த்தாள். மன்னனுக்காக மட்டுமல்லாமல் அவளுக்கென்றும் அவள் கவலைப்பட பொறுப்புள்ளது. எப்படியாயினும் அவளின் உடலையும் வயதையும் பொறுத்தவரை அவளுக்கும் கொஞ்சம் பொறுப்புணர்வு உள்ளது.

8

வழித்தோன்றல்

இயல்பாக மோகன்தாஸ் திருப்தியான மனிதன்தான். வருவதை ஏற்றுக்கொள்கிறவர் அவர். உதவி மந்திரியாக நியமிக்கப்பட்டு அவருக்கு இளையவர்கள் கேபினட் மந்திரிகளாக நியமிக்கப்பட்ட போது எவ்வித எதிர்ப்பும் இன்றி அதையும் ஏற்றுக் கொண்டவர். முதலமைச்சர் மீதான அவரின் உண்மைத்தன்மை இருந்தும் மாறவில்லை. எனவே சில நாட்கள் கழித்து முதலமைச்சர் அவரை அழைத்து கேபினட் பதவி அளித்தபோது அவருக்கு ஆச்சரியமாகவிருக்கவில்லை. சரியானபடி நடக்கும் என நம்பினார். எனவே கவலைப்பட வேண்டியதில்லை. எல்லோரும் அவரின் பொறுமையையும் சுயதிருப்தியையும் சகிப்புத் தன்மையையும் பாராட்டினர்.

தனியாக இருக்கும்போது சில சமயங்களில் அவரின் பழைய கால வாழ்க்கையைப் பற்றி நினைத்துப் பார்ப்பார். கசப்பான நினைவுகளைத் தள்ளி விட்டு, மகிழ்ச்சியான தருணங்களை ஞாபகத்தில் கொண்டு வர முயல்வார். அவர் விளையாட்டுத் தனமான குழந்தைப்பருவம், பள்ளி கல்லூரி நாட்கள், பொறுப்பில்லாத இளமைப்பருவம், அரசியலின் எலி பூனை விளையாட்டு, அரசியலில் அவரின் சொந்த மெதுவான முன்னேற்றங்கள், தொடர்ந்து வந்த பணமும், புகழும், அவரின் மனைவி, ரொம்பவும் நெருக்கமில்லாத அவரின் ஒரே மகன் ஆகியவற்றைப் பற்றி நினைப்பார். அவர் மகனின் மோசமான படிப்பும், பொறுப்பின்மையும், மோசமான நடத்தையும் வேறொருவராக இருந்திருந்தால் பாதித்திருக்கும். ஆனால் இவை மோகன்தாஸ்க்கு எந்தப் பிரச்னைகளையும் உண்டு பண்ணாது. போகப்போக அவர் மகனின் “இமேஜை’ அவர் மாற்றமுடியும் என்றும் அரசியல் வாரிசாக்க முடியும் என்பதுமாக இருந்தார்.

ஒருவனின் 'இமேஜ்' எப்படி முன்னேறும் என்பதை மோகன்தாஸ் அவரைப் பொறுத்த அளவில் கண்டவர். அவரின் பட்டப் பெயர் அதற்கு சாட்சியாகும். ஒருவனின் பெயருக்கு பொது வாழ்க்கையில் முக்கிய பங்குண்டு. அரசியல் வாழ்க்கையிலும் குறிப்பாகக் கூட.

ஹிட்லர் ஒரு சர்வாதிகாரியாக இருக்க அவரின் பெயர் நீளமாக, சொல்லத் திணறும்படி சில்க்ரபர் என்பது போல இருந்தால் சுலபமாகி இருக்காது என்று யாரோ சொல்லியிருந்தார்கள். அவரை ஹிட்லர் வாழ்க என்று சுலபமாக சொல்ல முடிந்ததால் மக்கள் அவரை ஏற்றுக் கொண்டார்கள். சொல்லத் திணறும்படி பெயர் இருந்திருந்தால் அவர்கள் சாதித்திருக்க முடியாது. அவரின் பொதுவாழ்க்கைக்கு வந்த சில நாட்களில் துணைப்பெயர் என்பது தடையாக அவரின் தாழ்ந்த ஜாதியை வெளிப்படையாகக் குறிப்பதாக இருப்பது பெரும் குறையாக இருப்பதை அறிந்து கொண்டார். அவரின் துணைப்பெயர் காரணமாக அவரின் சாதியைச் சார்ந்தவர்களின் ஆதரவைப் பெற முடிந்ததென்றாலும் மேல் ஜாதி மக்கள் அவரை இழிவாகவே பார்த்தனர். எனவே மோகன்தாஸ், 'அபிடவிட்' ஒன்றின் மூலமாக அதை நீக்கிவிட்டு பொதுவான மற்றும் சுலபமாகக் கண்டுபிடிக்க இயலாதவகையில் அவரின் பெயரை பொதுவானதாக மாற்றிக் கொண்டார். வரும் நாட்களில் மகனின் பெயரைக் கூட அபிடவிட் ஒன்றின் மூலம் மாற்றிக் கொள்வதாக முடிவு செய்திருந்தார். இந்த நோக்கத்திற்காகச் சில பெயர்களைத் தேர்வு செய்திருந்தார். உதாரணத்திற்கு ஆசாத் பாரதி.

நிகழ்காலமும், எதிர்காலமும் இவ்வகையான மாற்றங்கள் மூலம் மாற்ற முடியாததாகும். ஆனால் பிரச்னை என்பது இறந்த காலத்தினுடையது. ஒருவர் இறந்த காலத்துடன் எப்படி விளையாட முடியும்? இது துயரத்தின் காரணம். ஒருவன் நீதிமன்றத்திற்குச் சென்று அவனது பெயரையோ அவனின் மகனின் பெயரையோ மாற்ற முடியும். ஆனால் ஒருவனின் அப்பா பெயரை அவ்வாறு செய்ய முடியுமா? அவனின் அப்பா அவரின் பெயரோடு எந்த கட்டுப்பாடும் இல்லாதவர். அவரின் அப்பா கொடுத்த பெயருடன் தான் அவர் வாழவேண்டும். கிராமத்தினரிடம் அந்தப் பெயர் இன்னும் திரிக்கப்பட்டதாகும்.

புத்தானத் என்பது அவரின் பெயராக இருக்கலாம். ஆனால் கிராமத்தில் ஒவ்வொருவரும் புத்தியாபாய் அல்லது புத்தியா அங்கிள் என்றே அழைத்தனர். சொத்து முதலிய பத்திரங்களில் அந்தப் பெயரே இருந்தது. மோகன்தாஸ் அவரின் அப்பா பெயரை எங்காவது எழுதுவேண்டும் என்றால் பெருத்த அவமானத்துடன் தான் எழுதினார்.

மோகன்தாஸ் குழந்தைப் பருவத்தில் அவரின் அப்பாவை பல ஆண்டுகள் பார்த்ததில்லை. பள்ளியிலும் கிராமத்திலும் அவனின் நண்பர்கள் அவர்களின் அப்பாக்களைப் பற்றி பேசும்போது சோர்ந்து போவார். அவரின் மாமியார் வீட்டில் தங்கியிருந்து விவசாயத்தை கவனித்து வந்தார் என அவர் வீட்டில் அவருக்குச் சொல்லப்பட்டது. அவரின் நண்பர்களிடம் இதைச் சொன்னபோது, அவரின் அப்பா சொந்த மாமா வீட்டில் இருப்பதாகவும், அம்மாவின் அப்பாவான மாமா வீட்டில் இல்லை என்றும் சொன்னார்கள். குழந்தைப் பருவத்தில் இந்த வார்த்தைகளின் குறிப்பு அவருக்குப் புரியவில்லை. இதைப் பற்றித் தெளிவாக யாரும் அவருக்குச் சொல்லவில்லையென்றாலும், அவர் வளர்ந்தபோது நில சொத்து சம்பந்தமான வழக்கு ஒன்றினால் அவர் அப்பா ஜெயிலில் இருப்பதாகத் தெரிந்து கொண்டார். மாமா வீடு என்பது ஜெயிலைக் குறிப்பதாகவும் அறிந்து கொண்டார்.

மோகன்தாஸின் அரசியல் சகாக்கள் அவரின் முன்னோர்களை தேசப்பற்று, தியாகத்தின் நிரூபணமாக அடிக்கடி சொல்லிக் கொண்டிருப்பார்கள். வெள்ளையனே வெளியேறு இயக்கத்தின் போது சிறைக்குச் சென்றவர்கள் பெரும் தியாகத்திற்கு பெயர் பெற்றவர்கள் பெரும்பான்மையான அரசியல் தலைவர்களின் அப்பாவோ, தாய் மாமாவோ, மனைவி தரப்பு அப்பாவோ அந்தக் காலத்தில் சிறையில் இருந்தார்கள் என்பது தெரிந்ததே. அம்மாவோ அந்தக் காலத்தில் சிறையில் இருந்தார்கள் என்பது தெரிந்ததே. அம்மாவோ அத்தையோ ஜெயிலில் இருந்திருந்தால் இன்னும் சிறப்பாகும். மோகன்தாஸின் தூரத்து உறவினரோ, அவரின் கிராமத்திலிருந்தோ, அரசியலில் முக்கிய பங்கு வகித்த தில்லை. ஜெயிலுக்குப் போன பேச்சே இல்லை. அவரின் கிராமம் தவிர காங்கிரஸ் இயக்கம் எல்லா இடத்திலும் பரவியிருந்தது.

இந்த வகையில் மோகன்தாஸிற்கு தாழ்வு மனப்பான்மை இருந்தது. அவர் அரசியலில் உயர்ந்தபோது அவரின் அப்பா பழமையாக, வறுமை பீடித்த, காங்கிரஸால் அலட்சியப்படுத்தப்பட்ட கிராமத்தில்தான் வாழ்ந்து வந்தார். அவருக்கு இவ்வகை மனப்பான்மையைத் தந்த குடும்ப உறவு, கிராமத்தைவிட்டு இருந்தால் மகிழ்ச்சியடைந்திருக்கலாம் என்றாலும், அது அவருக்குச் சாத்தியமில்லாதபடி அவரின் தொகுதியாகவும் இருந்தது. இறுதியில் அவர் அப்பா இறந்தார். மோகன்தாஸிற்கு சுமை இறங்கியது.

அதிர்ஷ்டவசமாக மோகன்தாஸ் நெருக்கடி நிலை கால கட்டத்தில் சிறைச்சாலைக்குச் செல்ல வேண்டியிருந்தது. எதிர்கட்சியில் அவர் இருந்ததால் அது நடந்தது. தற்காலிக அசௌகரியங்களைத் தவிர்த்து அவரின் தேசப்பற்று, தியாகம் குறித்து இனி யாரும் கேள்வி கேட்க முடியாது என்று மகிழ்ந்தார். கொஞ்சநாளில் மன்னிப்பு கேட்ட பின்னும், அரசியல் சார்பு மாற்றத்திலும் சிறைச்சாலையிலிருந்து வெளியே வந்துவிட்டார். கேட்க விரும்பு கிறவர்களிடம் சிறைச்சாலையில் அவரின் அனுபவங்கள் பற்றி விவரித்தார். அவரின் முன்னோர்கள் ஜெயிலுக்குக் கூட போன தில்லை என்னும் குறையை நிவர்த்தி செய்ய நிரூபிப்பதற்கு முயன்றார்.

ஆளும் கட்சியினரும் எதிர்க் கட்சியினரும் அரசியலில் அடிக்கடி மாறின நிலையிலும், நெருக்கடி நிலையில் சிறையில் அடிபட்ட பெருமையிலும், அங்கிருந்து வந்த சிறப்பும் இந்த உரிமையைப் பெரிதாக எடுத்துக் கொள்ளவில்லை. ஆனால் இன்னொருபுறம் நேரு, காந்தி வழியில், அவர்களின் பல தலைமுறைகள் தேசத்திற்கு சேவை செய்ததாக தலைவர்கள் பெருமைப்பட்டுக் கொண்டனர். இதைப்பற்றி மோகன்தாஸிற்கு எந்தப் பாசாங்கும் இல்லாவிட்டலும், ‘அபிடவிட்’ மூலம் முன்னோர் களின் சரித்திரத்தை மாற்றிவிட முடியாது என்பது பற்றின திளைப்பில் இருந்தார்.

இது கிண்டலுக்குரிய விஷயமாக வெளிப்படையாக இருந்தாலும், மோகன்தாஸ் பண்டிட் கதாதர் பற்றி அப்போது அறிந்திருக்கவில்லை. கேள்விப்படாத கல்லூரியொன்றில்

கதாதர் போதித்தார். ஆனால் அது அவரின் முழுமையான அடையாளமில்லை. அவரின் ஆராய்ச்சிக் கட்டுரைகள் அவருக்கு சிறப்பு தந்தன. அவரின் இரு நோக்கங்கள் முதலில் ஒரிசாவின் கட்டிடக் கலை என்பது உண்மையானதைவிட மிகவும் பழமை யானது. இரண்டாவது நாட்டின் மிக பிரபலமானவர்கள் ஒரிசாவோடு ஆழ்ந்த தொடர்பு கொண்டவர்கள் அல்லது அவர்களின் வாழ்க்கையில் கணிசமான காலத்தை ஒரிசாவில் கழித்தவர்கள். அவர் பண்டிட் என்று அழைக்கப்பட, யாரும் ஆட்சேபனை தெரிவிக்காதபடி கதாதர் மிகவும் புகழ் வாய்ந்தவராக இருந்தார் என்பதைச் சொல்லத் தேவையில்லை. விதியாக பிராமணரல்லாதவர்கள் பண்டிட்கள் என அழைக்கப்படுவதில்லை என்பதாக இருந்தாலும், அவர் இப்போது மிகவும் முக்கியமான ஒரு ஆராய்ச்சிப் பணியில் ஈடுபட்டிருந்தார். பிரபலமான கவிஞர் ஜெயதேவ் ஒரிசாவைச் சார்ந்தவர் என்பது நெடும்காலம் முன்பு நிறுவப்பட்டிருந்தாலும், கவிஞரின் பிறந்த இடம் பொதுவாக நம்பப்படும் பிராச்சி நதிக் கரையல்ல. கதாதரின் சொந்த கிராமத்தின் அருகிலான கண்டபாலி கிராமம் என்பதை நிரூபிக்கும் பணியில் இருந்தார். இதை நிரூபிப்பதற்காய் இரண்டு விஷயங்கள் செய்ய வேண்டியிருந்தது. அந்த இடத்தில் சிதைந்த கோவிலில் ராதாவின் பழமையான புராதன உருவத்தை நிறுவுவதும், கருவறையில் “ஜெய் ஜெய் தேவ் ஹாரே” எனப் பொறிப்பதுமாகும். கொஞ்ச காலத்திற்கு முன்பிருந்து, பண்டிட் கதாதர் இந்த வேலையில் மும்முரமாக ஈடுபட்டிருந்தார்.

இந்த சமயத்தில் கதாதரின் சேவைகாலம் முடிவுக்கு வந்தது. அவரின் பணிக்காலத்தில் ஆராய்ச்சியாளர் என்ற வகையில் புகழ் பெற்றிருந்தார். ஆனால் அதன்மூலம் பணம் சம்பாதித்தவர் அல்ல. அவரின் புத்தகங்களைப் பதிப்பாளர்கள் பதிப்பிக்கவில்லை. அவரே பணத்தைச் செலவு செய்து பதிப்பித்தார். இதைத்தவிர சரித்திர ஆவணங்களைத் தேர்வு செய்வது அகழ்வாராய்ச்சி போன்றவற்றுக்கு அவர் பணம் செலவழிக்க வேண்டியிருந்தது. இந்த நோக்கத் திற்காக நீண்டகாலத்திற்கு முன்பு ஒரு ஆராய்ச்சி மையத்தை நிறுவியிருந்தார். அவரின் நடவடிக்கைக்காக பொதுமக்களிடம் இருந்து நன்கொடைகள் கோரினார். ஆனால் நன்கொடை கோரி அச்சடித்த கடிதச் செலவுக்குக் கூட பணம் வரவில்லை. ஒரியா

மக்களின் நன்றிகெட்டத்தனம் அவரை வெறுப்படையச் செய்து அந்த மையத்தை மூடச் செய்தது. ஜீவனத்திற்காக கலாச்சாரத் துறையின் உதவியை நாட முடிவெடுத்திருந்தார். விரிவான இதன் முயற்சிக்கும், இந்த நோக்க முயற்சிக்காகவும் பண்டிட் கதாதர் பத்து நாள் புவனேசுவரில் தங்கியிருக்கத் துவங்கியிருந்தார்.

கதாதர் புவனேசுவரில் ஒரு நண்பருடன் இரவு தங்கினார். அவர் பதிப்பித்தப் புத்தகங்களையெல்லாம் சேகரித்தார். ஒவ்வொரு புத்தகத்தின் முதல் பக்கத்திலும் கலாச்சாத்துறை அமைச்சருக்கு அழகான கையெழுத்தில் சமர்ப்பணம் செய்து எழுதிய பிறகே தூங்குவதற்குச் சென்றார். அடுத்த நாள் காலை அந்தப் புத்தகங் களுடன் அமைச்சரைப் பார்க்கக் கிளம்பினார். அன்று மிகவும் முயற்சித்து அமைச்சரின் தனி உதவியாளரையே இறுதியில் சந்திக்க முடிந்தது. அதை அவரிடம் கொடுப்பதில் ஈடுபட்டார். ஆனால் உதவியாளர் அமைச்சருடன் சந்திப்பு பற்றி எந்த உறுதி யும் தரவில்லை.

கதாதர் அன்று மாலை இன்னொரு செட் புத்தகங்களைத் தயார் செய்தார். முதல் பக்கங்களில் உதவியாளருக்கு சமர்ப்பணத்தை எழுதி அடுத்த நாள் காலை அந்தப் புத்தகங்களுடன் அவரின் வீட்டை அடைந்தார். உதவியாளர் புத்தகங்களைத் திறந்து பார்த்து அவரின் மீதான புகழ்ச்சி சமர்ப்பணங்களில் பண்டிட்டின் கையெழுத்திலேயே பார்த்து மிகவும் மகிழ்ந்தார். தேனீர் வரவழைத்துத் தந்தார். அவர் தேநீர் குடிக்கையில், (உதவியாளரின் இளம் மகள் அவரின் புத்தகப் பக்கங்களை சிறு துண்டுகளாக கிழித்துக் கொண்டிருந்ததை நிராகரித்துவிட்டு) கதாதர் அவரின் ஆராய்ச்சி பற்றிப் பேசினார். ஒரிய கட்டிடக் கலையிலே ஒரிசாவின் அக்கறையற்ற மக்கள் பற்றியோ உதவியாளர் அக்கறைப்படவில்லை. அதனால் கதாதர் இடையில் நிறுத்திவிட்டு "இதையெல்லாம் நீங்கள் அமைச்சரிடம் சொல்லவேண்டும்' என்றார்.

உதவியாளர், "அமைச்சர் இந்தத் துறைக்குப் புதியவர். அவர் இதையெல்லாம் புரிந்து கொள்வாரா என்பது எனக்குத் தெரியவில்லை" என்றார்.

அடுத்த நாள் அமைச்சரைச் சந்திப்பதற்கு அவர் கதாதருக்கு நேரம் குறித்துத் தந்தார். கதாதர் புறப்படும்போது, "நேற்று கொண்டு வந்த அந்தப் புத்தகங்களையெல்லாம் ப்யூன் எடுத்துச் சென்று விட்டதால், நாளை அமைச்சருக்காக இன்னொரு செட் புத்தகங்களை கொண்டு வரவும்" என்றார்.

அன்று இரவு கதாதர் இன்னொரு புது செட் புத்தகங்களில் மிகவும் பணிவான மொழியில் சமர்ப்பணங்களை எழுதுவதில் வேலையாக இருந்தார். அடுத்த நாள் காலை அவர் அமைச்சரின் அலுவலகத்திற்குச் சென்றபோது அமைச்சரின் அறைக்கு நேராக அவரைக் கூட்டிச் செல்லும் வகையில் உதவியாளர் பலம் பொருந்தியவராக இருப்பதை ஏற்றுக் கொண்டார். அன்றிரவு இந்தச் சந்திப்புக்காக கதாதர் தயார் செய்திருந்தார். அந்த அமைச்சரின் அறையை அடைந்தபோது ஏமாற்றமடைந்தார். அமைச்சர் தனியாக இருக்கவில்லை. மக்கள் கூட்டம் அங்கிருந்தது. போதுமான நாற்காலிகள் இல்லாததால் சிலர் நின்று கொண்டிருந்தனர். கட்சியின் சிக்கலான பிரச்னையை விவாதித்தபடி இருந்த அரசியல்வாதிகள் என்று பட்டது.

மோகன்தாஸ் கதாதரைப் பார்த்துவிட்டு கொஞ்ச நேரம் கழித்து அவரைக் கவனித்து பக்கம் வரச் சொல்லி, "உங்கள் விண்ணப்பம் எங்கே" என்று கேட்டார்.

கதாதர் புத்தக 'செட்'டை அவருக்குத் தந்தார். இன்னொரு சந்தர்ப்பம் அமையாது என்று நினைத்தபடி எவ்வித யோசனையு மின்றி, "உங்கள் சுயசரிதையை நான் எழுத விரும்புகிறேன்" என்றார்.

அவரின் கட்சிக்காரர்களுடன் பேசுவதில் அக்கறை கொண்ட மோகன்தாஸ், "அது சரி ஆனால் உங்கள் விண்ணப்பம் எங்கே. நாளை விண்ணப்பம் கொண்டு வரவும் அதைச் செயலருக்கு மார்க் செய்து தருவேன்" என்றார். அதன்பின் கட்சிக்காரர்களுடன் ஆலோசனைக்குத் திரும்பி விட்டார்.

வெளிவந்த கதாதர் உதவியாளரின் கோபத்தைச் சந்திக்க வேண்டியிருந்தது. "நீங்கள் என்னை சங்கடத்தில் ஆழ்த்தி விட்டீர்கள்" பிறகு அவர் அறிவுரை சொன்னார். "எப்போதும்

ஒரு விஷயத்தை ஞாபகம் வைத்துக் கொள்ளுங்கள். முக்கிய மானவர்களைப் பார்க்கச் செல்லும்போது எப்போதும் கையில் விண்ணப்பத்தை வைத்திருக்க வேண்டும். நிறைய வேலை இருக்கும் போது யாரோ சொன்னது எப்படி ஞாபகத்தில் இருக்கும்."

உதவியாளர் அவரை அவரின் அறையில் உட்கார வைத்து தேநீர் கொடுத்தார். "உங்கள் உழைப்பெல்லாம் வீணாகிவிட்டது. உங்கள் அந்தப் புத்தகங்களெல்லாம் வீண். நீங்கள் போனது தவறான நேரம். அமைச்சர் முன்பு விவசாயத் துறையில் இருந்தார். கலாச்சாரத்துறைக்கு அவர் மாற்றப்பட்டதில் அவருக்கு மகிழ்ச்சி யில்லை. உங்களுக்கு அக்கறையிருந்தால் கலாச்சாரத் துறையின் செயலாளருக்கு உங்களை அறிமுகப்படுத்துவேன்" என்றார்.

அன்று வீட்டிற்கு கதாதர் திரும்புகையில் வேறு தந்திரங்களைக் கையாள வேண்டும் என முடிவு செய்தார். அடுத்த நாள் அவருக்குத் தெரிந்த சிலரைச் சந்தித்து அமைச்சர் பற்றியும் கலாச்சாரத் துறை செயலாளர் பற்றியும் விபரங்களைச் சேகரித்தார். அமைச்சர் மகிழ்ச்சியாக இல்லை தான் உதவியாளர் சொன்னது சரிதான். செயலாளரும் மகிழ்ச்சியான நிலையில் இல்லை. அவர் விலங்கு பராமரிப்பு துறையிலிருந்து, தண்டனையாக தற்போதைய இடத் திற்கு மாற்றப்பட்டிருந்தார் என்பதால் அவரின் நோக்கத்தை அடைய துறை சார்ந்தவர்கள் உதவியாக இருக்கப் போவதில்லை. அவரின் புத்தகங்களையெல்லாம் தருவதை நிறுத்த வேண்டுமென உணர்ந்தார்.

இந்த நோக்கத்திற்காய் அமைச்சரின் சில அரசியல் நண்பர்களின் உதவியை நாட வேண்டியிருந்தது. விசாரித்து ராகேஷ் என்பவரை இந்த வேலைக்கென முடிவு செய்தார்.

ராகேஷ், அமைச்சரின் வலது கரமாகத் திகழ்பவர் என்பதை எல்லோரும் அறிவர். அமைச்சரிடம் ஏதாவது வேலை இருக்கும் போது அவருக்கு மத்தியிலிருந்து செயல்படுவார். பணத்தையும் வசூல் செய்வார். மோகன்தாஸ் கூட்டங்களில் பேசும் போது எதிர்ப்பாளர்களைச் சமாளிக்க அடியாட்களைத் தயார் செய்வது அவரின் முக்கிய வேலையாகும். அவருக்கு நெருக்கமான ஒருவரைக் கண்டுபிடித்து, ஒரு செட் புத்தகங்களில் மிகவும் மகிழ்ச்சியான சமர்ப்பணத்தை எழுதிக்கொண்டு சென்றார். தாடியும் கறுத்த

கண்ணாடியுடனும் வராந்தா நாற்காலியில் உட்கார்ந்திருந்தவரிடம் புத்தக செட் பொட்டலத்தை கதாதர் கொடுத்துவிட்டு, அவரின் எதிர்வினைக்காகக் காத்திருந்தார். பொட்டலத்தை ராகேஷ் பிரித்து உள்ளே புத்தகங்கள் இருப்பதைப் பார்த்து ஆச்சரியமடைந்தார். வழக்கமாக அவ்வகைப் பொட்டலங்களில் நூறு ரூபாய் நோட்டுக்கட்டுகளோ, நாட்டுத் துப்பாக்கிகளோ இருக்கும். ஒரே நேரத்தில் கைகளில் அவ்வளவுப் புத்தகங்களைப் பிடித்துக் கொண்டிருப்பது அவருக்கு மகிழ்ச்சி தந்தது. அவரைப் படித்தவராக சிலர் கருதும் எண்ணம் அவருக்கு மகிழ்வு தந்தது. சமர்ப்பணம் செய்யப்பட்ட வார்த்தைகளை அவர் புரிந்து கொள்ள முடியாவிட்டாலும் அந்த வார்த்தைகள் அவரைப் புகழ்ந்திருப்பதை அறிந்து கொண்டு கதாதரை நோக்கி நகர்ந்து அவரை உட்காரச் சொன்னார். "சொல்லுங்கள் நான் உங்களுக்கு எப்படி உதவி செய்ய முடியும்" என்று கேட்டார்.

கதாதர் அவரின் வேலையை அவர் அறிந்திருப்பதாக உணர்ந்து கொண்டும், வெளிப்படையாக இருப்பதாகவும் உணர்ந்தார். எனவே அவர் சொன்னார்" அமைச்சரைத் தனியாகப் பத்து நிமிடம் சந்திக்க உதவி செய்ய வேண்டும்."

பிறரிடமிருந்து ராகேஷ் விபரங்களைக் கேட்டிருக்கலாம். ஆனால் இந்தப் பள்ளி ஆசிரியரிடமிருந்து எந்தப் பணமும் வராது என்று அறிந்து கொண்டார். அதனால் வேறெதுவும் சொல்லாமல், அடுத்த நாள் குறிப்பிட்ட நேரத்திற்கு வரச் சொன்னார்.

அவரின் புத்தகங்களின் முதல் பக்கங்களில் சமர்ப்பணம் எழுதுவதற்குப் பதிலாகத் கதாதர் அன்று இரவு ஒரு கட்டுரையை எழுதினார். எல்லாக் கோணங்களிலும் எண்ணச் சிதறல்களாய் அவர் எழுதியது நீண்டதாக அமைந்துவிட்டது. அமைச்சர்களுக்கு அவ்வளவு நீண்டதைப் படிக்கப் பொறுமை இருக்காது. இரவில் விளக்கு எரிந்து கொண்டிருப்பதைக் கவனித்த அவரின் நண்பர், மின்சார பில் பற்றி ஞாபகப்படுத்துவதற்குப் பதிலாக, "இந்த வயதில் இவ்வளவு நேரம் வேலை செய்யக் கூடாது. உடம்பு சுகமில்லாமல் போகும். போய் தூங்குங்கள்" என்றார்.

கதாதர் அதை நிராகரித்து அவர் எழுதியதைக் குறைக்க இன்னும் ஒரு மணி நேரம் வேலை செய்தார். அதை நகலெடுத்து

விட்டுத் தூங்கச் சென்றார்.

ராகேஷின் கருணையால் கதாதர் அமைச்சரைத் தனிமையில் சந்திக்க வாய்ப்பு ஏற்பட்டது. பத்து நிமிடங்கள் சரியாக முழுமை யாகப் பயன்படுத்தப்பட வேண்டும். எனவே அவர் எழுதியதை அமைச்சருக்குத் தந்து, "சார்... இதை நீங்கள் படித்தால் மட்டுமே நான் உங்களுடன் பேசுவேன்" என்றார்.

மோகன்தாஸ் எரிச்சலடைந்தார். ஆனால் அவரின் கண்ணாடி யைப் போட்டுப் படிக்க ஆரம்பித்தார். ராகேஷிடம் இருந்து வந்தவர் என்பதால் கவனிக்க வேண்டும். அவர் எழுதியது உண்மையில் வினோதமானதுதான்.

தினத்தை காட்டும் காலை அவனின் வயதையொத்த மற்ற குழந்தைகள் விளையாடுவதில் அவர்களின் நேரத்தை வீணடித்த போது இந்தப் பையன் புத்தகங்களுடன் பொழுதைக் கழித்தான். படிப்பில் அவனுக்கிருந்த ஆர்வத்தைக் கவனித்த அவன் அப்பா அவனுக்குக் கட்டாக்கை காட்ட முடிவு செய்தார். கையில் புத்தகமொன்றுடன் சாண்டி கோவில் அருகில் உட்காரச் சொன்னார். ஐந்து நிமிடம் கழித்து அவர் திரும்பிய போது அந்த இடத்திலிருந்து பையன் தவறிப்போயிருந்தான்.

பையன் புத்தகத்தைப் படித்து முடித்தவன் வீதியோரத்தில் புல்லை மேய்ந்து கொண்டிருந்த குதிரையைப் பார்த்து அதன் மீது ஏறினான். இதுவரைக்கும் அவன் ஒரு குதிரை மேல் ஏறியதில்லை. ஆனால் எந்த பயமும் அவனுக்கில்லை. குதிரைக்காரன் அவனை இறங்கும்படி சொன்னதை அவன் கேட்கவில்லை. இந்தக் குழப்ப மான சண்டையைக் கேட்ட ஒரு முதிர்ந்த தாடி வைத்த ஒருவன் பக்கமிருந்த கட்டிடத்திலிருந்து வெளியே வந்தான். அவரும் பையனை இறங்கும்படிச் சொன்னது பயனில்லாமல் போகவே அவனைக் கீழே இறக்க முயன்றார். ஆனால் அவருக்கு கீழ்ப்படிதலுக்கு பதிலாக பையன் அவரைத் தள்ளிவிட்டான். வங்காளத்தில் அவர், "இதுநாள் வரைக்கும் இந்த வகையில் என்னுடன் யாருக்கும் சண்டை போட தைரியமிருந்ததில்லை" என்றார். அவர் வீட்டினுள் சென்றார். சிறிது நேரத்திற்குப் பிறகு அந்தப் பையன் அவனாகவே கீழிறங்கினான்.

துண்டுத்தாளிலிருந்து கண்களை எடுத்த அமைச்சர் கதாதரை அதன் அர்த்தம் விளங்காமல் அதை எதற்கு அவருக்கு கொடுத்தார்கள் என்று கேள்வியுடன் பார்த்தார். கதாதர், "அடுத்த பக்கத்தில் இன்னும் இரண்டு வரிகள் உள்ளன. தயவு செய்து அதையும் படிக்கவும்" என்றார்.

ஒரிசாவில் உள்ள எல்லாப் பள்ளிக் குழந்தைகளும் இப்படி பாடினர். "நான் படிப்பேன். கோட்டைக்கு குதிரையொன்றை ஓட்டிச் செல்வேன். ஆனால் இது ஒரே ஒரு பையனின் வாழ்க்கை யில் உண்மையானது அது மோகன்தாஸ்."

அமைச்சருக்கு இன்னும் குழப்பமாகியது. இது "காந்திஜி பற்றியதா" என்றார்.

கதாதர், "இது ஏன் காந்தியுடன் சம்பந்தப்பட்டதாக இருக்க வேண்டும் இது உங்களைப் பற்றியது. உங்கள் வாழ்க்கை வரலாற்றை நான் எழுதப்போவதாகச் சொன்னேனே. இந்தச் சம்பவத்துடன் அந்த புத்தகம் ஆரம்பமாகிறது" என்றார்.

உடனே மோகன்தாஸிற்கு எல்லாம் விளங்கியது. அவரின் வாழ்க்கை வரலாறு இவ்வளவு அழகாக எழுதப்படும் என்று அவர் எப்போதும் கற்பனை செய்ததில்லை. "இந்தச் சம்பவம் பற்றி உங்களுக்கு எப்படித் தெரியவிந்தது" என்று கேட்டார்.

கதாதர், "நான் உங்களின் பிறந்த தினத்தைக் கண்டு பிடித்தேன். மதுபாபு உங்களின் குழந்தைப் பருவத்தின்போது இறுதி கட்டத்தில் இருந்தார். தீவிரமான ஆராய்ச்சிக்குப் பிறகு கண்டு பிடித்தது மற்றதெல்லாம்" எனப் பதிலளித்தார்.

"உங்கள் ஆராய்ச்சியில் வேறு என்ன கண்டு பிடித்தீர்கள்" மோகன்தாஸ் கேட்டார். அவரின் குழந்தைப் பருவத்தைப் பற்றிச் சுவாரஸ்யமானதை கேட்டபின் அவர் ஆர்வம் எல்லை மீறியது.

கதாதர் இந்தக் கேள்விக்குத் தயாராக இருந்தார். "நீங்கள் மோகன்தாஸ் என்று அறியப்பட அது மிகவும் குறிப்பிடத்தக்கதாக இருந்தது" என்றார்.

கதாதர், அமைச்சர் இப்போது தனது பிடிக்குள் வந்து விட்டார் என்பதை அறிந்தார். எனவே சூழல் அமைவதற்கு

கொஞ்ச நேரம் அவர் அமைதியாக இருந்தார். அமைச்சர் தேனீர் கொண்டு வரச் சொல்லுவார் என நம்பினார். அமைச்சர் பியூனை அழைக்க மணியடித்தார். தேனீர் கொண்டு வரச் சொன்னார். உதவியாளரிடம் இண்டர்காமில் அடுத்த அரை மணி நேரத்திற்கு அவரை யாரும் தொந்தரவு செய்யக் கூடாது என்றார்.

தனது நாற்காலியில் கொஞ்சம் சாய்ந்தபடி கொஞ்சம் தாள்களுடன் உதவியாளர் வந்தபோது அவரைச் சற்று வெறுப்புடன் பார்த்தார். அவரின் பையிலிலிருந்து ஒரு புத்தகத்தை எடுத்து சமர்ப்பணம் எழுதி அமைச்சரிடம் தந்தார். அந்தப் புத்தகத்தில் கண்களை ஓடவிட்டு விட்டு அதை ஒதுக்கி வைத்தார். அவர் பேச்சை விட்ட இடத்திலிருந்து தொடர எதிர்பார்த்துப் பார்த்தார். அமைச்சருக்கு இணங்காமல் கதாதர் புத்தகத்தில் குறிப்பிட்ட பக்கத்தை திறந்து அவரிடம் கொடுத்து, “இதை முதலில் படியுங்கள், எல்லாவற்றையும் நீங்கள் தெரிந்து கொள்வீர்கள்” என்றார்.

கதாதர் மிகுந்த சிந்தினையுடனும் உழைப்புடனும் அந்தப் பக்கத்தை எழுதியிருந்தார். கதாதர் ஒரு எழுத்தாளர் மட்டுமல்ல கவிஞர் கூடவே நல்ல பேச்சாளரும், சமூக சீர்த்திருத்தவாதி, சிறந்த ஆராய்ச்சியாளர். மோகன்தாஸிற்கு அதைப் படிப்பதைத் தவிர வேறு வழியில்லை. திரும்பத் திரும்ப கதாதர் அதைப் பற்றியே பேசி வருவதை அறிந்தவர், “நீங்கள் எனது குழந்தைப் பருவத்தைப் பற்றிப் பேசுகிறீர்கள்” என்றார்.

அமைச்சர் மெல்ல உள்வாங்கி வருவது சாதகமாகவே, அமைச்சரின் வேதனையை அதிகரிக்கும் எண்ணத்துடன் கதாதர் தேனீரை மெதுவாகக் குடிப்பதில் நேரம் எடுத்துக் கொண்டார். அதன் பின் அவர், “காந்திஜி 1927 டிசம்பரில் ஒரிஸ்ஸாவிற்கு வந்தார். மீராபென், காகாசாகிப் கலேச்சர் மற்றும் மாதவ் தேசாய் அவருடன் வந்தனர். பெரஹம்பூர், சட்ரபுர், அஸ்கா, ரசூல் கொண்டா, பெல்குந்தா, புருடுகோட்டம்புர், கொடாலா, கள்ளி கோட், ரம்பா, பான்புர், பொல் கார் போன்ற இடங்களில் கூட்டங் களில் கலந்து கொண்டார்” என்றார்.

மோகன்தாஸ் பொறுமையாக இருக்க முடியாமல் இடை மறித்தார். “என் பெயருடன் இவற்றுக்கு என்ன சம்பந்தம்.”

"கதாதர் அவரை நிராகரித்துத் தொடர்ந்தார் "குர்தா, ஜாட்லி, சக்கிகோபால், பூரி, ஜயீஸ்வர், பாலசோர், பாலியபாய், சர்பாட்டியா இறுதியாக கட்டாக்கிற்கு வந்தார். உங்கள் பெற்றோர் கட்டாக்கிற்கு இரண்டு தினங்கள் முன்பே வந்துவிட்டனர். காந்திஜியைச் சந்திக்கக் காத்திருந்தனர். காந்திஜி முன்னால் உங்கள் அம்மா தலைகுனிந்து வணங்கியபோது அவளின் தலைமீது கை வைத்து, "நீங்கள் கதர் ஆடை அணிந்தால் உங்களுக்கு எல்லாம் கிடைக்கும்" என்றார். காங்கிரஸ் தொண்டர் என்ற வகையில் உங்கள் அப்பா முன்பே காதியை அணிந்திருந்தார். அன்று முதல் உங்கள் அம்மாவும் காதியணியத் தொடங்கினார். இந்த சம்பவத்திற்கு பிறகு பத்து மாதங்கள் கழித்து நீங்கள் பிறந்தீர்கள்."

கதாதர் இதைச் சொன்னபின்பு அமைதியானார். அவரின் பெயர்க் காரணத்தை அவ்வளவு புத்திசாலியாக இல்லாவிட்டாலும் மோகன்தாஸ் போன்றவர்களால் இப்போது புரிந்து கொள்ள முடிந்தது. பண்டிட் கதாதர் ஒரு படித்த மனிதர். வேறெதும் சொல்வதற்கு முன் மோகன்தாஸ் "வேண்டாம் நீங்கள் வாழ்க்கை வரலாறு எதுவும் எழுத வேண்டாம்" புத்தகத்தை மறுபடியும் திறந்தார் (கதாதரின் இலக்கியப் பணி பற்றி படிக்க)

கதாதருக்கு குழப்பமாகியது. எங்கோ தவறு செய்து விட்டோமா. அமைச்சர் டென்ஷனிலிருந்து விடுபட்டு, "எனது தந்தையின் வாழ்க்கை வரலாற்றை முதலில் எழுதுங்கள்" என்றார்.

கதாதர் பெருமூச்சு விட்டார். அவரின் பிரச்னையை முன் வைக்க இது சரியான நேரம் என்பதை அறிந்தார். "அதுபற்றி நாளையே வேலையை ஆரம்பிக்கிறேன். இந்த மாதம் ரிடயர்ட் ஆகிறேன். இன்னும் குடும்ப பிரச்னைகள் எனக்குள்ளன. அதன் பின் உங்களைச் சந்தித்து எனது ஆராய்ச்சிப் பணியைத் தொடங்கு வேன்."

இதற்கிடையில் மோகன்தாஸ் பல விஷயங்களை நினைத்தார். நீண்ட நாளைய பிரச்னைகளில் மிகவும் முக்கியமான ஒன்று சீக்கிரம் தீர்க்கப்பட உள்ளது. அந்த வாய்ப்பை எப்படியானாலும் கைப்பற்ற வேண்டும். பண்டிட் கதாதர் புத்திசாலி மனிதன். காந்திஜியுடனும்

மதுபாபுவுடனும் அவரின் குடும்பத்தைத் தொடர்புபடுத்த முடியும் அவரால். இன்னும் பல முக்கியமானவை அவரின் ஆராய்ச்சியில் வெளிவரும். அது அவரின் அரசியல் வாழ்க்கை முன்னேற்றத்திற்கு மிகவும் உதவும். அவர், "உங்கள் பிரச்னைகள் பற்றி என் உதவியாளருடன் பேசுங்கள். உங்கள் ஆராய்ச்சி எந்த வகையிலும் தடைபடாமல் நான் சில ஏற்பாடுகளை உங்களுக் காகச் செய்வேன்" என்றார்.

உதவியாளர் கதாதரை அவரின் அறைக்குக் கூட்டிச் சென்று நேரிருக்குச் சொன்னார். அவர், "சார்... அமைச்சருடன் தனிப்பட்ட முறையில் சந்திக்க எப்படி ஏற்பாடு செய்தேன் என்பதைக் கவனித்தீர்களா? இதைத்தவிர உங்களுக்கு வேறு என்ன செய்ய வேண்டும்" என்றார்.

அவர் சொல்வதைக் கேட்காதவர் போல கதாதர், "நான் இருக்கும் இடத்தைத் தந்திருப்பவர் இன்னும் சில நாட்களுக்கு நகரத்தைவிட்டு செல்கிறார். எனக்குத் தங்க இன்னொரு இடம் வேண்டும்" என்றார்.

அந்தரங்க உதவியாளர் பல இடங்களுக்குத் தொலைபேசி செய்து, கதாதர் ஒரு விருந்தினர் விடுதியில் ஏழு நாட்கள் தங்க ஏற்பாடுகளைச் செய்தார். கதாதர் அதன் பின் சொன்னார். "நான் ரிட்டயர்டு ஆகும்போது வாங்கும் சம்பளத்திற்கு குறையாத வகையில் எனக்கு ஒரு வேலை வேண்டும்."

அந்தரங்க உதவியாளர் அதைக் குறித்துக் கொண்டார். கதாதரை அவரின் நண்பர் வீட்டிலிருந்து விருந்தினர் மாளிகைக்கு அழைத்துச் செல்ல ஒரு கார் ஏற்பாடு செய்யப்பட்டது. அவர் புறப்படுகையில், "நான் செட்டில் ஆன பின்பு, ஆராய்ச்சிக்குத் தேவைப்படும் பணத்தைப் பற்றிப் பேசலாம். ஓரிருநாளில் எல்லாம் சரியாக வேண்டும் என்று அமைச்சரிடம் தயவு செய்து சொல்லுங்கள்" என்றார்.

இரண்டு தினங்களுக்குப் பின் கதாதர் அமைச்சரைச் சந்தித்த போது, கலாச்சாரத் துறையின் ஆலோசகராக அவர் நியமிக்கப்பட்ட கடிதத்தை வாங்கினார். அந்த வேலைக்கு அவர் விண்ணப்பம் கூடத் தரவில்லை. கதாதர் கணக்கிட்டு, அவர் ஓய்வு பெறும்

போது வாங்கிய சம்பளத்தை விட அவருக்கு நிர்ணயிக்கப்பட்ட சம்பளம் அதிகம் என்பதைக் கண்டு கொண்டார். மகிழ்ச்சியுடன் அமைச்சரிடம் “சார், உங்கள் வேலையில் நான் தீவிரமாக ஈடுபடுவேன். படிக்கிற யாரும் அசந்து போகும் அளவு உங்கள் தந்தையின் வாழ்க்கை வரலாற்றை எழுதுவேன் இந்த வேலைக்காக உங்களை அவ்வப்போது தொல்லைபடுத்துவேன். நான் கொஞ்சம் பயணம் செய்ய வேண்டும். அந்த நேரத்தில் செலவிற்குப் பாக்கெட்டிலிருந்து தர வேண்டும். அதை பிறகு பார்க்கலாம்.”

மோகன்தாஸ், “அவை பற்றிக் கவலைப்பட வேண்டாம். எல்லாம் கவனிக்கப்படும் ராஜிவை உங்களுக்கு உதவச் சொல்வேன். என் குடும்பம் பற்றிய எல்லா விவரங்களையும் அவர் தருவார். உங்கள் ஆராய்ச்சிப் பணிக்காக உதவுவார்” என்றார். அவரின் மகன் ராஜேந்திராவை அழைத்து கதாதருக்கு அறிமுகப்படுத்தினார். அடியாள் போல் இருந்த ஒரு இளைஞனைப் பார்க்க கதாதருக்கு பயமாக இருந்தது- அவரைக் கண்காணிக்க அந்த இளைஞனை நியமிப்பது போல சந்தேக எண்ணம் வந்தது.

சில நாட்களில் கதாதர் அவரின் பழைய இடத்தை விட்டு தலைநகரத்திற்கு வந்தார். அமைச்சரின் கருணையால் அரசாங்க குடியிருப்பு கிடைத்தது. ஆனால் ஆராய்ச்சிப் பணியில் ஒரு பிரச்னை இருந்தது- அமைச்சர் அவர் தந்தை பற்றிய புதிய தகவல் சிலவற்றைச் சேகரித்து உடனே சொல்லச் சொன்னார். இந்தக் காரணத்திற்காக அமைச்சர் அடிக்கடி அவரைக் கூப்பிட்டார். பெரும்பாலும், நீடித்த முயற்சிக்குப் பின்னதாக ஆராய்ச்சி வேலையைக் கைவிட வேண்டி இருந்தது. 1938ல் காந்திஜியின் விஜயத்தின் போது அமைச்சரின் தாய் ஜெகன்னாத் கோவிலுக்குள் கஸ்தூரிபாவுடன் சென்றது பற்றி விவரித்ததும், அதற்காக அவள் பின்னால் காந்திஜியிடம் மன்னிப்பு கேட்டதுமாகும். கதாதர் அமைச்சர் இதைக்கேட்டு மகிழ்ச்சியடைவார் என நினைத்தார். ஆனால் திடுமென வழக்கலில்லாதபடி கவலைக்குள்ளானார். அவர் தாழ்ந்த ஜாதியைச் சேர்ந்தவர் என்பதால் கோவிலுக்குள் செல்ல அனுமதிக்கப்படவில்லை. பூரி கோயிலுக்குள் செல்ல அவர் விரும்பினார். ஆனால் அந்த வகை முயற்சியை பூசாரிகள் பெரும் பிரச்னையாக்குவர். இந்த வகை நிகழ்ச்சி இந்தப் புத்தகத்தில் சேர்க்கப்பட்டால், அவரை எதிர்த்து பூசாரிகள் குரல் எழுப்புவர்.

ஆனால் இதையெல்லாம் சொல்வதற்கு பதிலாக மோகன்தாஸ் சாதாரணமாக, "வேண்டாம், அந்த காலத்தில் இப்படியெதுவும் நடக்கவில்லை என்பது என் ஞாபகத்தில் சரியாக இருக்கிறது" என்றார்.

கதாதர் அவரின் ஆராய்ச்சிப் பணி பற்றிப் பேசியிருக்கக் கூடும். ஆனால் அவரின் இருளடைந்த முகத்தை பார்த்து அமைதியானார்.

ராஜேந்திரா விஷயத்தில் வித்தியாசமான பிரச்னையொன்று கிளம்பியது. ஒரு நாள் கதாதர் பேச்சின்போது வெள்ளையனே வெளியேறு இயக்கத்தின்போது அவனின் தாத்தா சிறையிருந்தது பற்றி விபரங்களை சேகரித்து வருவதாகச் சொன்னார். இது சம்பந்தமான நீதிமன்ற ஆவணங்களைப் பார்க்க வேண்டியிருந்தது. அந்த ஆவணங்கள் தொலைந்து போயிருந்தாலோ அல்லது தவறாக வைத்திருந்தாலோ அவரின் கற்பனையிலிருந்து அவற்றைத் தயாரிக்க வேண்டியிருக்கும் சம்பந்தப்பட்ட ஆவணங்களை அவரிடம் காட்டுவதாக ராஜேந்திரா உறுதி தந்திருந்தார். ஆனால் இந்தப் பேச்சு நடந்த சில தினங்களுக்குள் நீதிமன்ற அறை தீப்பிடித்து பழைய ஆவணங்கள் அழிந்து விட்டன. அதன்பின், கதாதர் ராஜேந்திராவுடன் ஆலோசித்ததைப் பற்றி மிகவும் ஜாக்கிரதையானார்.

கதாதர் ஒரு தரம் அவரின் ஆராய்ச்சிப் பணி காரணமாக மோகன்தாஸின் கிராமத்திற்குச் சென்றார். மோகன்தாஸ் தந்தையின் தேசப்பற்று குறித்து அவர் சேகரித்த தகவல்களுக்கு கிராமத்தினர் முழு மனதுடன் ஆதரவு தந்தனர். அந்தக் கிராமத்தின் மிக முதிய மனிதரை அவரின் அறிக்கைக்காகச் சந்தித்தார். முதியவர் எல்லாவற்றிற்கும் தயாராக இருந்தது மகிழ்ச்சி தந்தது. சுதந்திரப் போராட்டத்தைப் பற்றிப் பேசியபோது மோகன்தாஸ் தந்தை காங்கிரஸ் சம்பந்தப்பட்ட வேலைகளில் முன்னணியில் இருந்ததாக முதியவர் சொன்னார். அவரின் அறிக்கையை ஒரு தாளில் கையெழுத்திட்டுத் தருமாறு அந்த முதியவரைக் கேட்ட போது, அதற்கு பதிலாய் இன்னொரு தாளை முதியவர் கொடுத்து, "கடந்த மூன்று ஆண்டுகளாக எனக்கு புவனேசுவரில் ஒரு வேலை பெண்டிங் இருக்கிறது.

அதைச் செய்து தாருங்கள். நான் கையெழுத்திட்டு தருகிறேன்" என்றார். கிராமத்தினர் கிராமப்பள்ளியை கல்லூரியாக்குவது போன்று பல நிபந்தனைகளை முன் வைத்தனர். இவை கதாதருக்கு அசௌகரியத்தைத் தந்தன.

கதாதருக்கு முதலில் தரப்பட்ட ஆறுமாத கால அவகாசம் என்பது முடிகிற நிலையில் இருந்தது. சட்டமன்ற பதவி காலமும் முடிந்து மோகன்தாஸின் எதிர்காலம் பற்றின நிச்சய மின்மையும் இருந்தது. வாழ்க்கை வரலாற்றை முடித்தபின் அவர் பிரயோஜனமில்லாதவராகி விடுவார். எழுத்து மூலம் தரா விட்டால் அமைச்சருக்கு எந்த வித நம்பிக்கையும் ஏற்படாது. இது புதிய எண்ணத்திற்கு வழிவகுத்து புதிய திட்டத்திற்கு வந்தது. புத்ததேவின் நூற்றாண்டு பிறந்த விழாவை பற்றின புதிய திட்டத்தை அமைச்சரைச் சந்தித்துத் தந்தார். அதன் முக்கியத்துவம் குறித்து உடனே மோகன்தாஸால் புரிந்து கொள்ள முடியவில்லை. அபிடவிட் இல்லாமல் நெடுநாளைக்கு முன் கதாதர் அவரின் தந்தையின் பெயரை மாற்றியிருந்தார். ஆனால் மோகன்தாஸ் இதுவரை ஞாபகம் கொண்டிருக்கவில்லை. இந்தத் திட்டம் குறித்துக் கேட்க மகிழ்ச்சியாக இருந்தது அவருக்கு. தேர்தலும் வர இருந்தது. இந்த வகை விழா கண்டிப்பாக அவசியம் கூட. ஆனால் புரட்சியாளன் புத்ததேவின் பெயரில் ஒரு கிராம அபிவிருத்தி டிரஸ்ட் அமைப்பது உட்பட பல திட்டங்களை வரும் தேர்தலையொட்டி தீட்ட வேண்டியிருந்தது. ஆனால் இது பற்றி கதாதர் இல்லாமல் வேறு நபர்களின் உதவியை அவர் நாட வேண்டியிருந்தது.

தேர்தல் நெருங்க அமைச்சர் மிகவும் வேலையாகி விட்டார். அவரின் வேலை சம்பந்தமாய் ஓர் ஆணையை சீக்கிரம் பெறுவது என்பது நல்லது என்பதை உணர்ந்தார். அரசியல் பிரச்னை உக்கிரம் காரணமாக அன்று மோகன்தாஸ் கவலையாக இருந்தார். கதாதரை சந்தித்தவர் அவரின் செயலாளருக்கு இன்னும் ஆறு மாதத்திற்கு அவரின் பணியை நீட்டித்துக் குறிப்பை அனுப்பி விட்டதாகச் சொன்னார்.

"எனக்கு வேலையிருக்கிறதோ இல்லையோ என்பது முக்கிய மல்ல; நான் பொறுப்பை எடுத்துக் கொண்டதால் உங்கள் குடும்பத்

தின் வரலாற்றை நிறைவு செய்வதில் அக்கறையாக இருக்கிறேன்" என்றார் சுதாதர். ஒரு கற்றைத் தாள்களை அமைச்சரிடம் காட்டி, "உங்கள் தந்தையின் வாழ்க்கை வரலாற்றை ஏறத்தாழ முடித்துவிட்டேன். உங்களின் வரலாற்றை இப்போது தொடங்க வேண்டுமென நினைத்துள்ளேன்" என்றார்.

மோகன்தாஸ் வேலை எண்ணங்களில் மூழ்கியிருந்தார். அபிடவிட், சரித்திரவியலாளர்களின் சான்று உதவியோடு, அதை மட்டும் வைத்து வாழ்க்கை நடத்தினால் பெரிய உழைப்பு இல்லாமல், வாழ்க்கை எவ்வளவு சிறப்பாக இருக்கும் என்பது பற்றிச் சிந்தித்தார். மோகன்தாஸ் அமைதியாக இருந்தார். "நெடு நாட்களாக சிலதைச் சொல்ல நினைத்திருந்தேன். அதைப்பற்றி யோசித்துப் பாருங்கள் உங்கள் மகனின் பெயரை ராஜிவ் என்று மாற்றவும்" என்றார் கதாதர்.

மோகன்தாஸ் எதற்கு என்று கேட்டார். "தலைமுறைகளாக தேச சேவையில் ஈடுபட்டு வரும் பல அரசியல் தலைவர்கள் இருக்கிறார்கள். இந்தியாவின் மூன்று பெரும் ஆத்மாக்களின் பெயரை மூன்று தலைமுறைகளில் வைத்திருக்கும் குடும்பம் இந்த நாட்டில் எத்தனை பேர் இருக்கிறார்கள்" என்று கேட்டார்.

மோகன்தாஸின் சோகமுகத்தில் மின்னலென புன்னகை வந்தது. கலாச்சாரத் துறை செயலாளரை தொடர்பு கொள்ளவும், தேநீருக்கும் அந்தரங்க செயலரிடம் சொன்னார். செயலாளர் தொலைபேசியில் கிடைத்தபோது அவர், "பண்டிட் கதாதரின் வேலையை ஆறு மாதங்கள் நீட்டிக்குச் சொல்லியிருந்தேன். ஆறு மாதங்களல்ல; ஓர் ஆண்டிற்கு நீட்டிக்கவும்" என்றார்.

9

சரிசமம்

உலகில் சில மனிதர்கள் வாழ்க்கையில் சில எல்லைகளை அடைந்துபின் வாழ்க்கையின் குறிக்கோளை எப்படியாவது அடைந்து விடவேண்டும் என்று முடிவு செய்து கொள்கிறார்கள். அதற்குப் பிறகு எல்லாமும் குறிப்பிடத்தக்கபடி இல்லாமல், தேவையில்லாதபடி ஆகிவிடுகின்றன. மீதி வாழ்க்கையை, முயற்சிகளை, இருப்பவற்றை வைத்து அதை அடைய முயற்சி செய்கிறார்கள். ரிக்குட்மென் அந்த வகையில் ஒரு மனிதர். ஒரிஸ்ஸா கோவில்களின் கட்டிடக் கலை பற்றி ஆய்வது என்பது வாழ்வின் லட்சியமாகியிருந்தது அவருக்கு. ரிக்கிற்கு நாற்பது வயதாகும் வரை ஒரிஸா எப்படிப் பட்டது, எங்குள்ளது என்பது பற்றி எதுவும் தெரியாது. அவர் அமெரிக்காவின் ஒரு நிறுவனத்தில் கட்டமைப்பு பொறியாளராக பணி புரிந்துவந்தார். கலைகளில் அவருக்கு ஈர்ப்போ ஆர்வமோ இல்லை. பணியில் இருக்கும்போது வணிக மேலாண்மை படிக்க முடிவு செய்தார். விடுமுறை பெற்றபின் பல்கலைக்கழகமொன்றில் சேர்ந்தார். கட்டிடக் கலையின் சரித்திரம் பற்றி இரண்டாம் பாடமாக எடுக்க நினைத்தார். அதில் ஒரிய கட்டிடக்கலையில் தேர்ந்த நிபுணத்துவம் பெற்ற பேராசிரியர் இருந்தார். அவரின் ஆளுமைத் தாக்கத்தால் ரிக் திடுமென ஒருநாள் அவரின் வாழ்க்கை குறிக்கோளாக ஒரிய கோவில் கட்டிடக்கலைபற்றி ஆராய்ச்சி செய்வது என்று முடிவெடுத்தார்.

அவர் முடிவு செய்தபின், அவரின் முயற்சிகளில் எவ்வித சோம்பேறித்தனத்திற்கும் வழி விடவில்லை. பத்து ஆண்டுகளுக்கு முன்னால் இந்த அபூர்வ ஊருக்கு முதலில் வந்தபோது, ஒரிஸா வுடன் அவருக்கு நேசம் ஏற்பட்டது. அல்லது குறிப்பாகச் சொல்வ தானால் ஒரிஸா கோவில்களின் மீது. அப்போது சில நாட்களே அவர் தங்க முடிந்தது. ஆனால் அவரின் முதல் பார்வையிலேயே ஒரிஸாவை அவரின் இரண்டாம் வீடாக ஏற்றுக் கொள்ள முன் வந்தார்.

கடந்த பத்தாண்டில் ஒரிஸ்ஸாவில் நிறைய நேரம் செலவழித்தார். பூரியில் ஓர் ஆண்டு முழுவதும் செலவிட்டார். இரண்டாம் முறை வந்தபோது ஒரிய மொழியைக் கற்றுக் கொண்டார். அந்த நேரத்தில் ஒரு புது மொழியை மட்டும் அவருக்கு அறிமுகப்படுத்தப்படவில்லை. ஒரு புதிய நிலத்தோடும் அதன் மண்ணும் புழுதியும், கோடையும் மழையும், மக்களும், சடங்குகளும் சம்பிரதாயங்களும் என்று பரிச்சயமானார். அவர் ஒரு சிறிய அழுக்கான வீட்டில் வாழ்ந்தார். உணவும், பயணமும் அவருக்குச் சிரமங்களாக இருந்தன. அடிக்கடி சுகவீனம் ஏற்பட்டது. அவரின் முயற்சிகளை மீறியும் அவரைச் சுற்றி உள்ளவர்கள் அவரை அவர்களுள் ஒருவராகக் கருதவில்லை. ஆனால் ரிக் ஒரிய மொழியைக் கற்றுக் கொள்வதிலும் பக்கமிருக்கும் கோயில்களைப் பற்றி விரிவான ஆய்வு செய்வதிலும் தொடர்ந்த திருப்தியும் கொண்டிருந்தார்.

அவரின் தொடர்ந்த வருகையால் சிற்பங்களுடன் அதிக நேரத்தைச் செலவழித்தார். உள்ளூர் மக்களுடன் வெகு பரிச்சயமானார். ஒரிய மொழியைப் பேசவும் புரிந்து கொள்ளவுமானார். சில நண்பர்களை ஏற்படுத்திக் கொண்டார். அவரை அறிந்தவர்கள் அவர் இதில் பைத்தியக்காரத்தனமான ஈடுபாடு கொண்டிருப்பதாக முடிவிற்கு வந்தார்கள். இந்த எண்ணம் ரிக்கிற்கு பைத்தியக்காரத்தனம் என்னும் போர்வையில் எதைச் செய்வதற்கும் சுதந்திரம் தந்திருந்தது.

அவர் ஒரிஸ்ஸாவிற்கு வரும் போதெல்லாம் ரிக் பூரி பழைய பனையோலை கையெழுத்துப் பிரதிகளை போலியாக உருவாக்குவதில் நிபுணத்துவம் பெற்ற பண்டிட்டை சந்தித்தார். பண்டிட் அவரின் முதல் வருகையிலேயே அவரைத் தன் பிடிக்குள் கொண்டு வந்து, கட்டிடக்கலை பற்றிய இன்னும் பிரசுரமாகாத கையெழுத்துப் பிரதியை வாங்கும்படி செய்ய உத்திகளை வகுத்துக் கொண்டார். போலி கையெழுத்துப் பிரதியின் முதல் பக்கத்தை அவர் தயாரித்து அவரிடம் காட்டினார். சிற்பசந்திரா சூடாமணி என்ற இன்னும் எழுதப்படாத புத்தகத்தின் முன்னுரை யைப் படிக்க வெகு மகிழ்ச்சியடைந்தார். பழைய சரித்திர ஆவணங்களைப் போலியாகத் தயாரிப்பதில் நிபுணத்துவம் பெற்ற அவரைப் பற்றி அதிகம் தெரிந்து கொண்டார். அவரின்

முன்னாலேயே கட்டிடக்கலையின் கையெழுத்து பிரதியினைப் பக்கம் பக்கமாக பண்டிட் தயாரிப்பதை உணர்ந்தார். அவரின் ஆக்கப்பூர்வமான வேலையில் தடையேற்படுத்துவதை விட அவரை உற்சாகப்படுத்தினார். அவரின் இந்த ஒரிஜினல் ஆராய்ச்சியுடன் அவர "ஒரிஸ்ஸா கட்டிடக் கலையின் போலி" என்பது பற்றி ஒரு சிறு புத்தகம் எழுதத் திட்டமிட்டிருந்தார்.

ஒரிஸாவிலிருந்து அமெரிக்காவிற்குத் திரும்பும் ஒவ்வொரு முறையும் மேலும் மேலும் தகவல்களும், புகைப்படங்களும் ரிக்கின் சூட்கேஸில் அடைக்கப்படுகிற போது, இந்த வகை எல்லாத் தகவல்களையும் எப்படிப் பயன்படுத்துவது என்பதுபற்றி நிச்சயமில்லாமல் இருந்தார். ஒரிஸ்ஸாவின் கோவில் கட்டிடக் கலை பற்றி நிறைய புத்தகங்கள் முன்பே எழுதப்பட்டிருந்தன. அதே பொருளில் புதிதாக ஒன்றுமில்லாதபடி இன்னொரு புத்தகத்தை எழுதுவதில் ரிக்கிற்கு அக்கறையில்லை. அமெரிக்காவில் இருக்கும்போது ஆராய்ச்சிக் குறிப்புகளை முறையாக்குவதிலும், திரும்ப அவற்றைப் படிப்பதிலும், புகைப்படங்களைச் சோதிப்பதிலும் சிரமத்துடன் மேற்கொண்டார். ஆனாலும் எந்தக் கோணத்திலிருந்தும் நோக்கத்திலிருந்தும் அவரின் புத்தகத்தை எழுதுவது என்பதை முடிவு செய்ய அவரால் முடியவில்லை. அவரின் ஒரிஸ்ஸாவிற்கான கடைசி வருகையின் போது இநதச் சிக்கலானப் பிரச்னைக்குத் தீர்வு கண்டார். கல் சிற்பக் கலைஞர்களின் கிராமத்திற்குச் சென்றார். அவர்கள் அனைவரும் ஒரு கோவில் கட்டுவதற்காக தூர இடமொன்றுக்கு சென்றுவிட்ட செய்தி கிடைத்தது. இது ரிக்கிற்குக் கடவுளின் பரிசாக இருந்தது. ஒரிஸ்ஸா கல் சிற்பக் கலைஞர்களின் வாழ்க்கை, பாரம்பரியம் பற்றியதாக அவரின் புத்தகம் இருக்கும் என்றும் புதிய கோவில் அவர் ஆராய்ச்சியின் மையமாகவும் இருக்கும் என்றும் முடிவு செய்தார். இதை முடிவு செய்த பின் கோவில் கட்டப்படும் இடத்திற்கு நேராகச் சென்றார்.

சிக்குல்லியா ஒரிஸாவின் மத்திய கிராமம் ஒன்றிலிருந்து பெரிதாக வித்தியாசப்படவில்லை. ஜமிந்தாரின் வீடு அந்தக் கிராமத்தின் முக்கிய விஷயமாக வயல்வெளிகள், புதர்கள், மரங்களுக்கு மத்தியில் அமைந்திருந்தது. ஜமீன்தார் முறை நடைமுறையில் இல்லையென்றாலும், குடும்பத் தலைவன் ஜமீன்தார் என அழைக்கப்பட்டார். பெரிய சிதைந்த வீடு

அரண்மனை என்று அறியப்பட்டது. துரதிஷ்டவசமாக அந்த முதியவரின் எல்லா மகன்களும் இறந்து போக, குடும்பப் பெயரை எடுத்துச் செல்ல யாரும் இருக்கவில்லை. அவர் முதிய வயதினராக இருந்தாலும், நல்ல உடல் நலத்துடனும், கூரிய சிந்தனைத் திறனுடனும் இன்னும் இருந்தார். அவர் எல்லா சொத்துக்களையும் விற்று ஒரு கோவில் கட்ட முடிவு செய்திருந்தார். அவருக்கு இருந்த நிறையசொத்தைப் பயன்படுத்தி அவரின் கால நினைவாக ஒரு ஒரிய கடடிடக் கலையுடனான கோவிலொன்றைக் கட்ட விரும்பினார்.

பூரி பண்டிட் கூட அந்தக் கிராமத்திற்கு ரிக் வந்தபோது வந்தார். கோவில் கட்டுவது சம்பந்தமாக ஜமீன்தாருக்கு ஆலோசகராகத் தன்னை நியமித்துக் கொண்டார். கிராமத்தின் வெளிப்புறத்திலான திறந்த வெளி கோவிலுக்கென தேர்வு செய்யப்பட்ட இடமாக இருந்தது.

சில கொத்தனார்களும் அங்கு அமர்ந்திருந்தனர். ரிக்கைப் பார்த்ததும் பண்டிட் அவரைத் தூர இழுத்துச் சென்று அடர்ந்த ஆலமரமொன்றின் அடியில் உட்கார வைத்து, கையெழுத்துப் பிரதியின் இன்னும் இரண்டு பக்கங்களைக் காட்டினார். அந்த ஓலைகள் பழமையானவையாகவும் இருந்தன. ஆனால் பனையோலையை பழமையானதாகக் காட்ட தீயில் வாட்டி, மாம்பழச் சாற்றில் மூழ்க வைத்து, குறிப்பிட்ட காலத்திற்கு மண்ணில் புதைத்து வைப்பது பற்றி ரிக் முன்னமே அறிந்திருந்தார். ஆனாலும் இரு ஓலைகளை ஆர்வத்துடன் பரிசோதித்து பண்டிட்டின் நிபுணத்துவத்தை மௌனமாகப் பாராட்டி மொத்த கையெழுத்துப்பிரதியும் எப்போது தயாராகும் என்பதைக் கேட்டார்.

வெகு சீக்கிரத்தில் அதைத் தரவிருப்பதாக உறுதியளித்தவர், பண்டிட், கோவிலின் தொன்மை புனிதத்தைக் காப்பாற்ற ஜமீன்தார் அவரைச் சார்ந்து இருப்பதாகச் சொன்னார். எந்த பூஜைகள் நடத்தப்பட வேண்டம், கோவிலின் சரியான இடம், பூமி பூஜாவிற்குப் பிறகு குறிப்பிட்ட திசைகளில் குறிப்பிட்ட சடங்குகள் ஆகியவற்றைத் தீர்மானிக்கும் பொறுப்பு பண்டிட்டிற்கு தரப்பட்டது. அதனால் ரிக்கின் ஆராயச்சிப் பணியில் உதவி செய்ய அவருக்கு வாய்ப்பு ஏற்பட்டது. அதனால் கோவிலைக்

கட்டும் கொத்தனார்களின் பாரம்பரிய அறிவு பற்றின பிரதியைப் பண்டிட் தயார் செய்வார் என்பதை ரிக் அறிந்திருந்தார். இறுதியில் அதை அவருக்கு விற்பார். ஆனால் அது பற்றி அவர் மௌனமாக இருந்தார். மனதில் உள்ள சிறிய ஆராய்ச்சித் திட்டத்துடன் அந்த ஸ்கிரிப்ட்டை அவருக்காக வாங்க பண்டிட்டை ஊக்கப் படுத்தினார்.

கோவில் வேலை ஆரம்பிப்பதற்கான புனித நாள் ஆறு மாதத்தில் இருக்கலாம் என்பதை பண்டிட்டின் யூகங்கள் தெரிவித்தன. எனவே ரிக் அவ்விடத்தில் நீண்ட நாள் தங்குவதற்கு முன் அமெரிக்காவிற்குச் செல்ல முடிவு செய்தார். ஆறு மாதத் திற்குப் பிறகு திரும்பி அவ்விடத்தில் தங்குவதற்கான ஏற்பாடுகளை அவர் துவக்கினார். கிராமங்களில் வீடுகளை வாடகைக்கு விடுவது என்ற பழக்கம் இல்லாததால் இது ஏகதேசம் சாத்யமற்றது. மிகுந்த சிரமத்துடன் இரு அறைகள் கொண்ட ஒரு வீட்டைப் பிடிப்பதில் வெற்றியடைந்தார். வாடகைக்காக அந்த வீட்டை உடனே பிடித்து அங்கு பழக்கப்படுத்துவதில் தீவிரமானார். தற்காலிக குளியலறையை வீட்டிற்கு அருகில் கட்டினார். ஜன்னல்கள் பொருத்தி சுவர்களை மாற்றினார். பர்னிச்சர்களை எங்கு போடுவது என்பதைப் பொதுவாக முடிவு செய்தார்.

இந்த வழக்கமான வேலைகளைச் செய்யும் போது அவரின் ஆராய்ச்சிப் பணி தொடர்வதை அவர் மறக்கவில்லை மேஸ்திரி களின் உரையாடலை கவனத்துடன் கேட்டுக் குறிப்பெடுத்துக் கொண்டார். ஜமீன்தார், கொத்தனார்கள், பண்டிட் ஆகியோர் கலந்துரையாடலுக்காகச் சேரும்போது, ரிக் அதை நல்ல அனுபவமாக எடுத்துக் கொண்டார். அந்தக் கலந்துரையாடல்களின் அடிப்படையில் "இந்திய கலையும் அதன் முன்னேற்றமும்" என ஒரு தலைப்பினை இட ரிக்கிற்கு வழிவகுத்தது. ஒரு டேப் ரிகார்டரில் எல்லாவற்றையும் பதிவு செய்ய ஆரம்பித்தார். அது வந்த பின்பு ஒவ்வொருவரின் பேசும் முறை குறிப்பிடத்தக்க வகையில் மாறிவிட்டது. இப்போது ஒவ்வொருவரும் மற்றவர்களுடன் பேசுவதை விட அந்த மெஷினிடம் பேசினர். ரிக்கின் ஆராய்ச்சி பணி நிறைவடைய இன்னொரு வெற்றிகரமானப்படி எனக் கண்டு கொண்டார்.

அவரின் ஆராய்ச்சி பற்றி நினைக்கிற போதெல்லாம், இந்த முக்கியமான வேலையைச் செய்வதற்காகவே அவர் பிறப்பெடுத்ததாக சமாதானப்படுத்திக் கொள்வார். அவர் பொறியியல் படித்த காரணத்தால் கோவிலின் கட்டிடக்கலையைப் படிக்க அது உதவும் அவரின் படிப்பும், கம்பனி வேலை, விவாகரத்து, தாமதமான காலத்தில் படிப்பு, கலை பேராசிரியர்களுடனான தொடர்பு ஆகியவை எல்லாம் புனிதமான முறைப்படுத்தப்பட்டவையானது. பண்டிட் முன் உட்கார்ந்து இதை வெளிப்படுத்தினார். அப்போது தான் தயாரிக்கப்பட்ட பனை ஓலையைப் பரிசோதித்தார். கோவிலின் அஸ்திவாரத்தைப் பற்றி உள்ள பக்கத்தை பார்த்தபடி, பண்டிட் ரிக்கிற்கு சிமெண்ட் பூச்சு அல்லது ஆணிகள் இல்லாமல் சமநிலையிலான கற்களை வைத்து எப்படிக் கோவிலை கட்டுவது என்பதை விளக்கினார். அந்தக் கலந்துரையாடலை நீட்டித்து ஒன்றையொன்று சார்ந்த சக்திகளின் மத்தியில் சமநிலை தன்மை இந்திய சமூகத்தில் அமைக்கப்பட்டிருப்பதை நிறுவ முயன்றார். ஆனால் ரிக் அவர் சொன்னதைக் கேட்கவில்லை. அவரின் பொறியியல் திறமைகளை வைத்து கோவில் கட்டும் பணியின் பல்வேறு நிலைகளை எப்படி ஆராய்வது, அவரின் தோற்றத்தை நிரூபணம் செய்ய ஒரு புத்தகத்தை தயாரிப்பது என்பதைப் பற்றி நினைத்துக் கொண்டிருந்தார். மறுபடியும் அமெரிக்கா திரும்பியபோது அவரின் சூட்கேஸ் ஆவணங்கள், புகைப்படங்கள், டேப்கள் மட்டுமல்லாமல் நல்ல யோசனைகளும், ஒரு பெரிய திட்டத்தை வெற்றிகரமாக நிறைவேற்ற அவரின் பெரிய நம்பிக்கையும் இருந்தன.

அமெரிக்காவில் அவரின் வேலைகளைச் சரி செய்து விட்டு ஆறு மாதங்கள் கழித்து திரும்பிய போது கோவிலைப் பற்றிய முதல் செய்திகள் அவரை வேதனைப்படுத்தின. பண்டிட் அமெரிக்காவில் ஒரு கோவிலைத் துவக்கச் சென்றுவிட்டதால், கோவில் கட்டும் வேலை காலவரையறை இல்லாமல் ஒத்திவைக்கப்பட்டிருந்தது. இந்தியாவில் அவரின் அனுபவங்களால் காலமும், காலமின்மையும் அர்த்தமில்லாதவை என்பதை ரிக் அறிந்திருந்தார். அதனால், அவரின் அப்பாய்ண்ட்மென்ட் பற்றி மறந்துவிட்டு வாடகைக்கு எடுத்த வீட்டில் வசிக்கத் துவங்கினார். கோவிலின் கட்டுமானப்பணி எப்போது ஆரம்பிக்கும் என்பதுபற்றி எதுவும் தெரியாவிட்டாலும் இந்த நிச்சயமின்மையின் மத்தியில் அவரின் ஆராய்ச்சி தியரி சார்ந்ததாக இருந்தாலும் பணிக்காக எல்லா நேரத்தையும் செலவிடுவது என்று முடிவு செய்தார்.

ஆனால் வேலை சுலபமானதாக இல்லை. ஒரு நகரத்தில் வாழும்போது கிராமக் கோவில்களை புகைப்படங்கள் எடுப்பதும் ஒருவகை. ஆனால் கிராமத்தில் நிரந்தரமாக வாழ்வது என்பது இன்னொருவகை. கிராமத்தில் பல பிரச்னைகள் இருந்தபோதிலும் அங்கு தங்குவதில் பல நன்மைகள் இருந்தன. முன்பு அவர் கிராமத்திற்கு வந்து, கிராமத்தை விட்டுக் கிளம்புகிற வரை கிராமத்துக் குழந்தைகள் அவரை எப்போதும் சுற்றியிருப்பார்கள். பெரியவர்கள் அவரின் சாதி, மதம், குடும்பம் வேலை இத்யாதி பற்றித் துளைத்தெடுப்பர். அமைதியாக வேலை செய்ய முடிந்ததில்லை. இப்போது அவர் கிராமத்தில் யதார்த்தமாக வசிக்கிறபோது, குழந்தைகள் சில நாட்கள் அவரிடம் சுற்றி இருந்து, பிறகு அவர் அங்கு கொஞ்ச நாள் தங்கப்போகிறார் என்பதையறிந்து சீக்கிரம் ஆர்வம் இழந்தனர். அதன்பின் அமைதியாக அவரால் வேலை செய்ய முடிந்தது.

முதல் சில நாட்கள் வீட்டைச் சரி செய்து கொள்வதில் கவனமாக இருந்தார். இந்தியாவிற்குப் பல முறை வந்ததால் எளிமையாகவும், சுமைகளற்று எப்படி வாழ்வது என்பதைக் கற்றுக் கொண்டார். சின்ன வேலைகளைச் செய்ய ராஜு என்ற பையனை நியமித்தார். அவன் அதிமுட்டாள். பாபாகிரி என்ற பையனை நியமித்திருந்தால் நன்றாக இருந்திருக்கும் என்றாலும் இறுதியில் பெயரைச் சொல்லிக் கூப்பிட சுலபமாக இருக்கும் என்று ராஜுவை நியமித்தார். சில நாட்களில் பர்னிச்சர்களைத் தயார் செய்தான். சமையலுக்குத் தேவையான குறைந்தபட்சப் பொருட்களை வாங்கினான். அவரின் பொருட்களையும் ஆவணங் களையும் கப்போர்டில் பாதுகாப்பாக்கினான். வேலை செய்யும் சூழலை உருவாக்கினான். அவனின் ஒரே வேலையாக இப்போது ஜமீன்தாரிடமும் அவரின் மக்களிடமும் சென்று பண்டிட் எப்போது திரும்புவார் என்பதையும் கட்டிட வேலை எப்போது ஆரம்பிக்கும் என்பதையும் தெரிந்து கொள்வதுதான். சரியான தகவலைத் தெரிந்து கொள்வது சுலபமாக இருக்கவில்லை. காரணம் பதில்கள் வெள்ளியிலிருந்து அடுத்த குளிர்காலம் வரைக்கும் என்று வெவ்வேறு பதில்களாக இருந்ததுதான். என்றாலும் ரிக் தைரியத்தை இழக்காமல், தலைமைக் கொத்தனாருக்கு அவரிடம் உட்கார்ந்து கோவில் கட்டிடக்கலை நடைமுறை சிக்கல்கள் பற்றிப் பேச மாத சம்பளம் கொடுத்தார்.

ரிக்கின் வேலைக்கு கிராம வாழ்க்கை நடைமுறை அவ்வளவு சுலபமாகப் பொருந்தவில்லை. அவர் தாள், பேனா, டேப்ரிகார்டருடன் தலைமைக் கொத்தனாருக்காக காலை எட்டுமணி முதல் உட்கார்ந்திருப்பார். ஆனால் அவர் மதியமே வருவார். ஒரு நாள் கொத்தனார் இருபத்தி நான்கு மணி நேர தாமதமாக வந்தபோது ரிக் அவரின் எரிச்சலைக் காட்டினார். கொத்தனார் அதற்கு கவலைப்படாமல் "திங்களன்று தேதி கொடுத்ததாக நினைத்து விட்டேன்" என்றார்.

சில சமயங்களில் தபால் அலுவலகத்திலும், வங்கியிலும் என்று முழு நாளும் கழிந்தது. சில நேரங்களில் தபால் அலுவலகத்தில் தபால் தலைகள் இருக்காது. அவர் கவனத்திற்குரிய ஆளாக இருந்ததால் எங்கு சென்றாலும் அவருக்கு அளிக்கப்படும் விருந்தோம்பலை அவர் ஏற்றுக் கொள்ள வேண்டியிருந்தது. இன்னொரு முக்கிய பிரச்னையாகும் அவரின் வேலை முடிந்ததா இல்லையா? என்பது கூட இல்லாமல் அதிக பாலுடனும் அதிக சர்க்கரையுடனும் சாகேப்பிற்காக தயாரிக்கப்பட்ட குடிக்க முடியாத தேனீரை புதியவர்கள் மத்தியில் உட்கார்ந்து கோப்பை மேல் கோப்பையாகத் தொடர்ந்து குடித்துக் கொண்டு அவரின் தனிப் பட்ட வாழ்க்கையை விரிவாக விளக்க வேண்டியிருந்தது.

தலைமைக் கொத்தனாருடனான கலந்துரையாடல் மெதுவாக முன்னேற்றம் கண்டது. ஆனால் கோவில் கட்டும் சாத்யமும், எவ்வளவு காலம் எடுத்துக் கொள்ளும் என்ற கால அளவு பற்றிய எண்ணமும் பற்றி எந்தத் தீர்மானமான கருத்தும் அவரிடம் இல்லை. ஆனால் ஒரு சோம்பலான வாழ்க்கையைக் கிராமத்தில் தொடர்வதில் அவர் மோசமாக உணரவில்லை. அமைதியானவர் என்பதால் கிராமத்தினருடன் நட்பாகிக் கொண்டார். சில நேரங்களில் கோவிலைப் பற்றி மறந்துவிட்டு கிராமம் பற்றி ஒரு புத்தகம் எழுதலாம் என நினைப்பார். ஆனால் அதிலிருந்து அவர் தன்னை மீட்டு, அது மாதிரி விஷயங்களை ஒதுக்கி, நோக்கமும், வாழ்க்கையின் தத்துவமும் பற்றி நினைப்பார். விலை மதிக்க முடியாத சொத்தில் அவரையும் ஒருவராக கிராமத்தினர் கருதி, மற்றவர்கள் மத்தியில் அவர் இருப்பதற்கு மகிழ்ந்தனர். பிளாக் டெவலப்மெண்ட் ஆபிசரையோ, தாசில்தாரையோ கிராமத்தின் ஏதாவது பிரச்னையாக சந்திக்க வேண்டுமென்றால், அவர்கள் அவரைக் கூட்டிச் செல்வார்கள். அவர்கள் சார்பாக

அதிகாரிகள் முன் அவர்களின் குறைகளை ரிக் முன் வைப்பார். ரிக்கின் ஆங்கிலத்தைப் புரிந்து கொள்வதில் இருக்கும் சிக்கல் பற்றிய அனுபவம் கிராமத்தினருக்கு மகிழக்கூடிய அனுபவமாக இருந்தது.

பல ஆண்டுகளாக அந்த மக்களைக் கற்களுடன் சம்பந்தப்படுத்திப் பார்த்து இருந்ததற்கு பிறகு இப்போது அது ஒரு புதிய, சுவாரஸ்யமான அனுபவமாக இருந்தது. வேறொருவனாக இல்லாமல் மெதுவாக அவர் கிராமத்தின் ஒரு சிறு பகுதியாகிவிட்டார். ஆரம்பத்தில் இந்தியாவிற்கு வந்தபோது எல்லா இந்தியர்களும் ஒரே மாதிரி தெரிந்தார்கள். மெதுவாக மக்களின் தனிப்பட்ட குணங்கள் பற்றித் தெரிந்து கொள்ள முடிந்தது. அதேபோல் எல்லா கிராமத்தினரும் ஒரே மாதிரி இருந்தனர் என்ற எண்ணம் இருந்தாலும், ரிக் தற்போது ஒவ்வொருவரும் தனித்த அடையாளங்களோடும், துக்கம், மகிழ்ச்சி, நல்ல குணங்கள், குறைகள், குணாம்சங்களோடும் இருப்பதை அறிந்தார்.

கிராம வாழ்க்கையிலிருந்து தனிமைப்படுத்திக் கொள்ள முடியும் என்ற நினைப்பு அவ்வளவு சுலபமாக முடியுமானதல்ல. கண்ணியமான ஒரிய மொழியைப் பேச அறிந்து கொண்டார். மக்களைத் தரப்படுத்த முடிந்தது அவரால். அவர்களை அவர் நேசித்தார். அவரின் நிறம் காரணமாகவே அவர்களுடன் நெருக்கமாக இயலவில்லை என நினைத்தார். அவர்களின் சமூக வாழ்க்கையிலும், பிரச்னைகளிலும் பங்கு பெற்றால் உண்மையாக அவர்களுடன் நெருக்கமாக முடியும் எனத் தெரிந்து கொண்டார். மாவட்ட ஆட்சியாளருக்கு ஒரு நீண்ட கடிதத்தை எழுதினார். அதில் கிராமத்தின் வெளிப்புறத்தில் குளம் வெட்டுவது, சென்றாண்டின் நில செஸ் வரியைப் பஞ்சம் காரணமாகத் தள்ளுபடி செய்வது ஆகியவற்றில் வட்டார, அதிகாரி தாசில்தார் ஆகியோரால் எவ்வித நடவடிக்கையும் எடுக்காத விஷயங் களைப் பற்றி எழுதினார். பிளாக் டெவலப்மெண்ட் ஆபீசர், தாசில்தாருக்கும் கடிதப் பிரதிகளை அனுப்பினார். அவரின் முயற்சிகளுக்கு கிராமத்தினர் புகழ்ந்தனர். அவர்கள் இப்போது தன்னை நம்புவது ரிக்கிற்கு மகிழ்ச்சி ஏற்பட்டது.

ஆனால் ரிக்கைப் பொறுத்த அளவில் அதன் தொடர் நிகழ்ச்சிகள் சந்தோஷமானவையல்ல. வெளிநாட்டுத் தாளில் எலக்ட்ரானிக் டைப்பிங்கில், இல்லாமலிருந்தால் அக்கடிதம் கடிதங்களின் குவியலில் தொலைந்து கூடப் போயிருக்கக்கூடும். அக்கடிதத்தைப் படித்தவுடன் அதிகாரியின் முகம் சிவந்தது. பிடி ஓவும், தாசில்தாரும் இருவரும் தங்களுக்குள் சுமூகமானவர்களாக இல்லாவிட்டாலும் காவல் நிலைய பொறுப்பதிகாரியைப் பார்க்க சேர்ந்து சென்றனர். அவர்களுக்குக் காவல்துறை அதிகாரியையும் பிடிக்காது. சில நாட்களுக்குப் பிறகு, காவல் நிலையத்தில் இருந்து வந்து கடினமான குரலில் ரிக்கின் பாஸ்போர்ட்டைப் பார்க்கக் கேட்டார். அவரின் விசா பற்றிய அவசியமில்லாத கேள்விகளைக் கேட்டார். எல்லாம் சரியாக இருந்தாலும் அந்த கான்ஸ்டபிள் மிரட்டும் தொனி யிலான சிலவற்றைக் கேட்டார். கிராமத்தினர் அவரைச் சுற்றி நின்று கொண்டனர். ஆனால் அந்தக் கான்ஸ்டபிளின் நடவடிக்கை குறித்து யாரும் தலையிடவில்லை. ஆனால் உரத்த குரலில் ரிக் மீது உள்ள நம்பிக்கையை வெளிப்படுத்தியும், ஆதரவு தெரிவித்தும், காவல்துறை அத்துமீறலை எதிர்த்தும், கான்ஸ்டபிள் அங்கிருந்து சென்ற பின் பேசினர்.

அவர் வேறொரு, நிகழ்ச்சியில் எரிச்சலாகாவிட்டாலும், அது அவரைப் பாதித்தது. ரிக் ராஜுவை கடிகாரத்தில் நேரம் பார்ப்பது பற்றி சொல்லித் தந்திருந்தார். அவனுக்கு சரியான நேரத்தில் வருவது குறித்துத் தெரியாததால் அது குறித்து சொல்லிக் கொடுத்திருந்தார். அவனுக்கு ஒரு கடிகாரத்தையும் பரிசாய் தந்திருந்தார். கடிகாரம் அழகாக இருந்தது. ஒவ்வொரு மணி நேரத்திற்கும் அது பாடும். கிராமத்தினருக்கு மேஜிக் பொம்மையாக அது இருந்தது- கடிகாரம் கிடைத்த பின் ராஜு சரியான நேரத்தில் வேலைக்கு வந்தான். சரியான நேரத்திற்கு ஒருவனையாவது வருவதில் வெற்றி பெற்றுவிட்டோம் என ரிக் மகிழ்ந்தார். தலைமைக் கொத்தனாருக்கு ஒரு கடிகாரத்தைப் பரிசளிக்க முடிவு செய்திருந்தார். அவருக்கு உண்மையில் ஒரு காலண்டரே தேவைப்பட்டது.

ஆனால் ராஜு ஒரு நாள் அவனே வந்து கடிகாரத்தை திருப்பிக் கொடுத்தான். அவனிடம் அதுபற்றி கேட்டபோது கடிகாரம் அவனைப் பிரச்னையில் மாட்ட வைத்திருப்பதாக கண்டு பிடித்தார். கையில் கடிகாரத்தைக் கட்டிக் கொண்டு

ராஜு கிராமத்தில் திரிந்தபோது அதன் இசை எல்லோருக்கும் ஆச்சர்யமானதாக இருந்திருக்கிறது. அவனின் நண்பர்கள் அதை அனுபவிக்காமல் அவனைக் கேலி செய்தார்கள். அது வெளிப்படையான பொறாமையிலாகும். வீட்டில் அவனது மூத்த சகோதரன் கடிகாரத்தை அணிந்து பக்கத்திலிருக்கும் டவுனுக்கு நண்பர்களுடன் செல்லக் கேட்டபோது சிரமம் ஏற்பட்டது. ராஜு மறுத்தபோது, அவனது சகோதரன் திட்டி, அந்தக் கடிகாரம் திருடு போய் விட்டால் அவன் ஒன்றும் பொறுப்பாக முடியாது என்று சொல்லி மிரட்டினான். அதனால் ராஜு அவனின் பார்வையிலிருந்து தப்பும்படி வைத்ததில்லை. காலை நேரத்தில் ஆற்றங்கரைக்கு செல்லும்போது கூட அதை அவனுடன் எடுத்துச் சென்றான். கடிகாரத்துடன் அவன் அதிகமாக ஈடுபாட்டுடன் இருந்தது, வீட்டிலிலும் வெளியிலும் இன்னும் அதிகமாகக் கிண்டலுக்கு ஆளானான். அதை இனிமேலும் சகித்துக் கொள்ள முடியாமல், ரிக்கிற்கு கடிகாரத்தைத் திருப்பித் தந்தான்.

ரிக்கிற்கு அடுத்த பிரச்னை தலைமைக் கொத்தனார் ஆவார். ரிக் அவருக்கு நல்ல சம்பளம் கொடுத்தார். முதல் இரண்டு மாதங்கள் அவர் மகிழ்ச்சியாக இருந்தார். ஆனால் அடுத்த மாதம் அவரின் மனைவிக்கு உடம்பு சுகமில்லையென்று அதிகப்பணம் கேட்டார். ரிக் அதிகம் தர மறுத்தார். அடுத்த நாள் அவர் வேலைக்கு வரவில்லை. அதன்பிறகு கொத்தனார் விருப்பத்துடன் அவருக்கு ஒத்துழைக்கவில்லையென்பதை ரிக் கண்டார். கலந்துரையாடலும் சரியாக பிரயோஜனப்படவில்லை. சம்பளத்தை அதிகமாக்கலாம் என்று நினைத்த போது, கொத்தனாரின மூத்த சகோதரர் ஒரு நாள் காலை வந்து அவரை வேலைக்கு சேர்த்தால், கோவில் கட்டிடக் கலையின் அடிப்படைகளை மட்டும் விளக்கிச் சொல்வதோடு மட்டுமல்லாமல், அவர்கள் வீட்டில் கிடக்கும் பழமையான கையெழுத்து பிரதிகளைப் புகைப்பட அச்சுபிரதியெடுக்க அனுமதிப்பான் என்றான். ரிக் அது பற்றி யோசிக்க கால அவகாசம் வேண்டும் என்றார். மூத்த கொத்தனார் இதை முற்றிலும் ரகசியமாக வைத்திருக்கும்படி ஆலோசனை சொல்லிவிட்டு, இரண்டு தினங்கள் கழித்து வருவதாகச் சொல்லிச் சென்றார். ரிக் இந்த விஷயத்தில் எந்த முடிவும் எடுப்பதற்கு முன்பு மூத்த கொத்தனாருக்கு அவர்கள் வீட்டில் இருக்கும் கையெழுத்துப் பிரதிகளுக்கு உரிமை இலலை என்று ஒரு அனாமதேய கடிதம்

வந்தது. இது ரிக்கை குழப்பத்தில் ஆழ்த்தியதால் இது பற்றி மூத்த கொத்தனாரிடம் இனி கலந்தாலோசிப்பதில்லை என்று முடிவு எடுத்தார்.

ஒருநாள் ஒரு மூதாட்டி அவர் கொத்தனாருடன் வேலையில் ஈடுபட்டிருந்த போது வந்து சாப்பாடு பிச்சை கேட்டார். வெவ்வேறு சமயங்களில் வெவ்வேறு காரணங்களை வைத்து பணம் பிச்சை கேட்டு வந்திருந்திருக்கின்றனர். அவர்களின் சோகக் கதையைக் கேட்டு அவர் உதவியளித்திருக்கிறார். இதை அறிந்து சுலபமாக பணம் பெறுபவர்கள் எண்ணிக்கை அதிகமாகி விட்டது. இறுதியாக ரிக் இனி யாருக்கும் உதவுவதில்லை என்று முடிவு செய்திருந்தார். ஆனால் அந்த மூதாட்டி வித்தியாசமானவள். அந்த கிராமத்தில் மிகவும் ஏழையானவள். அவளைக் காப்பாற்ற யாரும் இல்லாததால் அவள் பிச்சையெடுத்து வாழ்ந்து வந்தாள். பிச்சை தருவதை விட நிரந்தர ஏற்பாட்டை அந்த மூதாட்டிக்கு செய்து வர முடிவு செய்தார். பெரும்பணம் செலவழித்து இரண்டு கறவை மாடுகளை வாங்கினார். அதனால் அவள் சௌகரியமாக இருக்கலாம் என்று. அதன் விளைவு அந்தக் கிராமத்தின் மிக ஏழையானவளான அவள் திடுமென பணக்காரராகி விட்டாள். மாடுகளைப் பார்க்க ஒரு வேலையாளையும் வைத்தாள். மூதாட்டி சௌகரியமாக இருக்கிறாள் என்று ரிக் மகிழ்ந்தார். ஆனால் அந்த மொத்த கிராமத்தினர் எல்லோரும் குற்றப்பார்வை பார்த்தனர்.

ரிக் தன் ஆராய்ச்சிப்பணி வரம்பில்லாமல் இருப்பது மகிழ்ச்சியளிக்கவில்லை. ஒரே இடத்தில் தங்கிக் கொண்டிருப்பதற்கு பதிலாக கோவில்கள் பற்றிய தகவல்களுக்காக வெளியில் சென்று அலைவது பற்றி அடிக்கடி நினைத்துக் கொள்வார். ஆனால் கொத்தனாருடனான அவரின் கலந்துரையாடல்கள் இன்னும் முடியவில்லை. சில சமயங்களில் ராஜுவைக் கூட்டிக் கொண்டு சுற்றியுள்ள பகுதிகளின் சிறு கோவில்கள், கிராம தெய்வங்களைச் சில புகைப்படங்கள் எடுத்தார். ஒரு நாள் புகைப்படங்கள் எடுத்தபின் காமரா உறையை மூடுகையில் லென்ஸ் மூடி தவறியிருப்பதைக் கண்டுபிடித்தார். அவர் அதைத்தேட ஆரம்பித்தார். அவரைச் சுற்றியுள்ள ஒவ்வொருவரும் லென்ஸ் மூடி என்றால் என்ன, அது எப்படித் தோற்றமளிக்கும் என்று தெரியாமல் கூட அதைத்தேடும் முயற்சியில் ஈடுபட்டனர். இறுதியாக மூடி கிடைக்கவில்லை. தொலைந்து போனதற்கு பதிலாக இன்னொரு

கேமரா மூடியைப் பயன்படுத்துவது என்ற சமாதானத்துடன் ரிக் அவ்விடத்திலிருந்து திரும்பினார்.

ஆனால் பிரச்னை அத்துடன் முடிவு பெறவில்லை. காவல் துறையினர் சிலநாட்கள் கழித்து லென்ஸ் மூடி திருடுபோனது பற்றி விசாரிக்க அவர் வீட்டிற்கு வந்தனர். ராஜூவிடம் இருந்து அதைப் பற்றிக் கேள்விப்பட்டுயாரோ காவல் நிலையத்திற்கு தகவல் தந்திருக்கிறார்கள். ஆனால் எதுவும் திருடு போகவில்லை என்றும், தொலைந்து போனது முக்கியமல்ல என்றும் விளக்க முற்பட்டார் ரிக். அவர் இன்னொரு லென்ஸ் மூடியைக் காவல்துறையினரிடம் காண்பித்தார். ஆனால் காவல்துறையினர் திருடனைப் பிடிப்ப தில் உறுதியாக இருந்தனர். ரிக் மற்றும் கிராமத்தினரின் வேண்டுகோளை மீறி காவல்துறையினர் ராஜூவைக் கைது செய்து கூட்டிச் சென்றார்கள். இரண்டு நாட்களுக்குப் பின் ராஜூ கிராமத்திற்கு திரும்பிய போது அவன் உடம்பு முழுக்க ஊதிப் போயிருந்தது. நீண்டகாலமாய் அவஸ்தைப்படும் நோயாளி போலக் கண்களில் பயத்துடன் இருந்தான். எல்லா வழிகளிலும் அவனை ஆறுதல்படுத்தினார் ரிக். ஆனால் அவரிடம் இனி வேலை செய்ய விருப்பப்படவில்லை ராஜூ.

லால்பிகாரி அல்லது லாலா, ராஜூவின் இடத்தில் நியமிக்கப் பட்டான். பத்தாவது வரைப் படித்திருந்தான. கொஞ்ச காலம் இருந்த பியூன் வேலையில் இருந்து நீக்கப்பட்டபின் வேறு எதுவும் செய்யவில்லை. லாலா கடின உழைப்பாளி, நம்பிக்கையானவன். புத்திசாலி. வீட்டு வேலைகளை அவன் கவனித்துக் கொள்ள ஆரம்பித்த பின் ரிக் பெருமூச்சு விட்டார். ஆனால் அடுத்த பிரச்னை லாலாவால் ஆரம்பமானது. அந்தக் கிராமத்தின் இளைஞர்கள் வந்து நன்கொடை கேட்டபோது, லாலாவின் சிபாரிசால் ஒரு பெரும் தொகையை ரிக் அவர்களுக்குக் கொடுத்தார். கிராமத்தில் இரண்டு இளைஞர் அமைப்புகள் இருப்பதும், லாலா அதில் ஒன்றை ஆதரிப்பதும் பற்றி ரிக்கிற்குத் தெரியாது. இரண்டு குழுக்களுக்கிடையில் பிரச்னை நன்கொடை விவகாரத்தில் பெரிதாகியது. லாலா ஆதரவளித்த அந்த இளைஞர் அமைப்பு, வெள்ளைக்காரன் ஒருவனை முன்னிருத்தி இன்னொரு குழுவை ஒன்றுமில்லாமல் செய்து பண்டிகை நேரத்தில் பெயர் பெற்றது. ஆனால் இதையெல்லாம் கவனத்துடன் ரகசியமாக வைத்திருந்ததால் இந்த முன்னேற்றங்கள் பற்றி ரிக்

அறிந்திருக்கவில்லை.

பி.டி.ஓ. ஒரு நாள் குளம் வெட்டும் ஆவணங்களுடன் வந்தபோது ரிக் ஆச்சரியமடைந்தான். அமெரிக்கா பற்றி எல்லா ஆச்சரியங்களையும் கேட்டுத் திருப்தியுற்று, பி.டி.ஓ. கிராமத்தில் குளம் சீக்கிரம் வெட்டப்படும் என்பதை ரிக்கிடம் தெரிவித்தார். பக்கத்து கிராமத்தினரும் கேட்பதால் இன்னும் குளம் வெட்டப் படவில்லை என்பதை ரிக் கண்டறிந்தார். ஆனால் இந்த பிரச்னை நெடுநாள் தீர்க்கப்படாமல் இருந்தது. எப்படி இவ்வளவு சீக்கிரம் தீர்ந்தது என்பதை ரிக்கால் புரிந்து கொள்ள முடியவில்லை. ஆனாலும் அவர் அந்தச் செய்தியால் மகிழ்ச்சியடைந்தார். நில வரியைத் தள்ளுபடி செய்ய மேலதிகாரிகளுக்குச் சிபாரிசு செய்து எழுதிய கடிதத்தைத் தாசில்தார் காட்டிய போது, ஏதோ குறைவதாக ரிக்கிற்கு ஒரு பலத்த சந்தேகம் வந்தது.

இந்தியாவில் பிரோக்ரசி பற்றி லேசான சந்தேகம் அவருக்கிருந்தது. பி.டி.ஓ.வும், தாசில்தாரும் இணைந்து கிராமத்தின் நுழைவில் ஒரு தோரண வாயிலை அமைத்தும், அவரின் வீடு வரைக்கும் தெரு முழுக்க தோரணவாயிலிருந்து அலங்காரப்படுத்தியதும் அவரது சந்தேகத்தைத் தீர்த்தது. ஏதோ பெரிய பதவியில் இருக்கும் அதிகாரி அவரைப் பார்க்க வருவதை உணர்ந்தார். காவல் நிலைய பொறுப்பாளர் விரைவில் வந்து, அவருக்கு வணக்கம் செலுத்தி, மாவட்ட ஆட்சியர் அவரைச் சந்திக்க வரும் தகவலைச் சொன்னார்.

அடுத்த நாள் காலையில் பி.டி.ஓ. தாசில்தார் காவல்துறை அதிகாரி ஆகியோர் அவர் வீட்டை ஆக்கிரமித்து, லாலாவின் ஆதரவுடன், நாற்காலிகள் மேசைகளைப் போட்டு உணவு தயாரிப்பதில் மும்முரமாக இருந்தனர். இதில் ரிக் பங்கெடுக்கவில்லை. தகவல் எதுவும்சரியாகத் தராமல் யாரோ அவரின் சௌகரியத்திற்கு வருவது அவருக்குப் பிடிக்கவில்லை. ஆனால் அது பற்றி எதுவும் செய்ய இயலவில்லை. எனவே அவர் அமைதியாக இருந்து இந்திய விருந்தோம்பல் பற்றின அறிவை புதுப்பிக்கவும், பிரோகரசி பற்றி தத்துவார்த்த முறையில் திருத்தவும் கவனம் செலுத்தினார். மாலை யில் படை பரிவாரங்களோடு மாவட்ட ஆட்சியர் வந்த போது அவருக்கு ராஜ மரியாதை தரப்பட்டது. மக்களின் புகார்களும் வரவேற்பும் குறைந்தபின், மற்றவர்களை போகச் சொல்லிவிட்டு

ரிக்குடன் தனிமையில் பேச உட்கார்ந்தார்.

மாவட்ட ஆட்சியாளர் கல்லூரிப் படிப்பை முடித்து வந்த இளைஞர், நான்கு மாதங்களுக்கு முன்பு அந்த மாவட்டத்தில் நியமிக்கப்பட்டவர். அந்த மாவட்டம் முற்றிலும் முன்னேறாத மற்றும் நாகரீகத்திலிருந்து வெகுவாக அந்நியப்பட்டதாகும். தலைமையகங்களில் தினசரி தேவைகள் இல்லாதது அது. எனவே அந்த மாவட்டத்தில் யாராவது நியமிக்கப்பட்டால் அது தண்டனையானதாகும். இளம் ஆட்சியாளர் இந்த நிலையைக் குறித்து மகிழ்ச்சியாயில்லை. அலுவலகத்தின் அலுவலக சிக்கலான நேரத்தில் கவிதை எழுதுவதில் கவனம் செலுத்தினார். இப்போது அவர் இன்னும் படிக்க விரும்பினார். மேற்படிப்பிற்காக அமெரிக்கா ஸ்காலர்ஷிப் கிடைக்குமா? என்பதை அறிய ரிக்கைத் தேடி வந்தார்.

அமெரிக்கப் பல்கலைக்கழகங்கள் மற்றும் அவரின் திறமைக்கேற்ற அவர்களின் பெல்லோஷிப்கள் பற்றி ரிக் விளக்கிச் சொன்ன பின் அவரை அனுப்பி வைத்தார். தொடர்ந்து ரிக்கின் புகழ் அவரின் கிராமத்தில் மட்டுமின்றி சுற்றியிருக்கும் கிராமங்களுக்கும் பரவியது. பண்டிகை காலங்களில் தாசில்தார் கேக்குகளை அனுப்பினார். டவுனுக்குப் போகும் போது ஜீப்பில் அவருடன் செல்ல பி.டி.ஓ. அழைத்தார். காவல் நிலைய பொறுப்பதிகாரி அவரின் விசா பற்றி ஏதாவது பிரச்னை இருக்கிறதா என்று கேட்டார். அதுவரை அவரை நிராகரித்த கிராமத்தின் இன்னொரு இளைஞர் அமைப்பு அவருடன் நட்புக்கரம் நீட்டியது. பியூன் வேலை பெற சில இளைஞர்கள் அவரின் உதவியை நாடினர். பக்கத்து கிராமங்களுக்கும் ரிக்கின் திடீரென்ற புகழ் பரவியது. அவ்விடங்களின் பிரச்னைகளை தீர்க்கத் தலையிட்டார்.

திட்டமிட்டபடி ரிக்கின் தொடர்ந்த ஆராய்ச்சி பணியூடே இவற்றையெல்லாம் செய்தார். ஜமீந்தார் வெளிப்படையாக எதுவும் சொல்லவில்லையென்றாலும் கோவில் கட்டுவதில் அவருக்கு ஆர்வமில்லை என்பது தெரிந்தது. அமெரிக்காவிலிருந்து பண்டிட் பற்றிய எந்தத் தகவலும் இல்லை. அமெரிக்கா சென்ற பின் தாடிவளர்த்துக் கொண்டு, ஐரோப்பாவில் சீடர்களைச் சேர்த்துக் கொண்டிருப்பதாக யாரோ நிச்சயிக்கப்படாத தகவல்களைச் சொல்லினர். தலைமைக் கொத்தனார் அவருக்கு எல்லாவித

சிரமங்களையும் தந்தார் பி.டி.ஓ., தாசில்தார், காவல்துறை அதிகாரி ஆகியோர் அவர்களுக்குத் தேவையானபோது அவரிடம் வந்து அவர்கள் தொழில் சார்ந்த பிரச்னைகளுக்காக அவரின் நேரத்தை வீணாக்கினர். இவ்வகை மனச்சிக்கல்களாய் இருந்தபோது அவர் மலேரியாவால் பாதிக்கப்பட்டார். லாலா அவரின் ஒரே ஆறுதலாக இருந்தான். அவரைப் பணிவுடன் பார்த்துக் கொண்டான்.

நீண்ட யோசனைக்கு பிறகு அமெரிக்காவிற்குச் செல்லவும் ஆயத்த வேலைகளை முடித்துக் கொண்டு திரும்ப வரவும் ரிக் முடிவு செய்தார். கிளம்புவதற்கான ஏற்பாடுகளில் தீவிரமானார். பல சிரமங்களைச் சரி செய்ய வேண்டியிருந்தது. அவர் சென்றபின் லாலா அவனைக் கவனித்துக் கொள்ளும்படியான ஏற்பாடுகளை நிச்சயப்படுத்தினார். அதுபற்றி லாலாவிடம் பேசினார். லாலா ஒரு தேநீர்க் கடையை துவங்குவதாகவும் அதற்கான பணத்தை ரிக் தருவதாகவும் முடிவானது.

கிராமத்தை விட்டுச் செல்லும்போது ரிக் சோகமாக உணர்ந்தார். கடந்த சில மாதங்களாக கிராமத்தினரை மிகவும் நேசிக்கத் தொடங்கியிருந்தார். தெரிந்தவர்களின் வீடுகளுக்கு விடை பெறச் சென்றார். பி.டி.ஓ., தாசில்தார், காவல்துறை அதிகாரி ஆகியோரைத் தேநீருக்கு அழைத்தார். லாலாவுடன் கிராமத்தைவிட்டு ஒரு நாள் காலை வெளியேறினார். புவனேசுவர் விமான நிலையத்தில் லாலா விடை பெற்ற போது ரிக்கின் கண்கள் கண்ணீரால் குளமாயின.

ரிக் அமெரிக்கா சென்ற பின் அவரின் உடல்நிலையைச் சரி செய்யவும் மற்றவற்றை ஒழுங்குபடுத்தவும் கொஞ்ச காலம் எடுத்துக் கொண்டார். கிராமத்தில் தெரிந்தவர்களுக்கு கடிதங் களை எழுதினார். லாலாவின் நலம் குறித்து விசாரித்து நீண்ட கடிதமொன்றையும் எழுதினார். அவரின் ஆராய்ச்சி ஆவணங்களைப் பார்க்கும்போது அவ்வப்போது கிராமத்தை நினைவு கொள்வார். கிராமத்தின் பலரின் புகைப்படங்களை அவர் வைத்திருந்தார். அவற்றைப் பார்த்து அவர் ராஜு, இளைஞர் அமைப்பின் செயலாளர், பழைய பள்ளித் தலைமையாசிரியர், ஜமீன்தார், பி.டி.ஓ., தாசில்தார் மற்றவர்களை நினைவு கூர்ந்தார். அவரின் கடிதங்களுக்கு அவர்கள் பதில் எழுதுவார்கள் என

நினைத்தார். எதிர்பார்த்துக் காத்திருந்தார். லாலா உட்பட யாரும் பதிலளிக்கவில்லை. மாவட்ட ஆட்சியரிடமிருந்து நீண்ட காலத்திற்குப் பிறகு ஒரு கடிதம் வந்தது. வெவ்வேறு பல்கலைக்கழகங்களின் விபரபுத்தகங்கள் கிடைத்ததற்காக ஆட்சியர் நன்றி தெரிவித்திருந்தார். ஒரு நல்ல பதவிக்கு அவருக்கு மாறுதல் கிடைத்திருப்பதாயும் விரைவில் அதில் சேர்வார் என்றும் தகவல் தெரிவித்திருந்தார். எனவே மேற்படிப்பு எண்ணத்தை ஒதுக்கிவிட்டார். கவிதையெழுதுவதை நிறுத்திவிட்டதாகப் பின் குறிப்பில் எழுதியிருந்தார்.

அவரின் மாணவி சரோன் ஆராய்ச்சிப்பணிக்காக ஒரிஸ்ஸா செல்வதற்கு முன்பாக அவரின் ஆலோசனையைக் கேட்டாள். அந்தக் கிராமம் பற்றி எல்லாவற்றையும் சொல்லி, அங்கு செல்லும்படி வேண்டினால் குறிப்பாக லாலாவைக் காண அவளிடம் சொன்னார். அமெரிக்காவிலிருந்து சென்றபின் நான்கு மாதங்கள் கழித்து சரோனிடமிருந்து ஒரு நீண்ட கடிதம் ரிக்கிற்கு கிடைத்தது. சரோன் கிராமத்திற்கு சென்று ரிக்கினை அறிந்தவர்களை சந்திக்க முயன்றாள். அவனின் கடிதப்படி பழைய ஜமீன்தார் வருமானவரி வழக்கில் இருப்பதாகவும், கோவில் கட்டும் எண்ணம் இனி இல்லையென்றும் தெரிவிக்கப்பட்டிருந்தது. மூதாட்டி மோசமான நிலைக்குத் தள்ளப்பட்டு அடிக்கடி பட்டினியில் கிடக்கிறாள், அவளின் பசுக்களை யாரோ விஷம் வைத்து விட்டதால் குடும்பச் சிக்கல்களால் கொத்தனாரின் குடும்பம் சட்டரீதியான பிரச்னைகளில் மாட்டியிருந்தது. பண்டிட் இரு வெளிநாட்டு சீடர்களுடன் திரும்பி கடற்கரையருகில் ஒரு ஆசிரமத்தைக் கட்டும் வேலையில் இருக்கிறார். குளம் வெட்டியதில் ஊழல் காரணமாக பணியில் இருந்து பி.டி.ஓ. தற்காலிக வேலை நீக்கம் செய்யப்பட்டிருக்கிறார். ஆனால் லாலாவின் தேநீர் கடை வளர்ச்சியடைந்து நல்ல லாபம் சம்பாதிக்கிறான். ஆனால் வசதியானவுடன் அவன் மனைவியையும், குழந்தையையும் விட்டு விட்டு, தேநீர்க் கடைக்கு அருகிலான இன்னொரு வீட்டில் ஓர் இளம் பெண்ணுடன் வசிக்கிறான். ரிக்கின் பட்டியலில் இருந்த ஒருவரை மட்டும் சாரோன் சந்திக்க இயலவில்லை. கிராமத்திற்குச் சாரோன் சென்றபோது திருட்டு குற்றத்திற்காக ராஜு ஜெயிலில் இருந்தான்.

10
கண்கள்

பல ஆண்டுகளுக்கு முன்னர் இது நடந்தது. 'பாட்டா' ஓவியங்கள் சம்பந்தமாக ஆராய்ச்சிப் பணிக்காக பல நாட்கள் நான் பூரியில் தங்குவது அப்போது வழக்கம். முதலில் நகரின் ஏதோ சின்ன விடுதியில் நான் வழக்கமாய் தங்குவேன். கடற்கரையில் திரிந்த போது ஒரு தரம் பழைய நண்பன் ராபினைச் சந்தித்தேன். அவர்களின் குடும்பத்திற்குப் பூரியில் நீண்டகாலமாகக் காலியாகக் கிடந்த ஒரு வீடு இருந்தது. நான் பூரிக்கு வரும் போது நான் அங்கு தங்கலாம் என அவர் என்னிடம் சொன்னார். அதைப் பயன்படுத்தி, அதன் பிறகு பூரி சென்ற போதெல்லாம் அந்த வீட்டில் தங்கினேன்.

அந்த வீடு முற்றிலும் சிதைந்த நிலையில் இருந்தது. பர்னிச்சர்கள் நீண்ட காலமாகப் பயன்படுத்தப்படாமலும், கவனிக்கப் படாமலும் இருந்த காரணத்தினால் சிதைந்து போயிருந்தன. ராபின் புவனேசுவரில் வாழ்ந்து வந்தான். ஒரு நாள் பூரியில் எனது விடுதிக்கு வந்தான். அந்த வீட்டைக் காண்பிப்பதற்காக என்னைக் காரில் கூட்டிச் சென்றான். வீட்டிற்கு வெளியே இருந்த சிறு தோட்டத்தைப் பார்க்கும் வேலை யில் இருந்த தோட்டக்காரனை முதலில் கண்டு பிடித்தோம். ராபின் அவனிடமிருந்து சாவியை வாங்கி வீட்டைத் திறந்து உள்ளே புகுந்த போது முன்பே மாலை ஆகியிருந்தது. ராபின் விளக்குகளைப் போட்ட போது, அந்த வீட்டில் நான் வசிக்க முடியாது என்ற உணர்வு திடுமென வந்தது. குறைந்த மின்னழுத்தம் காரணமாகவோ என்னவோ வெளிச்சம் மிகவும் குறைவாக இருந்தது. உள்புறம் 'கவர்ச்சியற்றதாக' இருந்தது. வரவேற்பறையின் பக்கமிருந்த இருட்டறையினைப் பார்த்தபோது ஏதோ காரணத்திற்காக கடும் பயம் எனக்கு ஏற்பட்டது. இந்த வீட்டில் தங்க விருப்பமில்லையென்று இப்போதே ராபினிடம் சொல்லிவிடலாம் என நினைத்தேன். ஒரு விடுதியில் தங்குவது சுலபமானது.

மின்னழுத்தம் அதிகரித்ததால் திடுமென விளக்குகள் பிரகாச மாயின. திடுமென அறை விநோதமான நெருக்கமாகி விட்டதைப் போலானது. ராபின் வீட்டைச் சுற்றிக் காண்பித்தான். அறைகளில் பர்னிச்சர்கள் இருந்தன. ராபின் வெகு அபூர்வமாகவே அந்த வீட்டைப் பயன்படுத்தி வந்ததால் எல்லாம் ஒழுங்கற்று இருந்தன. சமையலறையும், குளியலறையும் இன்னும் மோசமாக இருந்தன. வீட்டை ஒரு முறை சுற்றியபின் வரவேற்பறைக்கு வந்தோம். அந்த அறையில் மாடிப்படி இருந்தது. பழைய பர்னிச்சர்களை வைப்பதற்கான இரண்டு அறைகள் மாடியில் இருக்கின்றன என்று ராபின் கூறினார். நீண்ட காலமாக அவனே மாடிக்குச் செல்லவில்லை.

வீதியோரத்துக் கடையிலிருந்து தோட்டக்காரன் எங்களுக்காக இரண்டு கோப்பை தேநீர் கொண்டு வந்தான். தேநீரைச் சுவைக்கும் போது எங்களைச் சுற்றியிருந்த இருட்டு அறைகளையும், மேலே செல்லும் மாடிப்படிகளையும் பார்த்தேன். அங்கு தங்கும் எண்ணம் தேவையா என்று இருந்தது. நான் விரும்பும் வரை அங்கு தங்கலாம். என் வீட்டைப் போல எண்ணிச் சுதந்திரமாகத் திரியலாம். இங்கு மக்களைச் சந்திப்பதும் சுலபம்தான். சாப்பிட பக்கத்தில் உணவு விடுதிகள் இருந்தன. அது இலவசமானது என்பது முக்கியமானது. வீட்டிற்குச் சற்றே பின்புறம் கடல் இருந்தது என்பது இன்னொரு கவர்ச்சியாகும். நான் விரும்பும் போதெல்லாம் நான் கடற்கரையில் நடக்க முடியும். அந்த வீடு விநோதமான இருட்டு பிரதேசமாக இருந்தது தான் எதிர்மறை அம்சம். பூரி கடற்கரையையொட்டின பழைய வீடுகள் பேய்களின் வசிப்பிடங்களாக பிரசித்தமானவை. அதுவும் இந்த வீடு அவர்களின் முகவரியாக நிரந்தர இருப்பிட மாகத் தோன்றியது. இதையெல்லாம் சிந்திக்கும்போது, யாரோ என் பின்னால் நின்றுகொண்டு, “இங்கு தங்கவும்” என்று சொல்வது போல இருந்தது. அதைப் பற்றி யோசிப்பதற்கு முன், எவ்வித யோசிப்புமின்றி, “சரி வீட்டுச் சாவியைக் கொடு, பூரிக்கு வரும்போதெல்லாம் இங்கு தங்குவேன்” என்றேன்.

தோட்டக்காரன் தேநீர்க் கோப்பையை எடுத்து “சீக்கிரம் வெளியே போகலாம். ஒரு மணி நேரத்திற்கு மின்சாரம் இருக்காது” என்றான்.

நாங்கள் எழுந்து நின்றோம். தோட்டக்காரன் விளக்குகளை அணைத்தான். ராபின் வெளியே வந்து முன் கதவைப் பூட்டிச் சாவியை என்னிடம் தந்தான். நாங்கள் வெளியே வந்ததும் மின்சாரம் துண்டிக்கப்பட்டது. காரில் ஏறிக் கொண்டோம்.

விடுதியிலிருந்து எனது பைகளை எடுத்து வரவும், அடுத்த நாள் காலையில் அந்த வீட்டிற்கு வரவும் முடிவானது. காரில் உட்கார்ந்த போது நான் திரும்பி வீட்டைப் பார்த்தேன். மங்கலான நிலவொளியில் பேய்களின் சரியான இருப்பிடமாக அது தென்பட்டது. இரண்டு கண்ணாடி ஜன்னல்களில் ஒளியைப் பிரதிபலித்து அவை இரண்டு கண்களாகி ஒரு பெரிய பூதத்தின் முகத்தைப் போலத் தோற்றமளித்தது.

நான் பூரிக்கு வரும்போதெல்லாம் அந்த வீட்டில் தங்க ஆரம்பித்தேன். இதற்கிடையில் தோட்டக்காரன் வீட்டைச் சுத்தம் செய்து வசிப்பதற்கான வகையில் வைத்திருந்தான். தேநீர் தயாரிப்பதற்காக எலக்ட்ரிக் கெட்டிலை வாங்கினேன். ஆனால் பெரும்பாலும் பக்கத்தில் இருக்கும் உணவு விடுதிகளில் சாப்பிட்டேன். நான் பூரியில் தங்கியிருந்த போது, 'பாட்டா' ஓவியர்கள் வசித்து வந்த புல்வெளிப் பகுதிக்கு அவர்களுடன் பேச காலையில் கிளம்புவேன். வெவ்வேறு கோவில் நிர்வாகிகளிடமிருந்து வெவ்வேறு தகவல்களைச் சேகரிக்க கோவிலுக்குச் செல்வேன். பண்டிட்களின் 'முக்தி மண்டல' தினசரியைப் பார்ப்பேன். ரிக்ஷாவில் செல்வேன். ஆனால் கேமராவுடன் பிரச்னை இருந்தது. கோவிலுக்குள் கேமிரா கொண்டு செல்லக் கூடாது என்பதால், வெளியில் யாரிடமாவது அதை விட்டு விட்டுச் செல்வேன். தோல்பெல்ட் கோவிலுள் கொண்டு செல்ல தடையிருப்பதால் வீட்டை விட்டு பெல்ட்டை எடுக்க சில சமயங்களில் நான் மறந்து விடுவது ஒரு பிரச்னையாகும். எனவே காலை நேரம் முழுக்க ஒரு ரிக்ஷாவை வாடகைக்கு எடுத்துக் கொள்வேன். தாதியா அதிகாலையில் ரிக்ஷாவுடன் வந்து விடுவான். வேலைக்குப் போகும் வழியில் காலை உணவு சாப்பிட உணவு விடுதிக்குக் கூட்டிப் போவான். என் காமிராவையும் பெல்ட்டையும் கோவிலுக்குள் செல்லும்போது அவனிடம் விட்டுச் செல்வேன். எங்காவது மதிய உணவு சாப்பிட்டபின் வீட்டிற்கு ரிக்ஷாவில் திரும்புவேன்.

வருடத்தில் வெவ்வேறு காலங்களில் பூரியில் தங்கினேன். மதிய நேரங்கள் குட்டித் தூக்கம் போட ஏதுவாக இருந்தன. வாழ்க்கை இந்த இடத்தில் வெகு மெதுவாக நகர்ந்தது. காலை யாரையாவது சந்திக்க நேரம் ஒதுக்கியிருந்தால் அவர் மாலையில் வருவார். பழைய ஆவணங்களைப் பார்க்கச் சென்ற பின் "பரிக்சா" ஒரு மணி நேரத்திற்குப் பிறகு வருவான். ஆவணங்களோடு வருவதற்கு முன் என்னைப் பார்த்தபின் இன்னொரு மணி நேரம் மறைந்து விடுவான். பெரும்பான்மை நாட்களில் யாரும் வியாழக்கிழமை அல்லது ஏகாதேசி அல்லது வேறு ஏதாவது என்று காரணம் சொல்லி யாரும் எந்த வேலையும் செய்யத் தயாரில்லை. மத்தியான நேரங்களில் கோவிலுக்கு எல்லாம் மிக மெதுவாகத்தான் நடக்கும். யாத்ரிகர்களும், பூசாரிகளும் கூட, ஒவ்வொருவரையும் வினோதமான மன வெறுமை பிடித்தது போல, கர்ப்பகிரகத்தில் இருக்கும் கடவுள்கள் உட்பட, எல்லாவற்றிலும் அக்கறையற்று இருப்பார்கள். அடிக்கடி வேலைக்கு யாரும் கிடைக்கமாட்டார்கள். 'முக்திமண்டபத்திற்கு' அருகில் படிகளில் உட்கார்ந்து ஓய்வெடுப்பேன். கோவிலின் கதவு திறக்கப்பட்டதும், எனது புதிய நண்பனாக பூசாரி ரத்ன சிம்மாசனத்தை, கடவுள்களின் இருக்கை, சுற்றி நடக்கச் செய்வான். இந்த வகையில் நான் உபயோகமான ஆராய்ச்சி செய்தேனோ இல்லையோ நிறைய சமய விஷயங்களைக் கற்றுக்கொண்டேன்.

வழக்கமாய் மதிய சாப்பாட்டிற்குப் பிறகு தாதியாவை அனுப்பி விட்டுக் குட்டித் தூக்கம் போடுவேன். நான் தூங்கி எழும்போது சீதோஷண நிலை நன்றாக இருக்கும் என்பதால் நான் கடற்கரைக்குச் செல்லலாம். கடற்கரையில் நான் கழிக்கும் நேரங்கள் எனது பூரி தங்கலில் மிகவும் அற்புதமாகவும், நினைவில் நிற்கும்படியாகவும் ஆனவை. பெரும்பான்மையான காலை நேரங்களிலும் நான் கடற்கரைக்குச் செல்வேன். வெறுங்காலில் நடப்பது நல்ல விநோத மான பெருமை தருவதாகும். தொடுவானத்தோடு ஒன்றி இருந்து கடற்கரையில் நின்று கொண்டு நீர்ப்பரப்பைப் பார்ப்பதை நினைத்துப் பார்த்தால் ஆர்ப்பரிக்கும் அலைகள் ஓசையும் சுகரினா மரங்களின் அசைவும் எனது உடம்பிலும் மனதிலும் ஒரு வித கிளர்ச்சி தருகிறது. ஓய்வில்லாத உப்புக் காற்று உதடுகளில் தொட்டு இன்பம் தருகிறது.

கடற்கரையில் திரியும் நாளில், நான் சித்ரகார் தெருவின் பனம்பர் மகாப்ரானாவை மாலை நேரங்களில் சந்தித்தேன். பாட்டா ஓவியங்கள், முகமூடிகளைப் பையில் போட்டு விற்பதற்காக அலைந்து கொண்டிருப்பார். சில டூரிஸ்டகள் சுற்றியிருப்பர். சில படங்களை விற்ற பிறகு கூட்டம் குறைந்தால் படங்களையும் முகமூடிகளையும் எடுத்துக் கொண்டு கடற்கரைக்கு செல்வார். அந்த சமயத்தில் எனது ஆர்வத்தால் நான் அவருடன் சேர்ந்து கொண்டேன். சீரிய ஆராய்ச்சியாளன் என்ற முறையில் நான் அவருடன் எனது வேலை சம்பந்தமாக தகவல்களைப் பெற பேச முயன்றேன். பானா எளிமையான நாட்டிலுள்ள இளைஞன். விரைவில் நண்பர்களானோம். இருட்டு விழுந்ததும் இதயமில்லாத வீடாய் தோற்றம் தரும் வீட்டிற்குத் திரும்புவேன. குளித்து விட்டு நல்ல உணவு கிடைக்கும் இடம் தேடி வெளியே வருவேன். பல நாட்கள் ரயில்வே ஓட்டலுக்கு பாரில் நேரத்தைச் செலவழிக்க நேராகச் செல்வேன்.

இரவு உணவை முடித்து விட்டு வீடு திரும்பிய பின்பு நிறைய பிரச்னைகள் இருக்கும். வீதியில் ஆட்கள் இல்லாமல் வெறிச்சோடி கிடக்கும். வெகு சொற்பமான ஆட்களோ ரிக்‌ஷாக்களோ அந்த வீதியைப் பயன்படுத்துவர். வீதி விளக்குகள் இல்லாமலோ கெட்டுப் போயிருந்தோ இருப்பதால் வெகு குறை வாக ஒருவன் ஜாக்கிரதையாக நடக்க வெளிச்சமும் இருக்கையில் பெரும்பாலும் எதுவும் தெரியாது. சில நேரங்களில் எனது வீட்டைக் கடந்தும் தவறவிட்டு நடந்து கொண்டிருந்து விட்டுத் திரும்புவேன். யோசித்து பார்த்தால், அது வீட்டிற்குத் திரும்பும் பயம் காரணமாகவே என்பதை உணர்ந்திருக்கிறேன்.

குறைந்த தெரு விளக்கில் காம்பவுண்ட்டில் நுழைந்து கேட்டைத் திறந்து முன் கதவை அடைப்பேன். உள் அறையில் ஸ்விட்ச்போர்டு இடப்புறம் இருக்கும். வரவேற்பறையில் விளக்கு ஏற்றப்பட்ட பின்பு, எனது கண்கள் வலப்புறம் இருக்கும் மாடிப் படியின் மேற்பகுதி திகிலான இருட்டிற்கு நேராகச் செல்லும், பிறகு படுக்கை அறை விளக்குகளைப் போடுவேன். வரவேற்பறையின் விளக்குகளை அணைக்க நான் திரும்ப வருவேன். இந்த வகை சாதாரண வழக்கமானவை எனத் திட்டமிடப்பட்டது போல எனக்கிருக்கும்.

நான் மேஜைமீது தாள்களைத் தயார் செய்து அன்றைய நாளில் வேலைகளுக்காக எழுத உட்காருவேன். இது அந்த நாளின் மிகவும் மகிழ்வான நேரமாகும். நோட்டுப் புத்தகத்தை மூடிவிட்டபின் கடிதங்கள் எழுதுவேன். அந்த நாளைய வேலையை முடித்து மகிழ்ச்சியில் இருப்பேன். நீண்ட காலமாக தொடர்பில்லாமல் இருக்கும் நண்பர்களுடன் நட்பைப் புதுப்பிக்க உதவும் என்பதால் கடிதங்கள் எழுதுவது எனக்குப் போதையான விஷயம். வீட்டில் ஒரு தொலைபேசி இருக்கும். ஆனால் பெரும் பான்மையான நேரங்களில் அது வேலை செய்யாது. மேஜையில் உட்கார்ந்து எனது கடிதம் எழுதும் வேலை முற்று பெறக்கூடாது என்று அடிக்கடி விரும்புவேன்.

மேஜை விளக்கை அணைத்துவிட்டு இரண்டு அடிகளுக்கு அப்பால் இருக்கும் படுக்கைக்குச் செல்வது எனக்கு நிஜமான சிக்கலான வேலையாகும். எல்லா கதவுகளும் சரியாகப் பூட்டப் பட்டிருக்கிறது என்று கண்களை ஒரு முறை அதற்குமுன் ஓட விடுவேன். விளக்குகள் அணைக்கப்பட்டதும் எனது உள்ளில் நிறையும் பயத்தை எதனுடனும் ஒப்பிட முடியாது. உடம்பை போர்த்திக் கொண்ட பின்பு யாரோ ஒரு பெரிய கத்தியால் எனது நெஞ்சில் அடிப்பது போலிருக்கும். ஜன்னல்களை இறுக மூடியிருந்தாலும் ஆர்ப்பரிக்கும் கடலும், அழும் கசுரினா மரமும் நெஞ்சைத் துளைக்கும். பயம் தரும் சப்தங்களுடன் மெல்ல பெய்யும் மழையின் இசையும் சில நாட்களில் சேர்ந்து கொள்ளும்.

இதுவரைக்கும் சொல்லாமல் தவிர்த்ததை சொல்ல நானே உறுதியாகிக் கொள்கிறேன். கடவுள்கள், பெண் கடவுள்கள், பேய்கள், பூதங்கள் ஆகியவற்றில் நான் பயமில்லாதவன் என்றாலும், நான் உண்மையில் பயந்துதான் போனேன். இருட்டு விழுந்ததும் பார்க்கமுடியாத பயம் என்னைப் பிடித்துக் கொள்ளும். எனது பக்கமிருக்கும் மூடிய அறையில் யாரும் இல்லையென்றுதான் தெரிந்திருந்தாலும், எனது இதயத்துடிப்பு அதிகரிப்பதை என்னால் தடுக்க முடியவில்லை. இந்த பயம் ஒவ்வொரு இரவும் திரும்பிக் கொண்டேயிருந்தது. பயத்தைத் தவிர்க்க, வெகு தாமதமாகவே நான் வீட்டிற்குத் திரும்புவேன். எனது தைரியத்தைக் கூட்டுவதற்காக கொஞ்சம் மது அருந்தவும் செய்தேன். எனது எல்லா

எண்ணங்களும் அடிப்படையற்று இருந்தாலும் எனது பகுத்தறிவு மனதிற்கு விளக்கம் சொல்வது தேவையில்லையென்றாலும் எனக்கு நானே சமாதானப்படுத்திக் கொள்ளும் விதமாய் முயல்வேன். ஆனால் கதவின் அடுத்த பக்கத்தில் பயம் எனக்காக காத்துக் கொண்டிருப்பதாகவும் நான் உள்ளே நுழைந்ததும் அது என்னைப் பிடித்துக் கொள்ளுமென்றும் தோன்றும்.

இப்போது வீடு எனக்கு நிஜமான சவாலாகி விட்டது. நான் விரும்பினால் வீட்டை விட்டு வெளியேறி விடலாம். அல்லது இரவில் தோட்டக்காரனை வந்து வீட்டில் படுத்துக் கொள்ளச் சொல்லலாம் அல்லது படுக்கை ஓரத்தில் இரவு முழுக்கவும் எரிந்து கொண்டிருக்கும்படி விளக்கை எரியவிடலாம். ஆனால் அதற்குத் தோல்வி என்றாகிவிடும். ஆவி ரூபமானது இல்லையென்பதை மறுக்கிறதற்காகவும் அந்த இடத்தில் அமைதியாக வாழவும் விரும்பினேன்.

ஒருநாள் மாலையில் கடற்கரையில் பானா மகாராஜாவுடன் நடந்து கொண்டு பேசிக் கொண்டிருந்தபோது எனது பயம் பற்றி பேசினேன். அதைக் கேட்டு அவன் நடந்து கொண்டிருந்தவன், நின்று கண்களை மூடி நெஞ்சைத் தொட்டு பிரார்த்தனை மூலம் ஆவியை விரட்டும் செயலால் ஏதோ மந்திரம் சொன்னான். "நீங்கள் இந்த வீட்டில் தங்கப் போகிறீர்கள் என்று அறிந்ததும் நான் இதை உங்களிடம் சொல்ல நினைத்துக் கொண்டிருக்கிறேன். வெள்ளை அதிகாரியொருவன் அந்த வீட்டில் தற்கொலை செய்து கொண்டான். சில சமயங்களில் சில வீடுகளுக்குப் படங்கள் விற்பனைக்கு செல்வேன். எங்கியும் வெகு அருகில் சென்றதில்லை" என்றான் அவன்.

கோரா சாகிப் பற்றியும் நான் கேள்விப்பட்டிருந்தேன். பூரியில் பல வீடுகளைப் பற்றி அதே போன்ற கதைகளை கேட்டிருக்கிறேன். உண்மையில் பூரியின் ஒரு ஆங்கில நீதிபதி ஷேவிங் ரேசர் மூலம் அவனது கழுத்தை நூறு வருடங்களுக்கு முன் அறுத்துக் கொண்டதும் அந்த சம்பவம் திகில் வீடுகள் பற்றி பல கதைகளைப் பரப்பியிருந்தன. இதைப் பானாவிடம் சொல்ல ஆரம்பிக்கையில் அவன், "நாம் போகலாம். உங்கள் வீட்டை ஒரு பார்வை பார்க்கணும்" என்றான்.

கண்கள் 205

பகல் நேரத்தில் வீட்டைப்பற்றி பயம் எழுந்ததில்லை. பானா சொன்ன கதைக்குப் பின்னால் அவன் கூட இருந்தாலும் உள்ளே நுழைகையில் ஏதோ காரணத்திற்காக சூழல் பயமுறுத்துவதாகக் கண்டு பிடித்தேன். எல்லா கதவுகளையும் ஜன்னல்களையும் திறந்துவிட்டு வீடு முழுக்க விளக்குகளைப் போட்டேன். பானா எல்லா அறைகளையும் சுற்றிப் பார்த்து விட்டு வரவேற்பறை தரையில் உட்கார்ந்து அவனின் பையைத் திறந்தான். மூவரின் ஒரு செட்டான மூன்று முகமூடிப் பொம்மைகளை எடுத்துத் தந்து, "சுவற்றில் இவற்றைத் தொங்க விடுங்கள். எல்லா தீய ஆவிகளையும் தவிர்த்து விடலாம். இந்த உருவங்களை தூங்கப் போவதற்கு முன் மனதில் கொள்ளுங்கள்" என்றான்.

பானாமிடமிருந்து பல ஓவியங்களை நான் முன்னமே வாங்கியிருந்தேன். இன்னும் சிலதை விற்கிற விதமாய் அவனின் பங்காய் இதைச் செய்ததாக எண்ணம் வந்தது. நான் தயங்கியபோது எனது மனதைப் படிக்க முயல்வதாகத் தோன்றியது. "மூன்று தேவையில்லை, ஒன்று போதும்."

சுபத்ராவின் பொம்மை முகமூடியை அவனின் பையிலிருந்து எடுத்து "சுபத்ரா கடவுள் ஜகந்நாத் கோவிலைக் காவல் காப்பது போல உங்கள் வீட்டையும் காப்பாள்" என்றான். என் படிப்பு மேசை அருகில் அதை மாட்டி விட்டு கொஞ்ச தூரம் பின் சென்று அதற்கு மரியாதை செலுத்தினான். அவன் மேலும் "இப்போது பயப்பட எதுவுமில்லை இப்போது" என்றான்.

அதற்குப் பணம் தந்தேன். ஆனால் அவன் ஏற்றுக் கொள்ள வில்லை.

நான் எந்த கடவுளையோ, பெண் தெய்வங்களையே எப்போதும் கும்பிட்டதில்லையென்றாலும், ஆவிகளை துரத்து வதற்கான உபாயத்துடன் எனது வீடு இப்போது ஆனது. தூங்கப் போவதற்கு முன் கடமையாக அந்த திருஷ்டி முகமூடிக்கு முன் கைகளைக் கூப்புவேன் பயத்திலிருந்து எந்த விடுதலையும் காண முடியவில்லை. வீட்டில் நுழைந்ததிலிருந்து தூங்குவதற்கு போகும்வரை முன்பு போலவே ஒவ்வொரு இரவும் எனக்குச் சித்ரவதையாகவே இருந்தது. தர்க்க, விஞ்ஞான மனதிற்கும், எனது தன்னம்பிக்கைக்கும் அக்னி பரிச்சையாகவும் இருந்தது. ஒவ்வொரு

நேரமும் தோல்வியடைந்தவனாகவே இருந்தேன். வரவேற்பு அறை மாடியிலிருந்து மேலே செல்லும் படிகளில் ஒரு நாள் மாலை நான் எதற்கும் பயந்தவனல்ல என்று நிரூபிக்கப் படிகளில் ஏறினேன். மாடியில் நடப்பதுபோன்ற சப்தத்தினால் ஆவிக்கு எனது தோல்வியைத் தந்து நான் கீழிறங்கினேன்.

சுவற்றில் சுபத்ரா முகமூடியை மாட்டின சில நாட்களுக்குப் பின் தாத்தா மகோபாத்ரா, கோவில் நிர்வாகி எனது பாதுகாப்பிற்காக இன்னொன்றைத் தந்தார். ஜெகந்நாத் கடவுளின் உருவத்திலிருந்து எடுக்கப்பட்ட அடர்ந்த மஞ்சள் நூலிழைகள் அவை. உருவங்களின் மீது வர்ணங்களைப் பூசினான். அவன் என்னுடன் நல்ல நட்பாகி விட்டான். அன்பின் அடையாளத்தை என்னிடம் காட்டும் விதமாய் அதை எனக்குக் கொடுத்து, "கோவிலில் சேவை செய்பவர்களைத் தவிர வேறு யாருக்கும் பொதுவாக இது தரப்படாது. இதை உன்னுடன் வைத்திருந்தால் உன் பக்கத்தில் எங்கேயும் எந்த தீமையும் வராது. சரி, இதற்கு ஏதாவது நன்கொடை கொடுங்கள்" என்றான்.

கொஞ்சம் பணத்தை அவனுக்குத் தந்தேன். சுபத்ரா முகமூடி மீது அதைத் தொங்க விட்டேன்.

இந்த முறை பூரியில் நீண்ட நாட்கள் தங்கினேன். ஆனால் என் ஆராய்ச்சி வேலை இன்னும் நிறைவடையவிலலை. திரும்பிச் சென்றுவிட்டு தேர் திருவிழாவிற்கு ஒரு மாதம் முன்பு திரும்புவதும், திருவிழா முடியும் வரைத் தங்குவதென்றும் முடிவு செய்தேன். அந்தக் காலத்தில் என் வேலையை முடித்து விடுவதென்று முடிவு செய்தேன். இந்தச் சமயத்தில் டெல்லியிலிருந்து வந்து, கொதிக்கும் கோடையில் வீட்டிற்குள் நுழைந்தேன். பயம் தரும் எனது பழைய வழக்கமான நாட்கள் மறுபடியும் ஆரம்பித்தன. அந்தச் சமயத்தில் எனது வேலையில் மூழ்கினேன். மீதித் தகவல்களைச் சேகரிக்கவும், விடுபட்டவற்றை இணைக்கவும் என்று தேர்த் திருவிழா முடிந்த பின் இறுதியாக திரும்பிப் போவதாக முடிவு செய்திருந்தேன்.

எனது ஆராய்ச்சிக்கு முடிவு இல்லை என்று அறிந்திருந்தேன். ஆனால் எங்காவது இது போதுமென்று நிறுத்த வேண்டும்.

மந்திரவாதி போல இருந்த தாடிவைத்த சிவப்பு நிறத்தில் உடை அணிந்த ஒருவனுடன் ஒரு நாள் என்னிடம் பானா வந்தான்.

பானா அவனை எனக்கு அறிமுகம் செய்து வைத்தான். அவன் உண்மையில் வட இந்தியாவிலிருந்து வந்தவன் அதீத இயற்கை சக்திகள் பற்றி எனக்கு எதுவுமில்லை என்ற எதிர்ப்பை மீறியும், அந்த வீட்டை விட்டு சீக்கிரம் நான் வெளியேறப் போவதாலும், பானாவும், மந்திரவாதியும் வரவேற்பரை தரையில் உட்கார்ந்து பூஜையை ஆரம்பித்தனர். பானா திரும்பத் திரும்ப நான் இதற்கென்று பணம் எதுவும் தரவேண்டாமென்றான். மந்திரவாதி அவனின் பையிலிருந்து பல வர்ண பொருட்களை எடுத்து தரையில் அவற்றை வைத்துப் புரியாத மந்திரங்களைச் சொன்னான். ஒரு மணி நேரத்திற்குப் பிறகு அவர்கள் கிளம்பியபோது மந்திரவாதிக்கு கொடுத்த பணத்திற்கு பதிலாக பானா அந்த வீட்டிலிருந்து பேய்கள் முழுக்க வெளியேறிவிட்டதாக உறுதியளித்தான். நான் பயமில்லாமல் இருக்க உறுதியளித்து ஒரு மந்திரப் பொருள் பொட்டலம் எனத் தந்தான். அது வேறொன்றுமில்லை. மஞ் சள் பொடிதான்.

பூரியிலிருந்து செல்ல எனது ஆராய்ச்சி ஆவணங்கள், புகைப்படங்களும் சாமான்களும் கட்டும் போது, சுபத்ரா திருஷ்டி முகமூடியை என்னுடன் எடுத்துச் செல்ல வேண்டுமா என்றிருந்தது. வீட்டை காக்க அதை விட்டு விட்டுச் செல்ல இறுதியாக முடிவு செய்தேன். ஜன்னல் வழியாக மஞ்சள் பொடி பாக்கெட்டைத் தூக்கியெறிந்தேன். புறப்படுவதற்கு முன் கடைசியாக ஒரு முறை மேலே படிகளில் ஏறிச் செல்வதற்காகத் தைரியத்தை கொண்டிருக்கவில்லை. அங்கிருந்த உடைந்த நாற்காலிகளைப் பார்த்து ஆவிகள் இருப்பது பற்றி நான் நிரூபிக்க இயலாமை பற்றி என்னை நானே தேற்றிக் கொண்டேன்.

ஒரு மழை நாளின் காலையில் பூரியை விட்டுப் புகைவண்டியில் கிளம்பினேன். புத்தகத்தை எழுதுவதுதான் எனது மனதில் இருந்த ஒரே எண்ணமாகும். டில்லியை அடைந்தவுடன், எனது ஆவி வீட்டு நண்பன் உட்பட பலருக்கு நன்றி தெரிவித்துக் கடிதங்கள் எழுதினேன். எனது ஞாபகத்திலிருந்து எல்லாவற்றையும் அழித்துவிட முயற்சித் தேன்; குறிப்பாக பூரி வீட்டில் அசௌகரியமான தினங்களும், மோச மான இரவுகளும், தாங்க இயலாத புழுக்கம், தெருக்களில் மக்கள் பயன்படுத்தும் மோசமான பேச்சு மொழி, பிராமணர்களின் மஞ் சள்தோய்ந்த புனித கயிறு, பூசாரிகளின் சிவப்பு துணி, அவர்கள்

பயன்படுத்தும் தடிகள், திருஷ்டி பொம்மையான கால்களும், பெரிதுபடுத்தப்பட்ட வீதிகளும், வீதிகளின் ஓரங்களில் சீட்டு விளையாட்டு, தாறுமாறான சப்தங்கள், ஆனந்த பஜாரின் இனிப்பும், மகாபிரசாதமும், சின்ன மீன்களும் அழுகின அவற்றின் நீல நீரின் கடற்கரையோர வாசம், காசுரினா மரங்களின் ஓலம், உதட்டைத் தழுவும் உப்பு நீர், உடம்பைத் தள்ளும், மனதை தொந்தரவாக்கும் நிரந்தர கடல் காற்று.

குவிந்து கிடக்கும் புத்தகங்கள், நிறைய ஜெராக்ஸ் தாள்கள் நோட்டுப்புத்தகங்கள், குறிப்பு அட்டைகளின் குவியல், புகைப் படங்களின் குவியல் ஆகியவை எனது படிப்பு மேஜையில் சேர்ந்தும், டில்லி வீட்டுத் தளத்து செல்ப் அறைகளில் பார்த்து எப்படி நான் புத்தகத்தை எழுதப் போகிறேன் என்று கவலைப்பட்டேன். ஆனால், நேரம் கரைகையில் எனது எண்ணங்கள் ஒருமைப்படுத்தப்பட்டு, பிரதிகள் முழுமையாக்கப்பட்டு, அடிக்குறிப்புகளும் படைப்புகளின் பட்டியல், இன்டக்ஸ் குறிப்புகளும் முழுமையாயின. புகைப்படங்கள் எண்கள் இடப்பட்டு ஒன்று சேர்க்கப்பட்டன. ஒரு நல்ல பதிப்பாளரும் கிடைத்தார். கையெழுத்துப் பிரதியை அவரிடம் தந்தேன். இந்தத் தாங்கவியலாத வேலையில் இருந்து விடுவித்துக் கொண்டது குறித்துப் பெருமூச்சு விட்டேன்.

ஆனால் பதிப்பகத்து ஆசிரியரிடமிருந்து வந்த தொலைபேசி அழைப்பு நான் ஓய்வெடுக்கலாம் என்பதை உறுதிப்படுத்தவில்லை. கையெழுத்துப் பிரதிபற்றி கலந்தாலோசிக்க அவள் விரும்பினாள். அவரைச் சந்தித்தபோது, அந்தப் புத்தகத்தின் டைப் வேலை ஆரம்பித்து, சுசன் அவளது கையில் புஃரூப் உடன் உட்கார்ந்திருந்தாள். அந்த ஆங்கிலப் பெண்மணி நல்ல ஆசிரியராகப் பெயர் பெற்றவர். அவளுடன் பேசியபோது கையெழுத்துப் பிரதியை சரியாக வாசித்திருக்கிறாள் என்பதை உணர்ந்து கொண்டேன். அந்தப் புத்தகத்தின் ஒவ்வொரு சிறு தகவல் பற்றியும் அறிந்திருந்தாள். சரி பார்க்கப்பட்ட புஃரூப்பை என்னிடம் தந்தாள். அதில் விமர்சன அபிப்ராயங்களும், பல இடங்களில் கேள்விக்குறிகளும் இருந்தன. அதை வீட்டிற்குக் கொண்டு வந்தேன். நியாயமான விமர்சனக் குறிப்புகளுக்கேற்ப தேவையான மாற்றங்களைச் செய்தேன். அது செம்மைப்பட்டதற்கு சுசனுக்கு பெரும் நன்றியாகும்.

திருத்தப்பட்ட புஃரூப்களுடன் அவளைச் சந்தித்தபோது அவள் ஒரு தாளை என்னிடம் தந்தாள். அது எனது மூலப் பிரதி. அதில் கீழ்க்கண்ட பகுதி குறிக்கப்பட்டிருந்தது: இந்திரதையும்னா சொன்னான், “சுனானா திருவிழாவிற்குப் பிறகு 15 நாட்களுக்கு ஜெகந்நாத் மூங்கில் தடுப்புகளால் சூழப்பட்ட அறையில் வைக்கப்படுவார் என்று இப்போதுதான் சொன்னாய். ஆனால், கடவுளின் கடவுள், கடவுளை பார்க்க முடியாத போது எப்படி சடங்குகள் நடத்தப்பட வேண்டும் என்பதைப் பற்றி நீ சொல்லவில்லை. பிரம்மா, “கேளுங்கள் எனது புத்திசாலி அரசரே! சுனானா திருவிழாவிற்கு பிறகு மூங்கில் திரையை ஒரு மெல்லிய துணியால் போர்த்தி, பாலபத்ரா, சுபத்ரா, ஜெகந்நாத் ஆகியோரைக் குறிக்கும் மூன்று பாட்டா ஓவியங்களை முன்னால் வழிபாட்டிற்காக வைக்க வேண்டும்.”

இந்த வரிகளைப் படித்தபின்பு, அவளைப் பார்த்தபோது அவள், “பூசாரிகளும், இசைக்கலைஞர்களும் சேர்ந்து ஊர்வலமாக சித்ரகார் வீட்டிற்குச் சென்று கடவுள்களின் ஓவியங்கள் கோயிலுக்கு அங்கிருந்து எடுத்து வரவேண்டும் என்று அடுத்த பக்கத்தில் எழுதி இருக்கிறீர்கள். இந்த வரையப்பட்ட ஓவியங்கள் கடவுள்களின் மாற்றுருவாக அந்தப் பதினைந்து நாட்களுக்கு வழிபட வேண்டும் என்பதைத் தாங்கள் சொல்லியிருப்பதால் நான் இதை இந்தப் புத்தகத்தின் மிக முக்கியமான பகுதியாக நினைக்க வேண்டி உள்ளது. உங்கள் புகைப்படங்களைப் பார்த்தேன். ஊர்வலமாக கோவிலுக்கு இந்த ஓவியங்கள் எடுத்து வரப்படுவதுபற்றி எந்தப் புகைப்படமும் இல்லை. அந்தப் புகைப்படம் இந்தப் புத்தகத்தில் கட்டாயம் இருக்க வேண்டும்.”

அவள் சொல்வது மிகவும் சரியானது. அந்தப் புத்தகம் பற்றின எல்லாவற்றையும் எனது கணினியிலிருந்து அழித்துவிட்டேன். “அது இயலாது” என்று பதிலளித்தேன்.

ஆனால் அந்தப் பெண் கையெழுத்துப் பிரதியை மிகவும் நுணுக்கமாக வாசித்திருக்கிறாள். அவள், “தேர்த்திருவிழா வெகு சீக்கிரத்தில் நடக்க உள்ளது. பூரிக்குச் சுலபமாக சில நாட்கள் சென்று அந்தப் புகைப்படத்தை எடுங்கள்” என்றாள். என் முகம் சிறுத்துப் போனதைப் பார்த்து, அவள், “நீங்கள் என்னை

ஏமாற்றமாட்டீர்கள் என நம்புகிறேன்” என்றாள்.

எனவே நான் பூரிக்கு மீண்டும் செல்ல வேண்டியதானது. அந்த நேரத்தில் எனக்கு வேறு வேலை இல்லை. சிறிய வேலையை முடிப்பதற்கு முன் சில நாட்களுக்கு ஓய்வாகச் சுற்றலாம் என முடிவு செய்தேன். புவனேஸ்வரில் தங்கியிருந்து, அந்தக் கடவுள்களின் ஓவியங்கள் கோவிலுக்கு எடுத்துச் செல்லப்படுகிற மாலையில் பூரிக்குச் செல்ல முடிவெடுத்தேன். இரவில் புகைப்படங்களை எடுத்துவிட்டு அடுத்த நாள் காலையில் புவனேசுவருக்குத் திரும்பத் திட்டமிட்டேன். தேவையில்லாமல் பூரியில் தங்க எனக்கு விருப்பமில்லை. எனது நண்பனைத் தொந்தரவு செய்வதில்லையென முடிவும் செய்திருந்தேன். அந்தத் திகில் வீட்டை விட்டு அந்த இரவில் ஏதாவது விடுதியில் தங்கவும் முடிவு செய்திருந்தேன்.

புவனேஸ்வரில் வேறு வேலையில் தீவிரமாக இருந்தேன். ராபினுக்கு நான் பூரியை விட்டுக் கிளம்பும் நாளில் தொலைபேசி செய்து அவனின் காரை இரவல் வாங்கினேன். வீட்டின் சாவியையும் புகைப்படங்கள் எடுக்க வெளியில் திரிய வேண்டியிருப்பதால், விடுதியில் அறையெடுத்துத் தங்குவது தேவையில்லாதது என்ற எண்ணம் காரணமாக எனது மனதை மாற்றிக் கொண்டேன். அந்தப் பயணத்தில் என்னுடன் கேமிரா மட்டும் இருந்தது. மனம் லேசாக உணர்ந்தது. பூரிக்குச் சென்றதும், சித்ராகார் தெருவுக்குச் சென்று கோவிலிருந்து ஊர்வலம் எப்போது சேரும் என்பது பற்றின விபரங்களைச் சேகரித்தேன். அந்த விஷயத்தில் குறிப்பிட்ட நேரமில்லமால் இருந்தது. பொழுது சாய்வதற்கு முன் சடங்கு முடியுமென்று குறித்துக் கொண்டேன். காலையில் இரணடு மணியளவில் அங்கு சேருவது என்று முடிவு செய்தேன்.

இரவு உணவை ஓட்டல் ஒன்றில் சாப்பிட்டு விட்டு வீட்டிற்குச் சென்றேன். இரவு ஒன்பது மணியில் சுற்றி இருப்பவை அனைத்தும் நிசப்தமாக இருந்தது. வீடு முழு இருட்டிலிருந்தது. எனது பையை எடுத்துவிட்டு காரைப் பூட்டினேன். கையில் வைத்திருந்த டார்ச்சை ஆன் செய்து விட்டு கதவைப் பூட்டிவிட்டு வீட்டிற்குள் சென்றேன். எல்லா விளக்குகளையும் போட்டேன். கடைசியாகப் பார்த்த மாதிரிதான் எல்லாமும் இருந்தன. படுக்கையில் உட்கார்ந்து கையில் வைத்திருந்த பாட்டிலிலிருந்த தண்ணீரைக் குடித்தேன்.

பையிலிருந்து தாள்களையும் காமிராவையும் எடுத்தேன்.

உடனே மின் அழுத்தம் குறைந்து விளக்குகள் மங்கலாகின. எனது முந்தின பயங்கள் எனக்கு மீண்டும் வந்தன. மேஜையிலிருந்து மேலே பார்த்தேன். அநத் சுபத்ரா இன்னும் சுவரை அலங்கரித்திருந்தான். புனித கயிற்று நூலிழையும் முக மூடியைச் சுற்றி இருந்தது. நான் எழுந்து நின்று மரியாதை செய்து கடலும், சுசுரின்னா மரங்களும் வெளியில் இருப்பதை அறிந்தேன். படுக்கையறைக் கதவை மீறி என் கண்கள் நகர்ந்து மேலே செல்லும் படிகளின் மீது சென்றன. எனது முதுகுத் தண்டு நடுங்கியது. எனது இதயத்துடிப்பை நான் தெளிவாகக் கேட்க முடிந்தது.

அறையின் உள்ளேயிருந்த மெல்லிய விளக்கொளி எனக்கு கண்ணாமூச்சி காட்டியது. அறை சவக்களையுடன் இருந்தது. வெளியிலிருந்து வந்த கடல் அலைகளின் சப்தமும், சுசுரினா மரங்களின் ஓலங்களும் சோகத்தைக் கொண்டு வந்தன. ஒரு மணிக்கு அலாரம் மணியை பொருத்திவிட்டு சிறு தூக்கத்திற்கு முயன்றேன்.

விளக்குகளை அணைத்துவிட்டு படுக்கையில் சாய்ந்த பின்பு என்னைக் கீழே அழுத்திய ஒரு வகைப் பயத்தை நான் எப்போதும் உணர்ந்ததில்லை. திடுமெனத் தூக்க எண்ணம் மறைந்தது. எல்லாவகையான மிகை இயற்கை எண்ணங்கள் என்னை மூழ்கடித்தன. இதயத்தில் சுத்தியடிக்கப்படுவது பல மடங்கு அதிகரித்தது. இன்னும் ஒரு நிமிடம் கூட அந்த வீட்டில் தங்க முடியாது என்று அறிந்தேன். விளக்கைப் போட்டு, உடையணிந்து, தாள்களையும், கேமராவையும் பையில் வைத்தேன். இறுதி முறையாக சுபத்ராவைப் பார்த்தேன். முகம் உறுதியாக எப்போதும் போல் இருந்தது. ஆனால் அது எவ்வித உறுதியும் அளிக்கவில்லை. வரவேற்பு அவறையையும், மாடிப்படியையும் நிராகரித்து வெளியில் வந்த பின் வீட்டைப் பூட்டினேன். வீட்டின் உள்பகுதியை விட வெறுமையான திறந்த வெளி பாதுகாப்பானதாகத் தோன்றியது. கேட்டைப் பூட்டி விட்டு காரில் ஏறினேன். விசித்திர முகமான அந்த வீட்டை ஒரு இறுதிப் பார்வை பார்க்க ஒரு தரம் திரும்பிப் பார்க்க எனக்கு தைரியமில்லை.

விடுதிக்கு நேராக காரை ஓட்டிச் சென்றேன். ஒரு அறையைப் பதிவு செய்தேன். பாதுகாப்பான இடத்தில் குழந்தை போல் தூங்கினேன், அலாரம் அடித்தபோது எழுந்தேன். உடையணிந்து, காமிராவை எடுத்துக் கொண்டு சிக்ரஹார் வீதிக்குக் காரை ஓட்டினேன், இரவின் பயமான அனுபவத்தை மொத்தமாக மறந்து விட்டேன். வேலையை முடித்துவிட்டு டெல்லிக்குத் திரும்புவது என்பது பற்றிதான் எனது எல்லா நினைப்பும் இருந்தது.

புல்வெளிக்கு வெளியே காரை நிறுத்தினேன். ஓவியரின் வீட்டிற்கு கையில் காமிராவுடன் சென்றேன் வீட்டின் உள்ளே பூஜை நடத்தப்பட்டிருந்தது. பூஜையை சில புகைப்படங்கள் எடுத்தேன். வராண்டாவில் உட்கார ஊர்வலம் அங்கு அடையக் காத்துக்கொண்டு வெளிப் பகுதிக்கு வந்தேன். அது எப்போது வரும் என்பது பற்றி யாருக்குத் தெரியவில்லை. எந்த நேரமும் அது வரலாம் என்று எல்லோரும் சொன்னார்கள். விடியலுக்கு நெருங்கிய போது பார்வையாளர்கள் வர ஆரம்பித்தனர். கூட்டத்தில் ஒரு வெளிநாட்டுக்காரர் தீவிரமாகப் புகைப்படங்கள் எடுத்துக் கொண்டிருந்தார். உட்கார்ந்திருப்பதில் அலுப்படைந்து அவளை நோக்கிச் சென்றேன்.

அந்தப் பெண்மணி குள்ளமாகவும், நசுங்கிய மூக்குடனும் அடையாளப்படுத்த முடியாத வயதுடனும் இருந்தாள். அவள் அழகாக இருந்தாள். சீனாக்காரியோ, ஜப்பானியரோ, அவளும் என்னை நோக்கி நகர்ந்தாள். புன்னகைத்து எனது மௌனமான வாழ்த்திற்கு மௌனமான பதில் அளித்தாள். வராண்டாவிற்கு அவளைக் கூட்டிச் சென்றேன். உட்கார்ந்து பேசினோம். அந்தப் பெண்மணி ஒரு டூரிஸ்டாக வந்துள்ளார். அவள் அமர்த்திய வழிகாட்டி ஒரு விநோதமான கோவில் சடங்கைப் பார்க்கக் கூட்டி வந்திருந்தான். நான் எனது ஆராய்ச்சிப் பணி பற்றிச் சொன்னேன் அந்த குறிப்பிட்ட சடங்கின் முக்கியத்துவம் பற்றிச் சொன்னேன். என் விசிட்டிங் கார்டைத் தந்தேன். அவளின் பெயரையும், ஜப்பான் முகவரியையும் எனது நோட்டுப் புத்தகத்தில் எழுதினாள்.

கோவிலிலிருந்து வந்த ஊர்வலம் அங்கு வந்து சேர்ந்தது- சித்ரகார் அவரின் கையில் படங்களைப் பிடித்தபடி வெளியே

வந்தார். ஊர்வலம் கோவிலை நோக்கி நகர ஆரம்பித்தது. வெவ்வேறு கோணங்களில் புகைப்படங்கள் எடுப்பதில் தீவிர மானேன். புத்தகத்திற்குத் தேவையானதை எடுத்தேன் என்பது உறுதியானது. புல்வெளியிலிருந்து ஊர்வலம் வெளியே வந்து கோவிலை நோக்கித் திரும்பியோபது அதன்பின் வந்த சடங்குகளை ஆவணப்படுத்த தேவையில்லாததால் காமிராவைப் பையினுள் வைத்தேன். அந்த இடத்தை விட்டு நகர்வதற்கு முன் ஜப்பான் பெண்மணியைத் தேடினேன். அவளின் பெயர் அயுமி நான் அதை விரும்பியதால் அந்தப் பெயர் ஞாபகத்தில் வந்தது. ஆனால் அவள் எந்த நகரச் சார்ந்தவள் என்பதை மறந்து விட்டேன். எப்படியாயினும் அவளைக் கண்டுபிடிக்க முடியவில்லை. நான் புகைப்படங்களை எடுக்கத் தீவிரமாக இருந்த போது அவள் கிளம்பியிருப்பாள்.

ராபினுக்குச் சாவிகளைத் தந்த பின் அன்றே பூரியை விட்டுக் கிளம்பி டெல்லிக்குத் திரும்பிவிட்டேன். வீட்டிற்குத் திரும்பி, வழக்கமான புகைப்பட ஸ்டூடியோவில் பட ரோல் முழுவதும் எடுக்கப்படவில்லையென்றாலும் ஃபிலிம் ரோலைத் தந்தேன் இன்னும் சில நாட்களில் புகைப்படங்கள் வந்து சேரும் என்று சொல்வதற்கு சுசனுக்குத் தொலைபேசி செய்தேன்.

இதில் என் பிரச்னை ஆரம்பமானது. ஸ்டூடியோவில் புகைப் படங்களைக் கேட்டபோது, கவுண்டரில் இருந்தவன் ஒரு சுவரில் இருந்து நெகட்டிவ் ரோலை எடுத்து என்னிடம் காண்பித்தாள். பாதி ரோல் எடுக்காமலும் மீதி பாதி வெள்ளையாகவும் இருந்தது. நான்கு பிரேம்களில் இரண்டு வட்டங்களே இருந்தன. ஏதோ கலந்திருக்க வேண்டும் என நினைத்தேன். அவன் தவறான ரோலைக் காண்பிக்கிறான். நான் அந்த குறிப்பிட்ட ரோலைத் தந்ததாக அவன் வலியுறுத்திச் சொன்னபோது, நான் உரிமையாளரைக் கூப்பிடச் சொன்னேன்.

அனுபம், உரிமையாளர், முன்பே பழக்கமானவர். அவரே அந்த ரோலை டெவலப் செய்ததாகவும் நான்கு படங்களை மட்டும் நான் ஏன் எடுத்தேன் என்றும் வியந்தார். நான் கோபமாக, “அந்தப் படங்களை நான் எடுக்கவில்லை” என்றேன்.

அனுபம் நெகட்டிவ்களை மறுபடியும் பார்த்தான். "காமிராவில் ஏதோ தவறு நடந்திருக்கிறது" என்றான்.

"இது எனது ஃபிலிம் அல்ல. காரணம் இந்த நான்கு புகைப் படங்களை நான் எடுக்கவேயில்லை" என வலியுறுத்தினேன்.

அனுபம் விளக்கிற்கு எதிராக நெகட்டிவ்களைக் காட்டி பரிசோதித்தான். "இது ஒரு பெண் முகத்தின் பெயிண்டிங்கின் குளோசப் ஆக இருக்கலாம். பிரிண்ட் செய்ய இதற்கு முன் இது போன்ற பல புகைப்படங்களைத் தந்திருக்கிறீர்கள்" என்றார்.

நான்கு பிரேம்களில் இரண்டு வட்டங்களைப் பார்த்தேன். அனுபம் சொன்னது சரி. சில நேரங்களில் அது போன்ற புகைப்படங்களை நானே எடுத்திருக்கிறேன். ஊர்வலத்தைப் புகைப்படங்கள் எடுக்க காமிராவில் புதிய ரோலை நான் போட்டிருந்தேன்.

அனுபம், "கொஞ்சம் நேரம் பொறுத்திருங்கள். பிரிண்ட் எடுத்து காட்டுகிறேன்" என்றான்.

நான் கோபமடைந்து ஏமாற்றமடைந்தேன். அவ்வளவு நேரமும், உழைப்பும் பணமும் செலவழித்து ஒரு பெண்ணின் முகத்தை எடுத்திருக்கிறேன். எனது புத்தகத்திற்கு என்ன நடக்கப் போகிறது. எனது பதிப்பாளருக்கு நான் என்ன சொல்ல? இதைத் தவிர, இதையெல்லாம் எப்படி எடுத்துக் கொள்வது என்பது எனக்கு கவலையானது.

அனுபம் தந்த ஈரமாக இருந்த நான்கு புகைப்படங்கள் புதிதாக எதையும் சொல்லவில்லை. "இது சாத்தியமற்றது எங்கோ ஏதோ தவறு இருக்கிறது" என்று அனுபமிடம் சொன்னேன்.

அனுபம் அமைதியான மனிதன் அவன், "முன்பு இந்த நான்கு புகைப்படங்களை எடுத்திருப்பாய். ரோலின் மீது தவறாகி விட்டிருக்கிறது" என்றான்.

இதைக் கேட்க எனக்கு கோபமானது. திகில் வீட்டில் சுபத்ரா முகமூடிக்குக் கீழே அமர்ந்து அன்று இரவு கேமராவில் புதிய ரோலைப் போட்டேன். சித்திரகார் தெருவில் ஆரம்பப் புகைப்படங்களை எடுத்தேன். அனுபமிடம் விவாதிப்பது சரியில்லை. நெகட்டிவ்வுடனும், ஈரமான போட்டோ பிரதிகளுடனும்

வெளியேறும் போது அவனிடம், "நான் இனி இங்கு எப்போதும் வரமாட்டேன்" என்றேன்.

வீட்டிற்குத் திரும்பிய நேரத்தில் மிகவும் மனதளவில் சோர்ந்திருந்தேன். எப்படியோ படச்சுருள் கலந்திருக்கலாம் என்று காமிரா உபகரணங்களை முழுமையாகச் சோதித்தேன். ஆனால் எந்தக் குறைக்கும் வாய்ப்பில்லை. எல்லா ஆவணங்களும், நெகட்டிவ்களும் தொடர்பு பிரிண்ட்களும் தொடர் எண்களுடனும் தேதியுடனும் அவற்றில் குறிக்கப்பட்டவை சரியாக இருந்தன. நான் கையில் வைத்திருக்கும் ஈரமான பிரிண்ட்களின் நெகட்டிவ்கள் சரியான சுருளினுடையவை. அன்று மதியம் மீண்டும் அனுபமிடம் வந்தவை ஏதாவது கொஞ்சம் கலந்திருக்கலாம் என்ற நம்பிக்கையுடன் சென்றேன்.

ஸ்டுடியோவிற்குள் என்னை அனுபம் கூட்டிச் சென்று தேனீருக்குச் சொன்னான். "இங்கு அந்த மாதிரி தவறுகள் நடக்க முழுமையாக வாய்ப்புகள் இல்லை. நீங்கள் சென்றபின் எல்லாவற்றையும் பார்த்தேன். அந்த நெகட்டிவ்கள் உங்கள் சுருளில் இருந்தவைதான்" என்றான்.

விரக்தியாக நான், "அந்த மாதிரி புகைப்படங்களை நான் எடுக்கவில்லை. பூரித் தெரு மக்களை ஒரு தெருவில் படங்கள் எடுத்தேன். அவர்களின் மார்புகளை குளோசப்பில் அல்ல" என்றேன்.

நான் நான்கு பிரிண்ட்களை எடுத்து அவரிடம் தந்துவிட்டு, "இவை பெண்களின் மார்பகங்களின் புகைப்படங்கள் என்று நல்ல மனது கொண்டவன் சொல்லமாட்டான்" என்றேன்.

அனுபம், "எனக்குத் தெரியும் முன்பு காமசூத்ரா மான்யூகிரிஸ்ப்ட்டிலிருந்து பல புகைப்படங்களை பல முறை தந்திருக்கிறீர்கள். நான் அது போலத்தான் இதுவும் என நினைத்தேன்" என்று பதிலளித்தான்.

நான் திடமாக, "நான் எடுத்தப் படங்களைத் தவிர்த்துவிட்டு, நெகட்டிவ்களில் வேறு சில படங்கள் வருவதற்கு எப்படி சாத்தியமிருக்கிறது" என்று கேட்டேன். அனுபம், கொஞ்ச நேரம் அமைதியாக இருந்தான் அதன்பின் அவன், "ஆவி புகைப்படங்கள் பற்றி உங்களுக்குத் தெரியுமா? புகைப்படங்கள் எடுக்கும்போது சில

உயிரற்றவை பிரேமில் நுழைந்து விடும். இரண்டு பேரை வைத்து புகைப்படம் எடுப்பீர்கள். ஆனால் பிரிண்ட் எடுக்கும்போது மூன்றாவது நபர் அவர்களுக்கு பின்னால் நிற்பதைக் காணலாம். புகைப்படக் கலை ரிப்போர்ட்டில் இது போல பல உதாரணங்கள் உள்ளன” என்றான்.

சுற்றிச் சுழன்று விஷயம் ஆவிகளுக்கு திரும்பிருந்தது. தேனீர் வந்தது. சுவைத்தேன். “எனது ரோலில் இருந்து எப்படி ஐம்பது பேர் மறைந்து நான்கு பிரேம்களில் மட்டும் பெண்களின் மார்பகங்களின் குளோசப் வந்திருக்கும்? மற்ற பிரேம்கள் வெறுமையாக உள்ளன. ஆவி புகைப்படத்தில் கூட இது சாத்திய மில்லை” என்றேன்.

அங்கிருந்து கிளம்பும்போது நான் மிகவும் ஏமாற்றமடைந் திருந்தேன். குடியில் எனது கவலைகளை மூழ்கடிக்கவும் அடுத்த நாள் காலையில் பதிப்பாளருக்குத் தொலைபேசி செய்து தேவையான புகைப்படங்கள் இல்லாமல் அந்தப் புத்தகத்தை பதிப்பிக்கலாம் என்று சொல்லவும் முடிவு செய்தேன்.

ஆனால் வீட்டில் இன்னுமொரு ஆச்சரியம் காத்திருந்தது. அன்று தபாலில் ஒரு கனமான உறை வந்திருந்தது. பூரி ஊர்வலப் படங்கள் அதிலிருந்தன. அயுமி எடுத்தப் புகைப்படங்கள் அவை. உறையுள் கடிதத்தை எதிர்பார்த்தேன். ஆனால் புகைப்படங்கள் தவிர வேறெதுவும் இல்லை. உறையில் அனுப்பியவர் பெயர் இல்லை. அயுமி அவளின் முகவரியை எழுதிய நோட்டை எடுத்தேன். கவனமாகத் தேடினாலும், அந்த நோட்டுப் புத்தகத்தில் அந்த முகவரியைக் கண்டுபிடிக்க முடியவில்லை. நான் அவளின் முகத்தைத் தெளிவில்லாமல் ஞாபகப்படுத்த முயன்றேன். ஆனால் அவளுக்கு நான் எப்படி நன்றி சொல்வது, என்பது தெரியவில்லை. அந்த உறையை மீண்டும் திருப்பிப் பார்த்தேன் அக்கடிதம் இந்தியாவின் ஏதோவொரு பகுதியில் இருந்து வந்திருந்தது. ஆனால் தபால் அலுவலகத்தின் முத்திரை அழுக்காகி சிதைந்திருந்தது. மௌனமாக, தெளிவில்லாமல் இருந்த அவளின் முகத்தை ஞாபகப்படுத்தி, “பலபல நன்றிகள் அயுமி, நீ எங்கிருந்தாலும் சரி” என்றேன். அனுபமிற்கு தொலைபேசியில் இந்த நல்ல செய்தியைத் தந்தேன்.

நான் மீண்டும் புத்தகப் பிரதிக்கான புகைப்படங்களை தேர்வு செய்தேன். அடுத்த நாள் சூசனிடம் புகைப்படங்களைத் தந்தபோது, எனது விநோத அனுபவத்தை அவளிடம் சொல்ல எண்ணினேன். எனக்கு வினோதமாக தோன்றுவது மற்றவர்கள் அக்கறைப்பட எதுவுமிருக்காது என்று உணர்ந்தேன். சூசன் அவளுக்குத் தேவையான புகைப்படங்களைத் தேர்வு செய்ய ஆரம்பித்தாள். தவறுதலாக அந்த நான்கு புகைப்படங்களை இவற்றுடன் வைத்துவிட்டேன். அவற்றை அவள் தள்ளி வைத்து விட்டு, அவற்றிலிருந்து நான்கு புகைப்படங்களை தேர்வு செய்து மீதமிருந்ததை என்னிடம் திருப்பித் தந்தாள். அவள், "இந்த புகைப்படங்களை எடுத்த பெருமை யாருக்கு" என்று கேட்டாள்.

நான், "ஆசிரியருக்குத் தான்" என்றேன்.

சூசன் புகைப்படங்களை மீண்டும் பார்த்துவிட்டு "இது சாத்தியமில்லை. கோவில் சேவகர்களுடன் ஒவ்வொரு புகைப் படத்திலும் இருக்கிறீர்கள். "அயுமி பற்றி சொல்ல நினைத்தேன். ஆனால் அதற்கு நிறைய விளக்க வேண்டியிருக்கும். எனவே நான், "எந்தப் பெயரானாலும் சரி" என்றேன்.

வீடு திரும்பிய போது சூசனுக்கு தொலைபேசி செய்து அவளின் அலுவலகத்தில் அவளுக்குத் தேவைப்படாத நான்கு புகைப்படங்களை விட்டு விட்டு வந்ததாகச் சொன்னேன். அவை நான் எடுக்காத நான்கு புகைப்படங்கள். அவளிடம் "அவை எனக்கு இனிமேல் தேவையில்லை" என்றேன்.

சில மாதங்களில் புரூப் ரீடிங், லேஅவுட், மேலட்டை வடிவமைப்பு, போன்ற பட்டா பெயிண்டில் சம்பந்தமானவை நிறைவு பெற்று புத்தகமும் பதிப்பிக்கப் பெற்றது. இந்த ஆராய்ச்சிப் பணியை உதறிவிட்டு, மற்ற வேலையில் கவனம் கொண்டேன். அந்தப் புத்தகம் வெளியிட்டதையொட்டி சிறு விருந்தை அவர் வீட்டில் ஏற்பாடு செய்திருப்பதாக தகவல் சொன்னார். அவரின் முந்தைய பலவிருந்துகளுக்குச் சென்றிருக்கிறேன். அவை பெரும்பாலும் நண்பர்கள் சேருவதற்காக, புத்தகம் என்பது சிறுகாரணம்.

ஒரு குளிர்கால இரவில் ஏழு மணிக்கு குறிப்பிட்ட நேரத்தில் அவரின் வீட்டை அடைந்தேன். சூசனைத் தவிர வேறு யாரும்

இல்லை. பதிப்பாள நண்பர், "இன்று வேறொரு இடத்தில் இன்னொரு கெட்டுகெதர் இருக்கிறது. நண்பர்கள் கொஞ்சம் தாமதமாக வருவார்கள். அவர்களுக்காக நாம் காத்திருக்க வேண்டாம். மதுவுடன் ஆரம்பிப்போம்" என்றார்.

அவர் சூசுனுக்கும் எனக்கும் கோப்பைகளைத் தந்தார். அன்றைய ஏற்பாடுகளைப் பார்க்க உள்ளே சென்றார்.

வரவேற்பறையில் ஒரு டஜன் புத்தகங்கள் அடுக்கப்பட்டிருந்தன. சூசன் ஒரு பிரதியை எடுத்துப் புரட்டியபடி 'புத்தகம் மிக நன்றாக வந்திருக்கிறது' என்றாள்.

"புத்தகத்தின் வடிவமைப்பை பற்றிச் சொன்னால் அதை இவ்வளவு அழகாகக் கொண்டு வந்ததற்கான பெருமை உங்களையே சாரும்" என்றேன்.

சூசன், "அந்தப் புத்தகம் பற்றிப் பேசுகிறேன். இதை எழுத தாங்கள் வெகு சிரமப்பட்டிருப்பீர்கள்" என்றாள்.

"உங்கள் அறிவுரைப்படி பூரிக்குச் சென்றதும் கடைசிப் புகைப்படங்களை எடுத்ததும் மிகவும் சிரமமான பகுதியாகும்" என்றேன் நான்.

எங்கள் இருவரைத் தவிர வேறு விருந்தினர்கள் இல்லை. எனவே நான் அந்தப் புகைப்படங்களைச் சுற்றின மர்மத்தைப் பற்றிச் சொன்னேன். பூரி திகில் வீடு, சுபத்ரா முகமூடி, ஜப்பானிய பெண் திடீரென வந்தது பின் மறைந்த முக்கியமான இரவு, கண்ணுக்குப் புலனாகாத சக்தியால் ஃபிலிம் ரோலுக்கு ஏற்பட்ட சேதம், பிறகு அதிர்ஷ்டவசமாக எனக்குத் தேவையான புகைப்படங்கள் வந்து சேர்ந்தது ஆகியவற்றைப் பற்றி அவளிடம் பேசும்போது மீண்டும் வினோதமான உணர்வைப் பெற்றேன். மிகவும் கவனத்துடன் என் பேச்சைக் கேட்டு விட்டுப் பல கேள்விகளைச் சூசன் கேட்டாள். கையில் மதுக் கோப்பையும், உதடுகளில் சிகரெட்டுடனும் கேட்க அவள் விளையாட்டுத்தனமாகக் காணப்பட்டாள். அதன் முடிவை விவரிக்கையில் அவளின் கண்கள் சிறுத்தன. அவள் நேராக என்னைப் பார்த்து தேவையில்லாத ஒரு கேள்வியை, "நீங்கள் கதைகள் கூட எழுதுகிறீர்கள் இல்லையா" என்று கேட்டாள்.

"என்ன சொல்கிறீர்கள்" என்று கேட்டேன்.

சூசன், "நீங்கள் என்னிடம் சொன்னது நன்கு ஜோடிக்கப்பட்ட திகில் கதை" என்றாள்.

நான், "ஆனால் நான் உங்களிடம் சொன்ன ஒவ்வொன்றும் நூறு சதவீதம் உண்மை. ஒவ்வொரு சம்பவத்தையும் தொடர்ச்சியாக உண்மையில் நடந்தபடி சொன்னேன். எங்கும் ஒரு சிறிதும் மிகைப்படுத்தலும் இல்லை" என்றேன்.

அந்த இரவின் அடுத்த விருந்தாளி வந்தார். நான் எழுந்து அவரை வரவேற்றேன். அவர் பதிப்பாளருடன் பேசச் சென்றதால் திரும்பி வந்து சூசனுடன் மீண்டும் உட்கார்ந்தேன். அவள், "நான் தற்சமயம் ஒரு திகில் புத்தகத்தை எடிட் செய்து கொண்டிருக்கிறேன் என்பதைச் சொல்கிறேன். கல்கத்தாவில் ஷெர்லக் ஹோம்ஸ்" என்றாள்.

"நீண்ட நாட்களுக்கு முன் நான் ஒரு வங்காளக் கதை படித்தேன். எப்படி ஸ்ரீஜிக்டா சரலக்கியா ஹோமும் அவனது உதவியாளர் பாட்டு சென்னும் கல்கத்தாவில் ஒரு குழப்பமான குற்றத்தை விடுவித்தார்கள் என்பது பற்றி" என்று பதில் சொன்னேன்.

சூசன், "இல்லை, இந்த நாவலில் உண்மையான ஹோம்ஸ் இங்கிலாந்திலிருந்து கல்கத்தாவிற்கு வருகிறார். வாட்சன் அங்கு அவருடன் இல்லை. ஆனால் வங்காள உளவியலாளர் பேராசிரியர் முகர்ஜி, ப்ராய்டின் பேனா நண்பர், அவருக்கு உதவுகிறார். சர்ச்சைக்குரிய ஒரு சாமியாரின் ஆசிரமத்தில் நடந்த வழக்கமில்லாத குற்றம் ஒன்றின் மர்மத்தைக் கண்டு பிடிப்பதில் தீவிரமாக இருக்கிறார்கள். இந்த முன்னுரை உங்களுக்கு ஆர்வம் ஏற்படுத்துகிறதா" என்றாள்.

நான், "நிச்சயம் இதற்கும் எனது கதைக்கும் என்ன சம்பந்தம்" என்றேன்.

இன்னொரு விருந்தாளி அங்கு வரவும் அவரை வரவேற்று விட்டு எங்களின் இருக்கைகளுக்கு மீண்டும் வந்து அமர்ந்தோம். சூசன், "இந்த நாவலை எடிட் செய்யும்போது எனது மனம் ஹோம்சால் பாதிக்கப்பட்டிருந்தது. அந்தப் பெரிய துப்பறியும் நிபுணன். உங்கள் கதையின் பல முடிச்சுகளை அவிழ்க்கக் கூடும்" என்றாள்.

"உதாரணமாக."

"முதல் விஷயம் கலர். அந்தச் சமயத்தில் வர்ண பட்டா பெயிண்டிங் பற்றி நீங்க ஆராய்ச்சி செய்து கொண்டிருந்ததால் உங்கள் கதையில் வந்தது யதார்த்தமானது. ஆனால் நான் குறிப்பிட்ட வர்ணம் பற்றி பேசுகிறேன்."

"என்ன வர்ணம்? எனது திகில் கதையில் நான் வர்ணம் பற்றி எதுவும் சொல்லவில்லை."

"மஞ்சள் சுபத்ராவின் வர்ணம்."

"சுபத்ரா முகமூடியை பனாம்பர் அதை எனக்குக் கொடுத்தான் என்பதுதான் விளக்கம். ஜகந்நாத் அல்லது பாலபத்ராவின் முகமூடியை அவன் தந்திருந்தால் அதை எனது சுவற்றில் தொங்க விட்டிருப்பேன். ஆனால் அவன் எதற்கு சுபத்ராவின் முகமூடியைத் தந்தான்."

"அடிப்படையானது எனது அருமை வாட்சன்" எனது ஆராய்ச்சியின் முழுமையில் அடைந்த ஞானத்தினை அவள் இப்போது பயன்படுத்தித் தொடர்ந்தாள், "நீங்கள் எனக்குப் பரிசளித்தது போல கலைஞர்கள் ஜகந்நாத், பாலபத்ரா, சுபத்ராவின் முகமூடிகளை ஒரே செட்டாக தயாரிக்கிறார்கள். ஆனால் சில வெளிநாட்டு டூரிஸ்ட்கள் ஜெகந்நாத், பாலபத்ரா என்று ஒன்றை மட்டுமே வாங்குகிறார்கள். சுபத்ராவின் முகமூடி வித்தியாசமான உருவத்திலும் அளவிலும் அவை இரண்டிலிருந்து மாறுபட்டதால் சுபத்ராவின் முகமூடி பாவம் கலைஞர்களின் நோக்கில் பின்தங்கி விட்டது."

"சரி... மஞ்சள் வர்ணத்தின் முக்கியத்துவம் என்ன" எனது புத்தகத்தை மேற்கோள் காட்டி சூசன், "பாரதத்தின் ரஸா கோட்பாட்டின் படி மஞ்சள் வர்ணம் என்பது அற்புதம் அல்லது வினோத சென்டிமெண்டின் குறிப்பாகும். உங்களிடம் வந்த தாந்திரிக் ஒருவர் ஒரு பொட்டலம் மஞ்சள் தூளைத் தந்ததாக நீங்கள் கூடச் சொன்னீர்கள். அதை என்ன செய்தீர்கள்?"

"அதில் வினோதமாக எதுவும் இல்லை. திருவிழா சமயங்களில் மஞ்சள் பொடி உபயோகப்படுத்தப்படுகிறது. நான் பெரிய மர்மத்தை அதில் பார்க்க இயலவில்லை."

"நான் என் ஒரிஜினல் தியரிக்குத் திரும்ப வருகிறேன். ஜப்பானிய பெண் உருவத்தில் கடைசியில் உங்களைக் காப்பாற்ற சுபத்ரா வந்திருக்கிறாள்."

சூசன் மதுவைக் குடித்துவிட்டு சிகரெட்டின் கடைசி இழுப்பை முடித்து நின்றாள். அவள், "ஜப்பானியர்களின் கலர் என்ன" என்ற கேட்டார்.

பிற விருந்தாளிகள் அப்போது வந்துவிட்டனர். புத்தகம் சம்பிரதாயமாக வெளியிடப்பட்டது. ஆனால் எனக்கு அதில் ஆர்வம் இல்லை. எல்லோரும் குடிப்பதிலும், சாப்பிடுவதிலும் தீவிரமாக இருந்தார்கள். சூசன் சொன்னதைப் பற்றி நான் நினைத்துக் கொண்டிருந்தேன். அவளின் விளக்கம் வெகு கற்பனையானது. ஆனால் எனது பிரச்சினை தீர்ந்ததா அல்லது இன்னும் சிக்கலாகி விட்டதா என்பது பற்றி நான் முடிவு செய்ய இயலவில்லை. மற்றவர்கள் அனுபவித்தாலும் விருந்தில் எனக்கு சலிப்பாகிவிட்டது. சூசன் இன்னொரு எழுத்தாளருடன் தீவிர ஆலோசனையில் தீவிரமாக இருந்தாள்.

விருந்தாளிகள் கிளம்பத் தயாரானார்கள். வீட்டிற்குத் திரும்ப நானும் எல்லோரிடமும் விடைபெற்றேன். சூசனுடன் கைகளைக் குலுக்கிய போதூ, அவள், "உங்களின் மர்மங்களை நான் தீர்த்துவிட்டேன் என்று நம்புகிறேன்" என்றாள்.

"எனது காமிராவின் ஆவி புகைப்படம் குறித்து ஷெர்லாக் ஹோம்ஸ்க்கு ஏதாவது அபிப்ராயம் உள்ளதா? என்பதை நீங்கள் சொல்லவில்லை."

சூசன் போதையில் சிரித்து சற்றே முன்புறம் சாய்ந்தாள் அவள், "போனபின் நான் அதைப்பற்றி சொல்லவிருந்தேன. டெலிபோனில் அதைச் சொல்வேன்" என்றாள்.

சூசனின் தொலைபேசி அழைப்பு வராததால் இரண்டு தினங்கள் கழித்து நான் தொலைபேசி செய்தேன். நான் எதுவும் சொல்வதற்கு முன்னால் அவள், "நான் பிஸியாக இருந்ததால் டெலிபோன் செய்ய இயலவில்லை. ஷெர்லாக் ஹோம்ஸிலிருந்து எடுத்துக் கையாண்டால் உங்களுக்கு ஏதாவது அப்ஜக்ஷன் இருக்குமா?" என்று கேட்டாள்.

"இல்லை" என்றேன் நான்.

“நீங்கள் உங்கள் கேமிராவில் மைக்ரோலென்சை உபயோகப் படுத்துகிறீர்கள், அப்படித்தானே.”

“ஆமாம்...'' நான் பதிலளித்தேன். “சிறிய படங்களின் குளோசப்களை எடுக்க நான் அதைப் பயன்படுத்துகிறேன்.”

“கலர் படத்திற்கும் பிளாக் அண்ட் வொயிட் படத்திற்கும் நீங்கள் ஒரே காமிராவைப் பயன்படுத்துகிறீர்கள்.

ஒரு ரோலில் சில படங்கள் எடுத்த பின்பு இன்னொரு ரோலை பொருத்துகிறீர்கள்.”

நான் மறுபடியும், ஆமாம் என்றேன். இவற்றிலிருந்து அவள் என்ன முடிவுக்கு வர முயற்சிக்கிறார் என்பதை என்னால் காண முடிந்தது. நான் தொடர்நதேன். “ஆமாம்... பிளாக் அண்ட் ஒயிட் போட்டோக்கள் சிலதை எடுத்த பின்பு நான் ரோலை எடுத்துவிட்டு ஒரு கலர் ரோலை காமிராவில் மாட்டியிருக்க வாய்ப்பு உள்ளது. பின்னால் பாதிப் பயன்படுத்திய ரோலை மீண்டும் பயன்படுத்தியிருப்பேன். ஆனால்...”

சூசன் இடைமறித்தபடி “சில நேரங்களில் உங்கள் கேமிராவை மற்றவர்களும் பயன்படுத்தியிருப்பார்கள்” என்றாள்.

நான் ஆமாம் என்று கட்டாயத்தில் சொன்னேன்.

முன்னெச்சரிக்கைகளை மீறி, எனது கேமிராவை தோட்டக் காரன், பனம்பர், தாதியா, ரிக்ஷாக்காரன் எனப் பலர் கையாண்டதைப் பார்த்திருந்தேன். எனது கேமிராவில் சில புகைப்படங்கள் எடுக்க நானே அனுமதித்திருந்தேன். அவள் என்ன சொல்ல வருகிறாள் என்பதை நான் அறிந்து கொண்டேன் எனக்குத் தெரியாமல் யாரோ அந்த நான்கு புகைப்படங்களை எடுத்திருக்கலாம். அந்த ரோல் பிற ரோல்களுடன் கலவையாகிவிட்டது. அதிகம் சிந்திக்க அனுமதிக்காமல் சூசன், “அந்த நான்கு புகைப்படங்களும் என் முன்னால் இப்போது உள்ளன. மனித உடலமைப்பு சார்ந்த புகைப்படங்கள் அல்ல அவை. மைக்ரோ லென்ஸ் மூலம் ஒரு பெயிண்டிங்கிலிருந்து எடுக்கப்பட்ட ஜெகந்நாத்தின் கண்கள் படங்கள் இவை” என்றாள்.

கண்கள் அது சரிதான். சூசன் சுட்டிக் காட்டியது எது வென்று நான் நீண்ட காலம் முன்பே உணர்ந்திருக்க வேண்டும்.

புகைப்படங்களைச் சுற்றியுள்ள திகில் பற்றி நான் அதிகம் கவனம் கொண்டதால் அது என் மனதிற்கு வரவில்லை. எப்படியாயினும் நான் தோல்வியை ஒத்துக் கொள்ளாமல், "அந்த இரவில் ஊர்வலத்தில் நான் எடுத்த புகைப்படங்களுக்கு என்னவானது" என்று கேட்டேன்.

நேரடியாகப் பதிலைச் சொல்லாமல் சூசன், "சில மர்மங்கள் தீர்க்கப்படாதவை. மர்மங்களாகவே இருக்கும். நீங்கள் பிறகு அதைப்பற்றி கதை எழுதக்கூடும்" என்றாள்.

கதை எழுதுவது பற்றி மறந்து, சூசனின் ஹோமசின் ஆய்விற்கு பிறகு அதைப் பற்றி நினைக்க விரும்பவில்லை. ஆனால் பல ஆண்டுகள் கழித்து அவற்றையெல்லாம் அமெரிக்க மாணவன் மைக்குடன் எனது ஆராய்ச்சிப் பணி பற்றிக் கலந்தாலோசித்த போது ஞாபகப்படுத்திக் கொண்டேன். ஒரிசா பெயிண்டிங் பற்றி இந்தச் சமயத்தில் பல புத்தகங்கள் பதிப்பிக்கப் பட்டிருக்கின்றன. இந்தியாவிலிருந்தும் வெளிநாட்டிலிருந்தும் பல அறிவாளிகள் அந்தத் தலைப்பில் இப்போது ஆர்வமாகியுள்ளனர். சித்ரகார் கிராமத்தின் ரகுநாதபுர மறுவிஜயம் என்ற புத்தகம் எழுதும் திட்ட பெல்லோஷிப்பில் மைக் வந்திருக்கிறான்.

நான் அந்த நேரத்தில் புவனேசுவரில் இருந்தேன். மற்ற விஷயங்களுடன் ஆவிகளுடன் எனது உரசல் பற்றி மைக்கிடம் சொன்னேன். இந்த திகில் கதை பற்றி என்ன நினைத்தான் என்பது தெரியவில்லை சில நாட்கள் கழித்து பூரிக்குச் செல்லப் புறப்பட்டபோது, திகில் வீட்டைப் பார்க்க மைக் விருப்பப்பட்டான். எனது வாழ்க்கையின் சில மறக்க முடியாத நாட்களைக் கழித்த வீட்டை நானும் பார்க்க விரும்பினேன். ராபினுக்குத் தொலைபேசி செய்த போது, அவன், "சரியான நேரத்தில் நீ கூப்பிட்டிருக்கிறாய் அந்த வீட்டை இடித்து விட்டு அந்த இடத்தில் புது வீட்டை ஒரு பில்டர் கட்டப்போகிறான்" என்றான்.

ராபினிடமிருந்து சாவிகளைப் பெற்ற பின் மைக்கும் நானும் பூரிக்குப் புறப்பட்டோம். பூரியை அடையும் போது மாலையாகியிருந்தது. திகில் வீட்டை முதலில் பார்த்து விட்டுப் பிறகு ஹோட்டலுக்குப் போகலாம் என்று மைக்கிடம் சொன்னேன்.

அந்த வீட்டின் முன்னால் கார் நின்ற போது பயமாக இருந்தது. ஆனால் இன்று நான் தனியாக இல்லை. உள்ளே சென்று விளக்கைப் போட்டபின்பு பல ஆண்டுகளுக்கு முன்பு நான் சென்ற போது இருந்த நிலையிலேயே அந்த வீடு இருப்பதைக் கண்டேன். விளக்குகள் வெகு பிரகாசமாக எரிந்தன. நான் முன்பு கண்டதைப் போல வரவேற்பறை திகிலில் இல்லை. நான் விரும்பினால் அடர்ந்து கிடக்கும் திகிலைக் கண்டுபிடிக்க மாடிக்கு செல்லலாம் என நினைத்தேன்.

படிப்பு மேஜைக்கு மேல் இருந்த சுபத்ராவின் முகமூடியும், கயிற்றுத் தோரணமும் சுவற்றில் காணப்படவில்லை. பில்டர் அந்த வீட்டை இடிக்கிறவரை அப்படியே இருக்கும். மௌனமாக அறைகளுக்குச் சென்று பார்த்தோம். நான் அங்கு கழித்த மர்மமான நாட்களுக்கு நான் திரும்பச் சென்று கடல், கசுரினா மரத்தின் அழும் ஓசையினைக் கேட்க முயற்சித்தேன். ஆனால் பயமான திகில் உணர்வுகள் அப்போது அங்கில்லை.

எல்லா அறைகளில் விளக்குகளையும் அணைத்தேன். வரவேற்பறையின் மின் விளக்கையும் அணைத்துவிட்டு முன் அறைக் கதவை மூடினேன். இருண்ட வீட்டை விட்டு, சிறிய தோட்டத்தைக் கடந்து கேட்டை அடைந்தோம். அப்போது ஒரு வினோதமானது நிகழ்ந்தது. வரவேற்பறையின் விளக்குகள் எரிந்தன. நான் கிளம்பலானேன். அந்த கணத்தில் மைக் கூடத் திகிலடைந்தான். திரும்பிச் சென்று மின் விளக்கை துண்டிக்க எனக்கு விருப்பமெதுவுமில்லை. மைக் ஏதோ சொல்ல முயன்றான். ஆனால் அவனை நான் பிடித்திழுத்து “நாம் போகலாம்” என்று சொன்னேன்.

மைக்கிற்கு லாஜிக் மனம் உண்டு. அவன் என்ன சொல்ல முயல்கிறான் என்பது எனக்குத் தெரியும். மின் இணைப்பும், மின்சார ஒயர்களும் அந்த மாதிரி பழைய வீடுகளில் லூஸாக இருக்கும். அல்லது ஸ்விட்சுகள் சரியாக வேலை செய்யாது. அல்லது டியூப் லைட்கள் எரியத் துவங்க நேரம் எடுத்துக் கொள்ளும். அல்லது அது போன்ற சில விளக்கங்கள். இந்த முறை மர்மத்திற்கு எனக்கு விளக்கம் தேவையில்லை. எல்லா மர்மங்களும் விளக்கப்படக் கூடியவை என மௌனமாக நினைத்தேன். ஆனால் சூசன் சொன்னபடி சில மர்மங்கள் மர்மங்களாகவே இருக்க அனுமதிக்கப்பட வேண்டும்.

11

கவிதையின் நீண்ட பயணம்

ஜன்னல்கள் வழியே வந்து கொண்டிருந்த வெளிச்சம், ஒலிகளின் மத்தியில் தேவ்நாத் அவரின் கண்களைத் திறந்தார். இந்த நாட்களில் தற்சமயம் தினசரி வேலைகளை அவர் பின்பற்றவில்லை. பசியாக இருக்கும் போது சாப்பிட்டார். தூக்கம் வரும்போது தூங்கினார். கண்கள் திறந்து கொண்டபோது தூக்கத்திலிருந்து எழுந்தார். நேற்றிரவு நன்கு தூங்கினார். இன்று காலையில் சுகமாக உணர்ந்தார். கைகளை நீட்டிக் கொண்டார். தரையில் விழுந்து கிடந்த தலையணையை எடுத்தார். பக்கத்து மேஜையில் வைக்கப்பட்டிருந்த கண்ணாடியைப் போட்டுக் கொண்டார். அவரால் தெளிவாகப் பார்க்க இயலவில்லை. கண்ணாடிகளைத் துடைத்தார். இன்னொரு கண்ணாடியை வாங்க வேண்டும் என்றுணர்ந்தார். கவனத்தில் கொள்ள வேண்டிய பல்வேறு விஷயத்தை அது ஞாபகத்தில் கொண்டு வந்தது. அதன் விளைவாக மனதிலிருந்து அவற்றையெல்லாம் விலக்கினார். மறந்துவிடக்கூடியவற்றை மனதில் வைத்துக் கொண்டிருப்பதில் அர்த்தமில்லை. நாளை வரை ஒன்றைத் தவிர்க்க வேண்டுமென்றால் இன்றே அதை ஏன் செய்யக் கூடாது?

ஹரி மாஸ்டரின் வேலைக்காரப் பையன் சூடான தேநீரை அவர் முன்னால், அவர் முகத்தைக் கழுவி மேஜை அருகில் உட்கார்ந்த பின் வைத்தான். அவரின் அருகில் அவ்வளவு குடும்பம் அமைந்ததற்கு நன்றியுடையதாக இருந்தது. அவர் படுக்கையில் இருந்து எழுந்த உடனே தேனீர் எப்போதும் அவருக்கு வந்தது. அவர் பசியாக இருக்கும்போது 'தளி' சாப்பாடு வந்தது.

அலமாரி மீதிருந்த கிண்ணத்திலிருந்து தேவ்நாத் ஒரு பிஸ்கட்டை எடுத்தார். தேநீரில் முக்கினார். லேசான ஆவி அதிலிருந்து கிளம்புவதைப் பார்த்தார். அவரின் படுக்கைக்கடியில் பெட்டியில் வைக்கப்பட்டிருந்த குளிர்கால துணிகளை வெளியே எடுக்க முடிவு செய்தார். கடந்த சில தினங்களாய்க் காற்றில் சற்றே குளுமை இருந்தது. ஆனால் அதை அவர் அலட்சியம் செய்திருந்தார். இதுவரைக்கும் நேற்றைய செய்தித்தாளினை

அவர் வாசிக்கவில்லை. மேசையிலிருந்து அதை எடுத்துக் கண்களை மேய விட்டார். எந்தச் செய்தியும் அவருக்கு ஆர்வத்தை ஏற்படுத்தவில்லை. பக்கங்களைப் புரட்டிய பின்பு சில மரச் சாமான்களுக்காக இருந்த ஏடு விளம்பரத்தையொட்டிய சில வரிகளுக்குச் சென்றார். ஆ, அந்த வீடு உண்மையில் சொர்க்கம்தான். அதைச் சிறிது நேரம் மனதில் கொண்டு அவரின் பாடலின் இரண்டாம் வரியை ஞாபகத்தில் கொண்டு வர முயற்சி செய்தார். இல்லை, அது பிரயோஜனமில்லை. வார்த்தைகளின் ஒழுங்கமைப்பில் அது தந்த ரிதம் போல்... விதிகள் எங்கே... அதற்கு முன்னதான வார்த்தை என்ன என்ன விதிகள்? அழகான மரச்சான்மான்கள்? முதல் வரியோடு ஓசையமைப்போடு புது வரியை எழுத முடியுமா? அதற்கு முன் முதல் வரியை மறு சீரமைப்பு செய்ய வேண்டும். ஆச்சரியக் குறியுடன் சொர்க்கம் போன்ற, ஆ, அதுதான் வீடா? 'ஆ' என்ற இடத்தில் 'ஓ' என்று எழுதினால்? சுற்றியிருக்கும் வார்த்தைகளை மறு ஒழுங்கு செய்தால்?: அந்த வீடு, ஆ, சொர்க்கம் போலவா? அல்லது, அந்த வீடு, ஓ, சொர்க்கம் போலவா?

அவர் மனம் வார்த்தைகளோடு எப்போதும் விளையாடிய காலமிருந்தது. அவரின் மனம் ஒரு அகராதி போல வார்த்தைகளின் குவியலை ஒன்று சேர்த்தது போலத் தொடர்ந்து இயங்கியது. பழைய வார்த்தைக்குப் பதிலாகப் புதிய வார்த்தையைப் பொருத்திப் பார்ப்பதில், நான்கு வார்த்தைகள் இருக்கும் இடங்களில் இரண்டு வார்த்தைகளைக் கொண்டிருப்பதில் வழக்கத்திற்கு மாறான மகிழ்ச்சி இருந்தது. ஒரு வரியாகச் செய்து மறுபடியும் அதை உடைப்பது, அடைப்புக்குறிகள், ஆச்சரியக் குறிகளை உள்ளடக்குவது. பழைய வார்த்தைகளைப் பயன்படுத்தி புதிய பழமொழிகளை உருவாக்குவதில் உற்சாகம் இருந்தது. உருவாக்கத்தில் மிகுந்த சிரமங்களுடன் மாறுபாடுகளை நிராகரிப்பதில் எதிர்மறை மகிழ்ச்சி இருந்தது.

அவரின் முன்னால் இறுதி வடிவம் எடுத்த, அவர் விரும்பி ஒரு விதமான ஒரு பக்க நீளக் கவிதை இருந்தது. அவரின் மனத்திற்குள் இருந்தது வெளி வடிவத்தில் அதே மாதிரி இருக்கிறதா? இரவின் கனவுகளைப் பிரதிபலிக்கும் காலையின் வெளிப்பாடு இருக்கிறதா? நினைவு செய்த கவிதையை அவர் படித்தபோது முழுமையாக இருப்பதாகச் சில சமயங்களில் தோன்றும். மற்ற சமயங்களில்

சொல்லப்படாமல் விட்டதாக இருப்பதாகப் பல நேரங்களில் தெரியும். யதார்த்த உருவத்தில் கண்களை வரைவது போன்ற - விசேஷமான கை வண்ணத்தின் தேவைக்கானது. எண்ண உலகில் பயணம் மறுபடியும் ஆரம்பித்தது. விரும்பும் வார்த்தைகளின் காத்திருப்புக்கானது. வெற்றுத்தாளில் பேனா மீண்டும் நகர்ந்தது. வார்த்தை விளையாட்டு போதும். இனி அவைகளுடனான மௌன யுத்தத்திற்கான தந்திரமான திட்டமாகும். கண்களை ஓடவிட்டுப் பார்வையைச் செய்தித்தாள்களின் உலகிலிருந்து மாற்றிய தேவ்நாத் அவரின் மோசமான படுக்கையையும் மேசை, நாற்காலிகளையும் சுற்றிலும் பார்த்தார். அவரைப் போலவே எல்லாம் வயதானவை, சிதைந்தவை, திடுமென அவர் ரபீந்திரநாத்தின் புகழ் பெற்ற சாய்வு நாற்காலியை நினைவு கூர்ந்தார். அவர் உட்காரும் அவரின் பழைய சிதைந்த நாற்காலிக்கும், அர்ஜன்டைனா பெண்மணியிடமிருந்து அன்புப் பரிசாக ஏழு கடல்களைத் தாண்டி சாந்தி நிகேதனுக்கு வந்த நாற்காலிக்கும் இடையில் எவ்வித ஒற்றுமையில்லையென்றாலும், தேவ்நாத் அவரின் சொந்த நாற்காலி குருதேவின் சென்டிமெண்ட்களை எதிரொலித்துக் கொண்டிருக்கும் நாற்காலியில் எதிரொலியாக சோகம், அன்பு நிறைந்த தாழ்த்தப்பட்டவர்களின் மௌனமான துன்பங்களை எதிரரொலிக்கும் நாற்காலியாகக் கற்பனை செய்து கொண்டார்.

இந்த வகையில் சில சமயங்களில் சம்பந்தமில்லாத கவிதை வரிகள் அவரின் மனதில் புகுந்து அவரை இம்சித்தது. இழந்து போன காதலின் வலியாக உணர்வுகள், அவரின் உள் ஆழ்மனத்தில் சில சமயங்களில் சில வார்த்தைகளின் அழகான ஒழுங்கமைப்பு அலைக்கழிக்கும். அலைக்கழிப்பிலிருந்து எழுந்த தேவ்நாத் மறுபடியும் எச்சரிக்கையடைந்தார். அவரின் சுலபமான இயல்பான வாழ்க்கையை மறுத்தலித்து விட்டு, பொய்யான அதீத உலகத்திற்குள் அடைக்கலமாக வேண்டும்? இன்று அவர் நன்றாக உணர்கிறார். வெளியில் வெயில் நன்கு அடிக்கிறது. தெருமுனை வரைக்கும் சுலபமாக நடக்க முடியும். வாழ்க்கை பற்றி எந்தப் புகாரும் இல்லை. ஆனால் இன்னொரு புறமாய் அவரை விதி ஒரு விதமாய் நடத்தியிருக்கிறது. இல்லாவிட்டால் அவரின் அப்பா சம்பந்தமாக வீட்டிற்குச் சொந்தமாக முடியும். ஹரி மாஸ்டர் போன்ற குடித்தனக்காரரை வாடகைக்கு

வைத்திருக்க முடியும். நடக்கும் தூரத்தில் இருட்டும் படியான சௌகரியமாக அமைந்த மார்க்கெட் அமைந்திருக்கும்? அவனின் கிராமத்தருகில் ஓடும் நெடுஞ்சாலை இரும்பு தாதுவை ஸ்டீல் தொழிற்சாலைக்குக் கொண்டு செல்லும் போக்குவரத்து, லாரி ஓட்டுனர்களின் தேவைக்காக இருக்கும் சந்தை மைதானத்து தாபா உணவகம், மதுக்கடை ஆகியவை அமைந்தது இன்னும் அதிர்ஷ்டகரமானதுதான்.

அவர் உடைமாற்றி, வெளியில் செல்லப் போகும்போது டிபன் பாத்திரத்தை பையன் அவரின் முன் வைத்தான். சந்தை மைதானத்தின் 'தாபா'வில் உணவு கிடைக்கும். ஆனால் ஹரி மாஸ்டரின் வீட்டிலிருந்து காலை உணவு எப்போதும் அவருக்கு வந்துவிடும். அவர் ஏன் வெளியில் சாப்பிட வேண்டும்? காலை உணவை முடித்துவிட்டு, தட்டை வெளியில் வைத்துவிட்டு வீட்டை விட்டு வெளியேறினார். முற்றிலும் வித்தியாசமான உலகமான நெடுஞ்சாலையை அடைய அவர் கொஞ்ச தூரம் நடந்தால் போதுமானது.

அபரிமிதமான வகையில் வீதியின் வாகனப் போக்குவரத்து இருந்தது. இரும்புத் தாதுவைச் சுமந்த வாகனங்கள் ஒன்றன்பின் ஒன்றாகச் சென்றன. அவரின் மனதில் இன்னொரு கவிதை வரி வலிமையாகப் புகுந்தது. சரித்திரத்திற்கு முந்தின இரும்பு உலகின் இறுதிவெளிப்பாடு. அடுத்தவரியை ஞாபகத்தில் கொண்டு வர முடியவில்லை. முன் காலத்து மாதிரியான வார்த்தைகள், சபிக்கப்பட்ட மனிதர்கள், சக்கரங்களின் சுழற்சி, இரும்பு, இரும்பு என அவற்றைத் தொடர்ந்து வரும் வார்த்தைகள். பல வருடங்கள் ஆகிவிட்டதைப் போலாகி விட்டது. அந்த நேரத்தில் இரும்பு மட்டுமே பிரச்னைக்கானது. இரும்புத் தொழிற்சாலைக்கான தேவைக்காக எரியும் பிரச்னையாகச் சமூக பொருளாதார சூழல் இருந்தது- இரும்புத் தொழிற்சாலைக்கான வேண்டுதல் குரல்கள் தேசியமுழக்கப்பாடலாக, "வந்தே உத்கல் ஜனனி" என்று இணைந் திருந்தன. காலவெள்ளத்தில் அந்தக் கனவு நிறைவேறியது. தேசபக்திப் பாடலின் உள்ளீடான பச்சை புல்வெளிகளும், அடர்ந்த காடுகளும் மெதுவாக ஒரு புதிய வடிவத்திற்கு வந்தன.

மதுபானக்கடை இன்னும் திறக்கப்படவில்லையென்றாலும் வாடிக்கையாளர்கள் காலையில் முன்னதாகவே அந்த இடத்தினை

அடைய ஆரம்பித்தனர். அந்த இடத்தில் மதுபானக்கடை அமைந்திருப்பது சட்ட விரோதமானதுகூட. அந்த இடத்தில் கூட்டமான மார்க்கெட் கூட சட்டவிரோதமானதுதான். தேவ்நாத் சிலநேரங்களில் அலைந்து திரிந்தவர்களின் சில நாட்களுக்கான தற்காலிக முகாமாக அவ்விடத்தைக் கற்பனை செய்வார். உற்சாகமாகத் திரிகிறவர்களின் முகாமாக அன்று காலை அமைந் திருந்தது. அடுத்த நாள் காலை மறுபடியும் வரும்போது அவ்வாறு இருக்காது. அவனுக்கு முன்னால் செம்மண்ணின் திறந்த வெளியாக அவை காணக்கூடும்.

தினமும் அவர் உட்காரும் பெஞ்ச் காலியாக இருந்தது. அதைத் துடைத்துவிட்டு உட்கார்ந்தார். குளிர்ந்த காற்று அவரைத் தழுவியபோது, அவர் சால்வையைப் போர்த்திக் கொண்டார். சூரியக் கதிர்கள் மென்மையாக இருந்தன. கொஞ்ச நேரத்திற்குப் பிறகு உண்மையில் கடுமையாக அது மாறிவிடுவதைக் கவனிக்கத் தவறினார். வெளி ஆட்கள் பார்வையிலிருந்து தவிர்க்க மூங்கில் தடுப்பு அக்கடையில் இருக்கும். தாழ்ந்த கூரை வீட்டின் உள்ளே க்ளாஸ்கள், பாட்டில்கள், பிளாஸ்டிக் ஜார்களுடன் உட்கார்ந்திருந்த கடைக்காரருக்கு தேவ்நாத் சைகை காட்டினார். உடனே ஒரு முழுப் பாட்டிலும் கிளாசும் அவர் முன் வந்தன. இரண்டாம் பாட்டிலுடன் வறுத்த தின்பண்டங்கள் வரும். அவர் தினந்தோறும் வரும் வாடிக்கையாளர். அவருக்கு எப்போது என்ன தேவை என்பதை அவர் சரியாக அறிவார். க்ளாஸ் டம்ளர் சரியாகக் கழுவப்படவில்லை. சில பூச்சிகள் அதைச் சுற்றியிருந்தன. பூச்சிகளின் ரீங்காரத்தோடு க்ளாஸ் டம்ளர்கள், பால் டின்கள் சிணுங்கிக் கொண்டிருந்தன. அவரின் இளமைக்காலம் பற்றிய முதல் புத்தகத்தில் இந்தச் சப்தங்கள் வார்த்தைகள் மற்றும் சப்தங்களின் அறிமுகமாக அமைந்திருந்தன. டிங்காடாங்க் கோஸ் டு த பெல்; டிக் டாக் கோஸ் டு த கிளாக்.

இப்போது கவிதை எதுவும் இல்லை. வார்த்தைகள் மட்டும். அவரின் குழந்தைப் பருவத்தில் மற்றவர்கள் யாரையும் எதுவும் செய்யாத அறிமுகமான மற்றும் சம்பந்தமில்லாத வெகு சுலபமான வார்த்தைக சீர்திருத்தமில்லாத கவிதையாக இருக்கும். மாமாவின் டெடி பொம்மையுடன் காற்று ரிதம் அமைக்கும். அல்லது வட்டமாக உட்கார்ந்து கொண்டு அமைதியாகச் சிரித்துக் கொண்டு முடமான ஒரு குழுவினர் அமைதியான சிரிப்புடன்

இருப்பர். விசேஷமாய் உள்ளூர்காரர்கள் சந்தோஷமாகக் கவிதை மனநிலையை உருவாக்கியிருப்பர். தலைக்கு மேல் சந்தமிடும் காக்கையைப் பார்த்துவிட்டு அவரின் கை அவரின் கண்ணாடியைப் பாதுகாத்தது. காக்கை தாழ்ந்த குரலில் கரகரப்பானதாக இருக்கும் என்றாலும் நல்ல செய்தியைக் கொண்டுவரும். சமஸ்கிருத கவிதையில் மேகதூதன் போல வாத்து செய்தியாளனாக அனுப்பப்பட்டிருக்கலாம். ஆனால் காக்கை செய்தியாளனா? காக்கை பற்றி என்ன கவிதை எழுத முடியும்? நீல கறுப்பு நிற பருத்த காக்கை? எட்கர் ஆலன்போ? அவ்வளவுதான்? எப்போதும் முடியாது?

மற்ற சில வாடிக்கையாளர்கள் இந்தச் சமயத்தில் வந்திருந்தனர். அவர்கள் அவரைப் பற்றிக் கவலைப்படாமல் தங்களுக்குள் பேசிக் கொள்வார்கள். யாருக்குத் தெரியும் அவரைப் பற்றி என்ன வென்று? ஒரே ஒருதரம் யாரோ ஒருவன் வந்து, "சார், நீங்கள் கவிதை எழுதுகிறீர்கள் அல்லவா," என்றான்.

முதல்தரம் அவன் சொன்னதைத் தேவ்நாத் கேட்கவில்லை. என்ன என்கிற விதமாக அவனைப் பார்த்தார். அந்த மனிதன் அருகில் வந்து, "கவிதை, நீங்கள் கவிதை எழுதுகிறீர்கள், அப்படித் தானே" என்றார்.

தேவ்நாத்திற்கு ஆச்சரியமாக இருந்தது. ஆனால் மகிழ்ச்சியடைந்து ஆமாம் என்கிற விதமாய் தலையாட்டினார். ஒருவன் ஒருதரம் கவிதை எழுதியபோது கவிஞனின் புனைபெயர் நினைவுக்கு வந்தது. பல ஆண்டுகளுக்கு அவன் எதுவும் எழுத வில்லை என்றாலும் அது ஒரு பொருட்டல்ல; அவன் கடைசியாக எழுதிய கவிதை பற்றி அவனுக்கே ஞாபகமில்லை.

"எனது வண்டியின் பின்புறம் கவிதை வரிகளை எழுத விரும்புகிறேன்" சாதாரணமாக அந்த மனிதன் சொன்னான்.

கல்லூரி நாட்களில் திருமண வாழ்த்துக் கவிதைகள் எழுத அவனைக் கேட்டுக் கொள்வது குறித்து தேவ்நாத் ஞாபகப்படுத்திக் கொண்டார். மாப்பிள்ளை, வெண்ணைப் புகழ்ந்து எழுதி அச்சிட்டு வருகிறவர்களுக்குத் தருவது அப்போதைய வழக்கமாகும். அப்போது எதேட்சையாக சில வரிகளை எந்த முயற்சியுமின்றி எழுதுவார். ஆனால் அவன் நண்பர்கள் பின்னால் அந்த கவிதைகள் பெரிதும்

ரசிக்கப்பட்டதாகத் தெரிவித்திருந்தனர். வாகன ஓட்டி, "கவிதை வரிகள் உண்மையில் நன்றாக இருக்க வேண்டும்; இந்தியில் எழுதுவதற்கு உகந்தபடி நன்றாக இருக்க வேண்டும்" என்றான்.

பல ஆண்டுகளுக்குப் பிறகு யாரோ ஒருவன் அவரை எழுதச் சொல்லியிருக்கிறான். பத்திரிக்கை ஆசிரியர்களிடமிருந்து நினைவூட்டல்கள் வந்த காலம் இருந்தது. பாடகர்கள் அவர்களுக்குப் பாடல்கள் எழுதாமல் விட்டதில்லை. எல்லாம் முன் பிறவியில் நடந்தது போலிருந்தது. அவர் ஒத்துக்கொண்ட பின்பு வாகனஓட்டி கடையிலிருந்து ஒரு பாட்டிலைக் கொண்டு வந்து அவர் முன் வைத்தான். கவிதை ஆர்டருக்கான முன் தொகை புதிய பாட்டிலிலிருந்து எடுத்து குடித்த போது பெரும் பொறுப்பை தான் ஏற்றுக் கொண்டதாக தேவ்நாத் உணர்ந்தார். ஓசையுடனான கவிதை சாதாரண வரிகளை எழுதுவது சிரமமாகப் பட்டது அவருக்கு. அதிலிருந்து விடுவித்துக் கொள்ள நினைத்தார். தொடக்க மில்லை. முடியவில்லை. விரோதியில்லை, நண்பனில்லை. அவருக்கு அதன் அர்த்தம் பிடிக்கவில்லை. அல்லது அதன் மொழியும், ரிதமும். ஆனால் ஒவ்வொரு வாகனமும் ஏதாவது செய்தியை அதன் பின்புறத்தில் கொண்டிருந்தது.

அடுத்த சில நாட்களுக்கு அந்த இரண்டு வரிகளை மாற்றியமைப்பதிலோ, புதிதாய் எழுதுவதிலோ தீவிரமாக இருந்தார். தீவிரத்துடன் அதைச் செய்ததால் சில வார்த்தைகளே சிக்கலாயின. ஆனால் நல்ல ஓசை நயத்துடன் வரவில்லை. அந்த வாகனஓட்டியை இனி எப்போதும் சந்திப்பதில்லை என நம்பியிருந்தார். தேவ்நாத் அங்கிருக்கும்போது கடைசியாக அவன் வருவான் அவன் அதைப் பற்றி ஞாபகப்படுத்தவில்லையென்றாலும் தேவ்நாத் அவனுக்குக் கொடுத்த "அட்வான்ஸை" மறக்க முடியவில்லை. எதிர் எதிரே சந்தித்துக் கொண்ட போது தேவ்நாத் அவனின் பாக்கெட்டிலிருந்து சிறிய நோட்டையும் பேனாவையும் எடுத்து முன்னால் இருந்த மேஜையில் வைத்து அவரின் வேலையை மறக்க வில்லை என்பதற்காகக் காட்டினார். சற்று தூரத்து மேஜையில் உட்கார்ந்து அவரைப் பார்த்தவன் புன்னகைத்தான். ஆனால் அவனுடன் பேச எந்த முயற்சியும் எடுக்கவில்லை.

தேவ்நாத் அந்த மனிதன் ஒரு நாள் அவனுடன் சண்டை போட்டு அருந்திய ஒரு பாட்டில் மதுவுக்காகக் கவிதையைக்

கேட்பான் என்று பயந்திருந்தார். ஒரு முழுக் கவிதைக்கு மாற்றாக எத்தனை பாட்டில்கள் சரியாகப் பெறமுடியும் என்பதைக் கணக்கிட முயன்றார். அந்த மனிதன் மறுபடியும் வரவில்லை. கவிஞன் என்று அறியப்பட்டதால் அதை முடிக்கவில்லையென்றாலும் தேவ்நாத்திற்கு அவனைத் தேட வேண்டியிருந்தது. ஆனால் அவன் திரும்ப வரவில்லை. சில நாட்களில் எவ்வளவு வேகமாகப் பல விஷயங்கள் மாறிவிடுகின்றன. ஒயின் கடையின் ஓலை கூரை மாறிச் சரியான கட்டிடத்தில் மாறிவிட்டது. நாற்காலி மேஜைகள் நல்லதாக விலையுயர்ந்ததாக ஆயின. அந்த மனிதன் அவ்விடத்தை விட்டுப் புதிய வாழ்க்கைக்காக வேறு எங்காவது சென்றிருக்கலாம். அவனது வாழ்க்கையில் ஏதாவது விபத்து ஏற்பட்டிருக்கவும் வாய்ப்பிருக்கிறது.

அவரின் குழந்தைப் பருவத்தைப் போல இயல்பாகக் குழந்தைப் பருவம் மற்றும் கிராமத்தில் கழித்த இளமைப் பருவம் - தேவநாத்தின் சுவாரஸ்யமில்லாத வாழ்க்கையில் இந்த சிறு மாற்றம் பழைய காலத்தைப் போல இருந்தது. சுதந்திரப் போராட்ட வீரர்கள், கையில் மூவண்ணக் கொடி, கிராமத் தெருக்களில் ஊர்வலமாய்ச் சென்றது. ஆகியவையும் அவனின் தனிப்பட்ட சோகம் அல்லது மகிழ்ச்சி அல்லது கிராமத் திரு விழாக்களை விட இன்னும் மனதில் நினைவில் இருந்தன. "கொடியின் கீழ் வாருங்கள், காந்தியை நம்பினால், சுதந்திர அலையில் உங்களை அர்ப்பணித்துக் கொள்ளுங்கள்" - அந்தப் பாடலில் கவிதையொன்றும் இல்லையென்றாலும், பெருமளவில் கிளர்ச்சியிருந்தது. அதற்கு இசையில்லை. ஆனால் அந்த தேசபக்தி வரிகளைப் பாடுவதில் விநோதமான உணர்வு இருந்தது. கொடிக்கு அந்தக் கவிதை சிறு விளக்கக் குறிப்பே. 12 வயது தியாகி பையன் சிரித்துக் கொண்டே குண்டுகளை எதிர் கொண்டது பற்றிய ஒரு பக்க பாடல் வந்தது - "இன்குலாப் ஜிந்தாபாத்," கவிதைபாடப் பெற்றது. படிப்பது என்பது பாடுவதே. அதைச் சரியாகப் படித்து அதன் அர்த்தத்தைப் பெறுவதைவிட ஊர்வலங்களின் மூலம் பெற முடிந்தது. புதிய வகையில் தியாகி ஒருவனைப் பற்றி நினைவு கொள்ளத்தக்க வகையில் ஒரு நவீன கவிஞன் இப்படி ஒரு நவீன கவிதையை எழுதிய போது கவிதையின் புதுயுகம் வந்தது. "இது இறுதிச்சடங்கு தீயல்ல; நண்பர்களே, நாட்டின் இருட்டினுள் எரியும் சுதந்திர தீபமாகும்." பின்னால் நினைவு கொள்ளத்தக்க

பழையகாலத்தைக் கொணர ஆல்பிரட் ஜெ. புருபிராக் வந்தார்.

கல்லூரியில் முதல் தரம் எலியட்டைப் படித்தபோது அவரின் மனதில் மூண்டெழுந்த உணர்வு இன்னும் முதுகுத் தண்டைச் சிலிர்க்க வைத்தது. அந்த சமயத்தில் மேற்கத்திய கவிதையைத் தேடி ஒரு பைத்தியக்காரனைப் போலப் படித்தார். புரு 'பிராக்' என்ற தலைப்பிலான தாந்தேயின் குறிப்பிட்ட ஆறு வரிகளின் அர்த்தத்தைக் கண்டுபிடிக்க முயன்றார். வகுப்பு முடிந்து பேராசிரியருடன் கவிதை பற்றி விவரித்தார். அர்த்தம், குறியீடுகளின் இடம், குறிப்புகளும் மறைமுகக் குறிப்புகளும் கவிதைகளில் இருப்பதன் அர்த்தத்தை காண முயன்றார். அவர் படித்த ஒவ்வொரு வரியையும், ஒவ்வொரு கவிதையையும் புரிந்து கொள்வதற்காக வென்றிருந்தது. தடைகளான கடினமான வார்த்தைகள் மற்றும் சிக்கலான வெளிப்பாடுகளை நிவர்த்தி செய்து படித்தாலே கவிதை வாசிப்பினை அனுபவிக்க முடியும் என்று பேராசிரியர் அவருக்கு அறிவுரை சொல்லியிருந்தார். ஆனால் தேவ்நாத் சமாதானமாகவில்லை அந்த பாகங்களைக் கவிதையிலிருந்து எப்படிப் பிரிக்க முடியும்? அவர் செய்த தவறுக்கான அந்தச் சிரமங்கள் அவருக்கு உண்மையில் கவிதையாக இருந்தது. அதனின் அர்த்தமின்மையிலிருந்து அர்த்தம் தரும் கவிதையாக இருந்தது.

கல்லூரியில் படிக்கையில் நகரத்தில் அவரின் மாமா வீட்டில் அவர் தங்கினார். சின்ன அறையில் எல்லாத் தாள்களையும் குவித்து அவனின் உலகத்தை உருவாக்கினார். மற்ற பையன்கள் போல விளையாட்டுகளிலோ, திரைப்படங்களிலோ, அவனுக்கு ஆர்வமில்லை. புத்தகம் படிக்க வாய்ப்பு ஏற்படும்போது பல மணிநேரம் உட்காருவார். நகரத்தின் எல்லா நூலகங்களும் அவருக்கு மிகவும் அறிந்தவையாக இருந்தன. அவரின் நண்பர்களுக்கு இலக்கிய ஆர்வம் இருந்தது. அமைதியானவனாக, எளிமையான, வித்தியாசமான இளைஞனாக அவர் தவித்திருந்தார். இதனால் வீட்டில் எல்லோராலும் நேசிக்கப்பட்டார். அவரின் நேரத்தையெல்லாம் புத்தகங்களுடன் கழிப்பதை யாரும் எப்போதும் விமர்சித்ததில்லை.

அவர் பள்ளி நாட்களில் எழுதியதெல்லாம் ஒரு பைண்ட் நோட்டில் இருந்தன. நகரத்திற்கு வந்தபோது வித்தியாசமான

கோணத்தில் கவிதையைப் பார்த்தார் புதிய கவிதைகளை, குறிப்பாக ஆங்கில கவிஞர்களைப் படித்தார். பழைய நோட்டுப் புத்தகத்திலிருந்து கவிதைகளைப் படித்த போது, அவை வெகு சாதாரணமாக, பயன்படுத்தப்பட்டு சிதைந்ததாக இருந்தன. கோபத்தில் அந்த நோட்டுப் புத்தகத்தைச் சுக்கு நூறாகக் கிழித்துக் தூக்கி எறிந்து விட்டுப் புதிய நோட்டுப் புத்தகத்தில் எழுத ஆரம்பித்தார். சில வரிகளை எழுதுவார். திருத்துவார் மீண்டும் வேறு எழுதுவார். சில சமயங்களில் ஒரேயடியாகப் பத்து வரிகளை எழுதுவார். பிற சமயங்களில் ஒரு வரியைக் கூட எழுத முடியாது. ஆனால் அது கைவிடவில்லை. கவிதை முடியும் வரை முயன்றார். பிறகு பத்திரிக்கைகளுக்குக் கவிதைகளை அனுப்ப ஆரம்பித்தார். இறுதியாக ஒரு நாள் அவரின் ஒரு கவிதை ஒரு முக்கியமான இலக்கிய இதழில் வெளியானது.

கவிதைக்கப்பால் அவரின் தனிப்பட்ட வாழ்க்கையிருந்தது. கல்லூரி முடித்ததும் ஒரு வேலை தேடவேண்டும். குடும்பம் அமைக்க வேண்டும் என்பதை அறிந்திருந்தார். அதுவும் நடந்தது. சிறிய அரசாங்க அலுவலகத்தில் அவருக்குச் சின்ன வேலை கிடைத்தது. சாதாரண தெருவில் ஒரு சிறிய வீட்டைப் பிடித்து, அவரின் சாதாரண வாழ்க்கையை ஆரம்பித்தார். அவரின் மனைவி அமைதியான பேராசையில்லாதவளாக இருந்தாள். மூவர் அடங்கிய குடும்பம், ஆமாம், ஒரு பையன், அவனின் குறைந்த சம்பளத்தில் திருப்திகரமாக இருந்தனர். குறுகிய எல்லைகளில் திருப்தியான வாழ்க்கையை தேவ்நாத் வாழ்ந்தான். அவனின் சமூக வாழ்க்கை, தற்காலிக விஷயங்களை மீறி ஒரு பெரிய உலகம் - கவிதை இருந்தால் திருப்தியானவராக இருந்தான்.

தாகூரின் தீவிர பக்தனான பின்னால் உண்மையில் எல்லை யில்லாத பிரபஞ்ச வெளி உலகில் அலைந்து திரிந்தான்.

அது எதுவாக இருந்தாலும், அவனின் வேறொரு உலகத் தில் இருந்து நாளின் இறுதியில் அவரை இரண்டு அறை வீட்டிற்குத் திரும்ப வேண்டியிருக்கும். குழந்தைகளின் நலனைக் கவனிக்கவும், ஷாப்பிங் செய்யவும், உறவினர்கள் மற்றும் பக்கத்தில் இருப்பவர்களின் சமூக வேண்டுகோள்களையும் கவனிக்க வேண்டும். இவற்றை அவர் நிராகரிக்க விரும்பியிருந்தாலும் நவீன கவிதை எழுதுவதற்கான அடிப்படையாக இவற்றை

ரவீந்திரநாத் முழுமையாக விவரித்திருக்கிறார். பக்கத்திலிருக்கும் மதுக்கடை, காலையிலும் மாலையிலும் கணவனுக்கும் மனைவிக்கும் இடையிலான உரசல்கள், காலியான மூடியில்லாத ஆயில் பாட்டில், பல் உடைந்து போன சீப்பு, மெலிந்த துண்டு, சோப் மற்றும் இத்யாதிகள் அவை. இவையெல்லாம் கவிதைக்கான விஷயங்களாக தேவ்நாத் நம்பவில்லை. எனவே லௌகீக சமாச்சாரங்களிலிருந்து எவ்வளவு முடியுமோ அவ்வளவு விலகியிருந்தார். அதிஷ்டவசமாக வீட்டுப் பொறுப்பை அவரின் மனைவி எடுத்துக் கொண்டார். தேவ்நாத் அவரின் வீட்டிலேயே "பேயிங் கெஸ்ட்டானார்." ஒவ்வொரு மாத முதல் தேதியன்றும் அவரின் மனைவிக்கு சம்பளத்தைக் கொடுத்து விடுவதில் அவர் மகிழ்ச்சியடைந்தார்.

எப்போதும் பேயிங் கெஸ்ட்டாக இருந்தார். கிராமத்தில் வாழத் துவங்கியபோது அவருக்கென்று ஒரு சமையற்காரனை ஏற்பாடு செய்திருந்தார். ஹரிமாஸ்டர் வாடகைக்கு வந்தபோது தேவ்நாத்தை கவனிக்கும் பொறுப்பை எடுத்துக் கொண்டார். அவரது சமையலறையை மூடிவிட்டு ஹரி மாஸ்டருடன் சாப்பிட்டார். வாடகையாக அவரிடமிருந்து எந்த பணத்தையும் பெறவில்லை. ஹரி மாஸ்டருக்குப் பணம் தந்தபோது அவர் அதை முழுமையாக மறுத்தார்.

வெட்ட வெளியில் சூரியனுக்குக் கீழ் மதுக்கடை மன் உட்கார்ந்து மதுவைக் கோப்பையிலிருந்து சுவைத்தபடி நீண்ட காலமாக அவர் அவரின் குடும்பத்தைப் பற்றி நினைக்கவில்லை. அவரின் தனிப்பட்ட வாழ்க்கை நினைவுகளை விடக் கவிதை வரிகள் மிதப்பிலே இருந்தார். அந்தச் சமயத்தில் தாகூர் அவரை முழுமையாக ஆக்கிரமித்திருந்தார். வானத்தைப் பார்த்து நான் முழுவதும் சில ஆச்சரியங்களை எதிர்பார்த்து பதிலில்லாத கேள்வி யுடன் தேடிக் கொண்டிருப்பார். குருதேவ் பற்றி நினைக்கிறபோது அவர் மனம் குதூகலமடையும். சாதாரண இடத்திலிருந்து எல்லாம் வேறுபட்டுத் தெரிந்தன - கடல் போன்ற மனிதாபிமான ஆழ்மனம், உலகின் மனிதன் குழந்தை மன விளையாட்டு என.

உடம்பில் புண்களுடன் இருக்கும் நாய், இறந்த எலி, சுடு எண்ணெய், பாத்திரத்து மீன், அழுக்கான உறைகள், ஏமாற்றும் பறக்கும் பூச்சிகள் என குருதேவ் எழுதியவை தேவ்நாத்திற்கு ஏமாற்றம் அளித்தன. புகைவண்டி நீராவியால் ஓடுகிறது

என்பது பெரிய விஷயமில்லை என்று ஒருமுறை எண்ணிய, அதே விஸ்வகவி, பின்னர் "இரவு புகைவண்டி," மற்றும் "ஸ்டேஷன்" ஆகிய கவிதைகளை எழுதினார். ஆனால் உலக நிலையிலான கவிஞனின் நிலையை தேவ்நாத் கண்டு கொண்டார். வாழ்க்கையிலிருந்தும் கவிதையிலிருந்தும் வெறுமையானவற்றை நீக்கிவிட்டு உலக லௌகீக விஷயங்களான காதல், நேரம், சாவு, சாவில்லாத நிலை மற்றும் உறவுகளைப் பற்றித் தன்னை நிலை நிறுத்திக் கொண்டார். அவரது வாழ்க்கையின் சாராம்சங்களைக் கவிதைகளாக்கினார்.

அங்கீகாரமும், கௌரவமும் அவருக்குக் கிடைத்தன. கவிஞனாக இருக்கும் பெருமையை அவர் அனுபவித்தார். சாதாரண வேலையில் இருந்தாலும் சமூகத்தில் பெரிய பெருமையைப் பெற்றார். பத்திரிக்கை ஆசிரியர்கள் அவரை மொய்த்தனர். கவிதை வாசிப்பிற்கு அழைக்கப்பட்டார். எழுத்தாளர்களும் சிறந்த வாசகர்களும் அவர்களுக்கு நண்பர்களாக இருந்தனர். சமஸ்கிருத அழகியல்வாதிகளின் விதிகளின் படியான கவிஞனுக்குரிய நியமங்களுடன் வாழ்ந்தார்: கவிஞன் ஆறு மணி நேரம் கண்டிப்பாகத் தூங்க வேண்டும். தினசரி வேலைகளை முடித்த பின்பு காலையில் மூன்று மணி நேரம் படிக்க வேண்டும். மூன்று மணி நேரம் எழுத வேண்டும். அல்லது முந்தின நாள் எழுதியதைத்திருத்தவேண்டும். மாலையில் நண்பர்கள் குழாமில் அவரின் படைப்புகள் பற்றிய விமர்சனத்தைப் பெற்றுப் படைப்பைத் திருத்த வேண்டும். சில ஆண்டுகள் இந்த வகையில் வாழ்ந்து, தேவ்நாத்தின் கவிதைகளின் இரு தொகுதிகள் பதிப்பாயின. கவிதைத் தொகுப்புகளில் அவரின் கவிதைகள் இடம் பெற்றன. மற்றைய மொழிகளில் மொழிபெயர்ப்பாகின. ஊடாக, அவரின் மகன் வளர்ந்தான். அவரின் மனைவி நோயற்றவளாகவும், பக்திமானாகவும், எரிச்சலடைகிறவளாகவும் ஆனாள். மற்றும் தேவ்நாத் குடும்ப அளவில் இன்னும் பொறுப்பில்லாதவரானார்.

சூரியன் சற்று கடுமையாகிறபோது வராண்டாவிற்குச் செல்வார். ஆனால் இந்த நேரத்தில் அங்கு அமர்வது சௌகரியமானது. நேரம் செல்லச் செல்ல அதிக வாடிக்கையாளர்கள் வந்து விட்டனர். அவ்விடத்தில் அவர் அனைவருக்கும் தெரிந்தமுகம். அவர் ஓர் இலக்கியவாதி என்பது அநேகமாக எல்லோருக்கும் தெரியும். ஆகவே ஒவ்வொருவரும் அவரை மதித்தனர். அவரின்

வழக்கமான இருக்கையில் யாரும் உட்காரமாட்டார்கள். அவரின் கிளாஸை எடுத்துச் சிறிதளவு குடித்தார். மெதுவாகக் குடித்தார். அதிக நேரத்தில் கொஞ்சம் கொஞ்சமாகக் குடித்தார். மெதுவாகக் குடித்தார். அவரைப் பொறுப்பற்றவராக எல்லோரும் கருதினார்கள். ஆனால் குடிக்கும் விஷயத்தில கவனமாக இருந்தார். வழக்கமாகச் சாப்பிடும் அளவை விட அதிகமாகக் குடித்து ஒரு முறை வீதியில் கிடந்தார். அந்த நேரங்களில் ரிக்ஷாவில் சென்றுவிடுவார். ஆனால் அன்று ரிக்ஷா பிடிக்க இயலாத நிலையில் இருந்தார். அதன் பிறகு நீண்ட காலம் வீட்டிற்குள்ளேயே அடைந்து கிடந்தார். அவரால் ஹரி மாஸ்டர் தேவையில்லாத சிரமத்திற்கு உள்ளானார். இரண்டு முறை பக்கத்து டவுனுக்கு அவரை கூட்டிச் சென்று மருந்து வாங்கிக் கொடுத்துக் கட்டுப்பாட்டுத் தினங்களில் கவனத்துடன் பார்த்துக் கொண்டார்.

தேவ்நாத் அதற்குப் பிறகு மிகவும் கவனமாக இருந்தார். மற்றவர்களைச் சிரமப்படுத்த எந்த உரிமையும் அவருக்கில்லை. அவருலகில் சிரமங்களைக் கொண்டு வெளிஉலகில் ஜாக்கிரதையாக இருக்க முடிவெடுத்தார். உடல்நலத்துடன் இந்து, மற்றவர்களின் மரியாதைக்குரியவராக இருக்க எண்ணினார். அவர் மனதின் சலனங்களை மீறி அவர் இதைச் செய்தார். ஆனால் மனது நிலையாக இல்லை. அவரின் தலையில் அந்தச் சமயத்தில் சில வரிகள் ஓடும்; "நிஜ இரவை மீறி, வெளிச்சம் இருக்கும்" அவரது வாழ்க்கையின் அதிகப் படைப்பாக நேரங்களில் இந்தச் சொற்றொடர்களை வைத்து ஒரு நீண்ட கவிதையை எழுதியிருந்தார். இரண்டு வரிகளை வித்தியாசமான வகையில் மாற்றியமைத்தும், ஆரம்பத்திலும் இறுதியிலும் இன்னும் சில வார்த்தைகளைச் சேர்த்தும் கூடக் கடைசி வரியில் படிமங்களோடு குறிப்பிட்ட முடிவைக் கொண்டு முழுமை பெற்றிருக்கும். முழுமையான கவிதைத் தாளில் வெளிப்பட்டிருக்கும். அந்த உபயோகமான நாட்களின் ரம்மியமான நினைவுகள் இப்போது மிஞ்சியிருந்தன.

அவரது கவிதைகளைப் புகழ்ந்து புகழ் பெற்ற விமர்சகர் ஒருவர் எழுதியிருப்பதாக யாரோ சொல்வார்கள். அல்லது யாரோ எழுத்தாளர் அவரின் கவிதையொன்றிலிருந்து நான்கு வரிகளை அவரின் நாவலின் முகவுரையாகப் பயன்படுத்தியிருப்பதாகவும்

அவரது வாழ்க்கையை மையமாகக் கொண்டு முழுக்கதையை ஒரு எழுத்தாளர் எழுதியிருப்பதாக இன்னும் கலந்துரையாடல் இருக்கும். தேவ்நாத் அந்தக் கதையைப் படித்தார். அது ஒரு கிறுக்கு கவிஞன் பற்றியது. தேவ்நாத்தின் நண்பர்கள் மனநிலை பாதிக்கப்பட்டவராக அவரைக் கருதியிருக்கக் கூடும். எனவேதான் அவருக்கும் அக்கதையின் கவிஞனுக்கும் ஒற்றுமையைக் கண்டிருந்தனர். அவரது பெயரும் கதையில் வரும் கவிஞனின் பெயரும் ஒன்றாக இருந்தாலும் தேவ்நாத் வேறு ஒற்றுமைகளைக் காணவில்லை. அவரது கவிதைகள் முழுக்க வேறுபட்டவை. கதையில் கவிஞன் பொறுப்பற்றவன். ஆனால் தேவ்நாத்தோ ஒரு குடும்ப மனிதராவார். பல வேறுபாடுகள் இருந்தாலும் கதையின் பிரதான பாத்திரமான பாவநாத்துடன் சில சமயங்களில் பிணைப்பு இருப்பதாக உணர்ந்தார்.

அந்தக் கதை பிரசுரமான பத்திரிகையைக் கண்டுபிடிப்பதில் குசும் சிரமப்பட்டார் என்பதை அவர் நினைத்துப் பார்த்தார். குசும் பற்றி நினைக்கிற போதெல்லாம் அவன் மனம் அன்பால் நிரம்பி வழியும். அவர் மனைவி பற்றி நினைக்கிறபோது அது மனதில் எப்போதும் ஞாபகம் வந்ததில்லை. அவளது பெயர் வாயில் வந்ததில்லை. ஆனால் குசும் பற்றி நினைக்கிறபோது மந்திரத்தைப்போல அவளது பெயர் திரும்பத் திரும்ப எதிரொலிப்பதாக உணர்வார். குசும் குசும் குசும் அவர் கண்களை மூடினால் குசுமின் குணங்கள் நினைவில் மிதக்கும். அவர் கடக்கும் ஒவ்வொரு பெண்ணையும் ஒப்பிட்டுப் பார்ப்பார். குசுமைப் பற்றி நினைக்கிற போது கவிதை அவர் மனதில் வரும்.

இயல்பான எளிமையான வாழ்க்கையை நடத்த வேண்டும் என்று விரும்பினார். ஆனால் அது அப்படியாக இல்லை. பொதுவாகக் கவிஞன் என்பவன் ரொமான்டிக் மிருகமாக சமூகத்திற்கு உகந்ததல்லாத வாழ்க்கையை வாழ்பவன் என்ற எண்ணம் உண்டு. ஓசை நயத்துடனான கனவுகளைத் தவிர வேறெதையும் எதிர்பார்க்காது. ஆனால் தேவ்நாத் அந்த வகையான கனவு உலகில் வாழவில்லை. சாதாரண மனிதராக அவர் வாழ்ந்தார். அலுவலக வேலையை நேரம் தவறாதவராக நேர்மையாகச் செய்தார். மனைவிக்கு உண்மையானவராக இருந்தார். சமூக வாழ்க்கையோடு தொடர்பு கொள்ளாமல் ஓய்வு நேரத்தைப் படிப்பதிலும் எழுதுவதிலும் கழிக்கிறார் என்பதாலேயே

கவிதையின் நீண்ட பயணம்

அவர் சமூகத்தால் ஏற்றுக் கொள்ளப்படவில்லை. விளையாட்டு, திரைப்படங்கள், நண்பர்கள் மற்றும் பொழுதுபோக்கு ஆகியவற்றை விலக்கியிருந்தார். கவிதைக்காகச் சமூகத்திலிருந்து தன்னைத் தானே விலக்கிக் கொண்டார் எனலாம். துரதிஷ்டவசமாக, அதே கவிதை, எல்லோரையும் பாதிக்கச் செய்தது. அவர் திரும்ப முடியாதபடி அவரைக் கைவிட்டது.

அலைந்து திரிந்த மேகமொன்று விலகிய போது வெக்கை அதிகமானது. வெளியில் இருப்பது அசௌகரியமாயிற்று. தேவ்நாத்தால் நேரத்தை யூகிக்க முடியவில்லை. இப்போதெல்லாம் அவர் கடிகாரம் கட்டுவதில்லை. எப்படியாயினும் சரியான நேரத்தை எப்படிக் கண்டு கொண்டென்ன? பக்கத்து தாபாவிலிருந்து மற்றவர்கள் உணவுக்கு 'ஆர்டர்' செய்து சாப்பிட உட்காரும் போது மதியவேளைச் சாப்பாட்டு நேரம் என்பதை அறிந்து கொள்வார். வீட்டில் அவருக்கென்று சாப்பாடு இருக்கும். முன்பெல்லாம் அவர் சரியான நேரத்திற்கு வரவில்லையென்றால் அவர்கள் கவலைப்படுவார்கள். இப்போது தாபாவில் சாப்பிட்டு விட்டு மாலையில் வீடு திரும்புவார் என்பதை அவர்கள் அறிந் திருந்தனர். வேறுவேலை இல்லையென்றால் அவரின் வழக்கமாக ரிக்ஷாக்காரன் அந்தச் சமயங்களில் வீட்டிற்குக் கூட்டிச் செல்ல வருவான். வீட்டிற்குப் போவதற்குப் பதிலராக தங்குவது பற்றி வானத்தைப் பார்த்து முடிவு செய்வார். காலையிலிருந்து அதே இடத்தில் உட்கார்ந்து களைப்படைந்திருந்தார். மூங்கில் தடுப்பிற்கு அருகிலான பச்சை புல்வெளிக்குச் சென்று முடிவெடுத்தார். க்ளாஸை எடுத்துக் கொண்டு அங்குச் சென்றார். உட்காருவதை விடப் புல்லில் சௌகரியமாகச் சாய்ந்து கொண்டார்.

முன்பு வானொலி நிலையத்தின் பின்னால் உள்ள மதுக்கடை அருகிலான புல்வெளியில் கழித்த இன்பமான நேரப் பொழுதான இடம்போல இந்த இடம் இருந்தது. பல சிறு கிராமங்களின் கூட்டமைப்பாக இன்றைய பெரிய நகரம் அன்றைக்கிருந்தது. விரிந்த திறந்தவெளி, சிதறின முள்புதர்கள், சிதைந்தவை என இருக்கும். நாட்டுச் சாராயம் அந்தவகையான ஒரு இடத்தில் தயாரிக்கப்பட்டது. அந்த நாளைய வேலை முடிந்ததும் எல்லோரும் அங்கு செல்வர். பாட்டில்களோ கிளாஸ்களோ இருக்காது. பெரிய மண் பாத்திரங்களில் மது வைக்கப்பட்டிருக்கும். சிறிய மண் கோப்பைகளில் வாடிக்கையாளர்களுக்கு மது வழங்கப்படும்.

அவர்கள் ஒவ்வொருவரும் குல்ஹட் வைத்திருப்பர். புல்வெளியில் அரட்டை அடித்துக் கொண்டு உட்கார்ந்திருப்பர்.

தேவ்நாத், அவர் எப்போதும் குடித்துக் கொண்டு அல்லது கவிதையெழுதுவதைக் கைவிட்டுப் படங்களுக்குப் பாட்டெழுதுவோம் என்று கனவிலும் கூட நினைத்ததில்லை. சில சமயங்களில் பழையதை மறந்து விடுவார். ஆனால் அந்த உருமாற்றத்தைத் தவிர்க்க இயலுமா? என்பது நிச்சயமாகவில்லை. பாடல்கள் கவிதையாக இலக்கியத்தின் ஆரம்ப நிலைகளில் இருந்தது. பாடல்கள் எழுதுபவனே கவிஞன். பின்னர் இரு வேறுபட்ட பிரிவுகள் வந்தன. பாடல்கள் எழுதுபவர்களுக்குக் கவிஞர் என்னும் மரியாதையில்லை. எனவேதான் ஒரு வானொலி பாடகர் அவனுக்காக ஒரு பாடலை எழுதச் சொன்னபோது அவமானப்படுத்தப்படுவதாக நினைத்தார். அந்தச் சமயத்தில் அவர் கேட்பதற்குத் தயாராக இருந்த நிலையில் அவர் "ரபீந்திரநாத்தின் சீடனாக உன்னை அழைத்துக் கொள்கியாய். இல்லையா? கீதாஞ் சலி பாடல்களின் தொகுப்பல்லாமல் வேறென்ன?" என்றான்.

மோசமான நிலையில் தேவ்நாத் தன்னை உணர்ந்தார். இருந்தாலும் "தாளத்திற்காக கீதாஞ்சலியின் பல கவிதைகள் வடிவமைக்கப்பட்டவையல்ல; அந்தக் கவிதைகள் உயர்ந்த நிலைக்குத் தகுதியானவையல்ல"

அந்தப் பாடகர் அன்று திரும்பிவிட்டார். ஆனால் அன்றைய மிக புகழ் பெற்றவரும், வெற்றிகரமானவருமான பாடகர் ஒருவர் அவரை ஒரு பாடல் எழுதித் தருமாறு கேட்டார். தனியாகப் பாடல் எழுதவில்லையென்றால் அவரின் கவிதையொன்றையே இசை மெட்டிற்குப் பயன்படுத்தப் போவதாகச் சொன்னபோது அவர் மறுப்புத் தெரிவிக்கவில்லை. அவர் தந்தபடி பாடலின் வரிகள், இசையமைப்பு, அவர் தொகுத்தபடி வார்த்தைகளின் எண்ணிக்கை ஆகியவற்றைக் கொண்டு ஒரு வழக்கமான பாடலை எழுதினார். ஒழுங்கமைப்பிற்கென்று எழுதப்பட்ட அவரின் முதல் மற்றும் கடைசிப்பாடல் என்று நினைத்திருந்தார். ஆனால் அவரின் துரதிஷ்டமாகப் பேசும்படியான இசை, பாடகரின் அருமையான குரலால் அசாதாரணமாகப் பாடலாக வெளிவந்தது. சில நாட்களில் மெல்லிய காதல் பாடல் மிகவும் பிரசித்தி பெற்று எங்கும் கேட்கக் கூடியதாக இருந்தது.

அது தேவ்நாத்திற்கு விநோதமான அனுபவமாக இருந்தது. எத்தனை பேர் கவிதை படிக்கிறார்கள். அல்லது கவிதைகளைப் புரிந்து கொள்கிறார்கள். அல்லது புரிந்து கொள்ள முயற்சிக்கிறார்கள்? ஆனால் பாடலை எல்லோரும் உச்சரிக்கிறார்கள். வார்த்தைகள் அர்த்தத்தை இழந்திருக்கலாம். ஆனால் மெட்டு நினைவில் மீண்டும் மீண்டும் எழக்கூடியது. பாடல்களுக்கு வேண்டுகோள் அதிகமானதால், தேவ்நாத் கவிதையெழுதுவதை விட்டுவிட்டுப் பாடல்களை எழுதுவதில் கவனம் செலுத்தினார். பாடல்கள் எழுதுவதில் வேறு வகையான கிளர்ச்சியிருந்தது. கவிதையில் வார்த்தைகளை ஒழுங்கமைக்க வேண்டும். பாடல் எழுதும்போது அவைகளைத் தகுந்த மாதிரி உருவாக்கவேண்டும். கவிதையில் செய்தி என்பது பல வகைகளில் உள்ளீடாக வாசகர் மீண்டும் மீண்டும் படித்து வாசகனின் சொந்த வகைக்கேற்ப அர்த்தப்படுத்திக் கொள்ளவேண்டும். கேட்பவனின் நேரடி உரையாடலாகப் பாடல் இருக்கும். முதல் முதலில் கேட்பதிலேயே இதயத்தைத் தொடும் கவிதை வார்த்தைகளை அடிப்படையாகக் கொண்டது. பாடலில் இசை வார்த்தைகளுக்கு உதவுகிறது. அல்லது வார்த்தைகளுக்கு இசை உதவுகிறது. பல சமயங்களில் இசையமைப்பாளர் அவருக்கென்று ஒரு மெட்டைப் போடுவார். அந்த மெட்டிற்கேற்ப ஒரு பாடல் எழுதும்படி தேவ்நாத்திற்கு விடப்படும்.

கவிதை தனிமையில் எழுதப்பட்டது - தனிமையில் ஒருவன் தனக்குள் பேசிக் கொள்வது. தாளில் ஒருவனுடனான உரையாடல் கவிதையாகிறது. ஆனால் பாடல் கூட்டுமுயற்சி பாடலாசிரியன், பாடகர், இசையமைப்பாளர் இணைந்து இறுதியாகத் தயாரிப்பது இறுதியாக, கேட்பவனுக்குச் சென்றடைகிறது. நீண்ட காலமாகத் தேவ்நாத் தனிமையில் வாழ்ந்தவர், இசையெனும் பெரும் குடும்பத்தில் அதன் பாடகர்கள், இசையமைப்பாளர்கள், இசை இயக்குனர்களுடனான உலகில் நுழைய வேண்டியிருந்தது. இசைத்தட்டு நிறுவனத்தினை அடைய வானொலி தாண்டி வட்டம் அதிகரித்துச் சென்று கொண்டே இருந்தது மற்றும் இறுதியாகத் திரைப்படத்திற்கும்.

அவருக்கென்று செலவழிக்கும் நேரத்தின் முறை குறித்த இன்னொரு பிரச்னை வந்தது. முன்பெல்லாம் காலையில் படிப்பதும் எழுதுவதும் செய்வார். அலுவலகம் செல்லும் நேரத்தில்

வீட்டை விட்டு வெளியேறுவார். ஆனால் பாடல் எழுதும் வேலை வேறுவகையாக இருந்தது. சில நேரங்களில் அவர்களுக்கு உடனடித் தேவையாக இருந்தது. இன்னொருபுறம் குறுகிய நேரத்தில் மாற்றங்கள் செய்ய வேண்டியிருக்கும். மற்றவர்களின் சௌகரியத்திற்கேற்ப அவரின் நேரத்தை அவர் மாற்றிக் கொள்ள வேண்டியிருந்தது. இசை உலகில் திரியும் அனுபவத்தை மெதுவாக விரும்பத் துவங்கினார். அந்த உலகில் இரவின் நெடுநேரம் வரைப் பெரும்பான்மையோர் விழித்திருப்பர். தூங்கித் தாமதமாக எழுவர். அலுவலக நேரங்களில் அடிக்கடி தேவ்நாத் அவர்களுடன் வேலை செய்ய வேண்டியிருந்தது. அப்போதெல்லாம் அதுவரைக்கும் அலுவலக வேலை நேரத்தின்போது வேலையை நிராகரிக்காத தேவ்நாத் அலுவலக நேரங்களில் அடிக்கடி வெளியில் செல்ல வேண்டியிருந்தது. "மெமோ"க்கள் அவருக்குத் தரப்பட்டன. இறுதியாக வேலையைச் சரியாக நிறைவேற்றாததற்காக விளக்கங்கள் கேட்கப்பட்டன.

இதுபற்றி அவரின் நண்பர்களிடம் கேட்டபோது அதில் ஒருவன், "அந்தச் சாதாரண வேலையிலிருந்து நீ ராஜினாமா செய்வது நல்லது. பாடல்கள் எழுதுவதில் நிறையச் சம்பாதிக்க முடியும் என்பதை நீ கண்டு கொள்ளலாம்" உண்மையில் பாடல்கள் எழுதுவதில் கொஞ்சம் பணம் வர முன்பே ஆரம்பமாகிவிட்டது. அங்கீகரிக்கப்பட்ட பாடலாசிரியர் என்ற வகையில் ஒலிபரப்பாகும் அவரின் எல்லா பாடல்களுக்கும் அவருக்குத் தொகை வந்தது. இசைத்தட்டுக் கம்பெனிகள் நிறைய பணம் கொடுத்தன. அவரின் அலுவலகத்தில் பிரச்னைகள் பற்றிக் கேள்விப்பட்ட இன்னொரு நண்பர், "நீ எதற்கு ராஜினாமா செய்ய வேண்டும். இது அரசாங்க வேலை. நீ வேலை செய்தாலும் செய்யவில்லையென்றாலும் எதுவும் நடக்காது. அவர்கள் உனக்கு கடிதங்கள் கொடுப்பார்கள். அவர்களுக்கு நீ பதில் எழுதலாம். ரிட்டயர்மெண்ட் காலம் சீக்கிரம் வந்துவிடும். பென்சனை நீ ஏன் இழக்கிறாய்?" என்றார்.

தேவ்நாத்திற்கு அந்த அறிவுரை பிடித்திருந்தது. அலுவலகத்தில் அவனின் பல சகாக்கள் வேலை செய்வதில்லை. ஆனால் மாதக் கடைசியில் சம்பளம் பெற்றுக் கொண்டனர். அதுவரை அவர் அவரின் வேலையை அலட்சியம் செய்ததில்லை. அலுவலகத்தை விட்டு வெளியேறினாலும், அவருக்கான வேலையை முடிப்பதில்

குறியாக இருப்பான். ஆனால் இதை நெடும் காலத்திற்கு இப்படிச் செய்ய முடியவில்லை. குடிப்பது இதற்கான முக்கியக்காரணங்களில் ஒன்றாக இருந்தது.

கலைஞர்கள் தன்னிச்சையான, கட்டுப்பாடில்லாத பொறுப்பற்ற வாழ்க்கையைத் தொடர்வது என்பது குறிப்பாக இசையமைப்பாளர்களுக்குப் பொருந்தும். உடையில் மட்டுமின்றி நடத்தையிலும் அவர்கள் வேறுபட்டவர்கள் என்பதை அவர்கள் காட்ட வேண்டியிருந்தது. இதில் ஒரு அம்சம் மது அருந்துவது. ஆனால் பாடலாசிரியன் என்ற முறையில் அந்தக் குழுவில் தேவ்நாத் எப்போதும் இருக்க வேண்டியதில்லையென்றாலும் எந்த நேரத்திலும் அவர் தேவைப்படலாம் என்பதால் அவருடன் தொடர்பில் இருக்க வேண்டியதானது. இசைக்கருவிகளுடன் நாள் முழுக்க ஒலிப்பதிவு நிலையத்தில் மூலைமுடுக்குகளில் இவர்கள் இருக்க வேண்டியதானது. ஆசுவாசப்படுத்திக் கொள்ள பக்கத்துத் தேநீர்க் கடைக்கு நடப்பர். ரொம்ப தூரமில்லாத மதுக்கடைக்கு அடிக்கடி செல்வர். தேநீர்க் கோப்பையுடன் தேவ்நாத் அவர்களுடன் செல்வார். ஒருநாள் இறுதியாக கொஞ்சம் மதுவருந்தினார். சிறு தகராறுக்கும் அது சென்றது.

இந்த வகையில் பல வாரங்கள் கொஞ்சமாகச் சுவைத்தவருக்கு பிறகு அது சாதாரணமாயிற்று. அது தொடர்விளைவாய் தேவ்நாத் அதன் அடிமையானார். இப்போது புல்லின் மேல் படுத்துக் கொண்டு இதையெல்லாம் ஞாபகப்படுத்திக் கொண்டார். கண்களை மூடிக் கொண்டபோது இறந்த, நிகழ், எதிர்காலத்தை இனியும் வேறுபடுத்திப் பார்க்க முடியவில்லை. எல்லாம் ஒன்றுடன் ஒன்று கலந்து தெளிவற்றதாகியிருந்தது. எல்லைகளுக்கு உட்பட்டு, திருப்தியாக, சுற்றி இருக்கும் தெளிவற்றதாகியிருந்தது. எல்லைகளுக்கு உட்பட்டு, திருப்தியாக, சுற்றி இருக்கும் உலகத்தைப் புரிந்து கொண்டு ஒழுங்கமைவுடன் இருக்கும் அவரைப் போன்ற ஒருவன் ஒருநாள் குடிகாரனாகவும் ஒதுக்கப்பட்டவனாகவும் மாறுவது என்பது ஒரு சமயம் தேவ்நாத்தால் கற்பனை செய்து பார்க்க முடிந்ததில்லை. ஆனால் இந்த உருமாற்றம் மிகவும் மெதுவாக நிகழ்ந்தது.

அவர் கவிஞனிலிருந்து பாடலாசிரியராக பதவி இறக்கம் பெற்றது விமர்சகர்கள், வாசகர்கள் பார்வையில் மாற்றமாக நிகழ்ந்தது. பாடலாசிரியனுக்கு வாசகர்கள் இல்லை. பாடல்கள்

பத்திரிக்கைகளிலோ புத்தகங்களிலோ பிரசுரமாவதில்லை. அதைக் கேட்க ரசிகர்களுண்டு. இதைத் தவிர, வெகு சீக்கிரத்தில் புதிய பாடல்கள் சந்தைக்கு வருவதால், கவிதை என்பது நிரந்தரமானது. பாடல்கள் தற்காலிக கிளர்ச்சி தந்து எட்டு நாள் வாழ்நிலையைக் கொண்டது என்ற பதிவு உருவாகியது. இதில் எந்த தர்க்கமும் இல்லையென்றாலும், வெகுஜன இலக்கியம் நல்ல இலக்கியம் அல்ல என்ற முடிவுக்கு வர இயலாது. பத்திரிகைகளுக்குத் தேவ்நாத் கவிதைகளுக்குப் பதிலாகப் பாடல்களை அனுப்பியபோது ஆசிரியர்கள் பிரசுரிக்க மறுத்தார்கள். பாடல்களைத் தொகுப்பாகச் சாத்தியமில்லை. அவர் கவிஞரல்ல திரைப்பட பாடலாசிரியன் என்ற உண்மையை ஒத்துக் கொள்ள வேண்டியதானது.

இந்த ஏற்றுக்கொள்ளலை மீறி, அவர் எழுதும் விஷயங்களில் அவருக்குக் கட்டுப்பாடு இல்லாமல் போனது அவரை வேதனைப் படுத்தியது. திரைப்படத் தயாரிப்பாளர்கள் காட்சிகளை அவருக்கு விளக்குவர். மயானத்திலிருந்து திரும்பின கதாநாயகன் நதிக்கரையில் உட்கார்ந்திருக்கிறான், புகைவண்டி நிலையத்தில் கதாநாயகியை வழி அனுப்பி விடுதல் அல்லது இரண்டு பெண்கள் தங்களைத் தாங்களே கிண்டல் செய்து கொள்வது, இப்படியாக, அந்தச் சூழலுக்கு அவர் பாடல்கள் எழுத வேண்டும். அந்த வகையான பாடல்களை வானொலி, இசை தட்டு நிறுவனங்கள், திரைப்படங்களுக்கு எழுதினார். அதில் சில மிகவும் பிரசித்தி பெற்றன. கவிஞன் என்பதைவிடப் பாடலாசிரியர் என்று அவர் பிரபலமானார்.

கொள்கைகளில் சமரசம் செய்து கொண்டபின் ஓர் எல்லை வகுக்க இயலுவதில்லை. கவிதைக்குப் பதிலாக பாடல்கள் எழுத ஆரம்பித்த பின்பு திரைப்படங்களுக்கு உரையாடல் எழுத வேண்டுகோள்கள் வந்தன. அவர் மறுக்க விரும்பினார். ஆனால் தயாரிப்பாளர் அந்த வேலையைச் செய்ய நியமிக்கப்பட்டவர் திடீரென்று மாயமாகிவிட்டார் தேவ்நாத் காப்பாற்றாவிட்டால் பெரிய இழப்பைச் சந்திக்க வேண்டியிருக்கும் என்றார். இதற்கு நல்ல தொகை தர ஒத்துக் கொண்டார். சிரமங்கள் இருந்தபோதிலும் தேவ்நாத் ஒத்துக்கொண்டார். பணத்தைப் பெற்றுக் கொள்வதில் மகிழ்ந்தார்.

அது முடிவாக இருக்கவில்லை. இப்போதெல்லாம் தெளிவாகச் சொல்லாமலே அவரைப் பாடல்கள் எழுதக் கேட்டுக்

கொண்டனர். விரிவாக அவர்கள் சொல்லவில்லை. ஆனால் பாடல் சாமான்ய மனிதனுக்கு மட்டுமல்ல மேல் தட்டினருக்கும் ஏற்றதாக இருக்கவேண்டும். உதாரணத்திற்கு அப்போதும் எல்லோருக்கும் தெரிந்திருந்த ஒரு பாடலை அவர் சுட்டிக் காட்டினார். ஆனால் கூர்ந்து பார்த்தால் பெண் உடலுறுப்பு, தகாத பாலியல் நடவடிக்கைகளை ஒவ்வொரு வரியிலும் அந்தப் பாடல் கொண்டிருந்தது. தேவ்நாத் முதலில் மறுத்தார். ஆனால் விரசமாக இல்லாத உடல் ரீதியான காதல் பற்றினதாக ஒரு பாடலை எழுதக் கேட்டுக் கொள்ளப்பட்டார். எப்படியாயினும் தயாரிப்பாளர். பாடல் அவரின் வரிகளை மாற்றினார். திரைப் படத்தில் இறுதியாக, பாடல் இடம் பெற்றபோது மிகவும் ஆபாசமாக இருந்தது. ஆனால் அந்தப் பாடல் மிகவும் பிரசித்தி பெற்று, அவரின் பெயரைத் தாங்கி கேசட்டுகள் வெளிவந்தபோது, தேவ்நாத்திற்கு அந்த வகைப் பாடல்கள் எழுதுவதில் எந்த சிக்கலும் இல்லாமலாயிற்று.

அவரின் திரைப்பட காலத்தில் நினைவில் நிற்கும் நிகழ்வில் ஒன்றாக கல்கத்தாவிற்கு முதன் முறையாகப் பாடல்கள் எழுதின ஒரு படத்தின் மீட்டிங்கிற்குச் சென்றது அமைந்தது. கல்கத்தாவில் இருக்கும் கவிஞர்கள், எழுத்தாளர்களைச் சந்திக்க கல்கத்தாவிற்குச் செல்வது அவரின் நெடுநாள் விருப்பமாக இருந்தது. குறிப்பாக குருதேவ் வீட்டிற்குச் செல்வதும். ஆனால் தயாரிப்பாளர் அவரை அழைத்துச் செல்ல விருப்பப்படவில்லை. டிடி.ஐ. நண்பர் மூலம் இறுதியில் அவர் டிக்கெட் இல்லாமல் கல்கத்தாவை அடைந்து, ஒரு சாதாரண விடுதியில் இன்னொரு நண்பருடன் தங்கினார். அடுத்த நாள் டோலிகஞ்சை அடைந்தபோது, திரைப்படக் குழு அவர்களின் வேலையில் மும்முரமாக ஈடுபட்டிருந்தனர். அவரை யாரும் கண்டு கொள்ளவில்லை. அவரின் நண்பருடன் ஸ்டூடியோவை விட்டு வெளியே வந்து வெவ்வேறு இடங்களுக்கான திசைகள் பற்றி ஒரு இளைஞனிடம் விசாரித்தார். ஜோரசான்கோ எங்கிருக்கிறது என்பதை அவ்விளைஞன் அறிந்ததாகத் தெரியவில்லை. ஆனால் அவனது பெயர் சோமன் என்றும், அவன் ஒரு சிறு பத்திரிக்கையைப் பதிப்பிப்பதாகவும் சொன்னான். கல்கத்தாவைச் சுற்றிக் காட்ட முடியும் என்றான். அவனது பெயர், தோற்றம், உடை மற்றும் முன்காலை நேரத்திலேயே குடித்திருப்பது ஆகியவை அவன் கவிஞர்

என்பதைத் தெளிவாக்கியது. அன்றைய தினத்தில் அவனுடன் நட்பாகப் பழகுவது என்று முடிவு செய்தார்கள். இரண்டு முறை பேருந்து மாற்றி சோமன் அவர்களைக் கொண்டு சென்ற இடம் கலாஸிதோலா. சுற்றி குப்பை இருந்தாலும் அந்தக் குடிக்கிற இடம் சுத்தமாக ஒலிப்பதிவு நிலைய மதுக்கடையை ஒப்பிடுகையில் நன்றாக இருந்தது. குடிப்பதும் சுகமாக இருந்தது.

இரண்டாவது சுற்று முடித்தபின் தேவ்நாத் ரபீந்திரநாத் வீட்டை மறந்துவிட்டு பிற வாடிக்கையாளர்களைக் கவனிக்க ஆரம்பித்தார். பெரும்பான்மையோர் தொழிலாளர்களாக இருந்தனர். ஆனால் தூரத்தில் நான்கு இளைஞர்கள் நன்கு உடையணிந்து ஒரு மேஜையைச் சுற்றி அமர்ந்திருந்தனர். சில கவிஞர்கள் அங்கு அடிக்கடி வருவதுண்டு என்று கேள்விப் பட்டிருந்தான். கவிஞன் சொன்னது போல கல்கத்தாவை இரவு பனிரெண்டு மணிக்கு மேல் ஆண்ட இளம் நால்வரா அவர்கள்? சோமனை கேட்பதில் அர்த்தமில்லாதபடி அவன் குடியில் மூழ்கி யிருந்தான்.

மாலையில் சோமன் காளி கோவிலுக்கு அழைத்துச் சென்றான். அங்குச் சென்றடைந்தபோது, கோவிலுக்கு முன்பாக இருந்த மரத்தைச் சுற்றின பந்தல்தான் சோமனின் உண்மையான வேட்டையிடமாக இருப்பதைக் கண்டார்கள். அங்கு எல்லோரும் அவனை அறிந்திருந்தனர். அங்குச் சென்றதும் சோமன் நழுவி விட்டான். கோவில் அந்த நேரத்தில் மூடப்பட்டிருந்தது. சோமனைத் தேடுவதற்குப் பதிலாக சோமன் கொடுத்த ஹர்டக்கா லேன் முகவரியை நோக்கி நடக்க ஆரம்பித்தனர். விலைமாதர் விடுதிக்கு. இது தேவ்நாத்தின் முதல் அனுபவமாக இருந்தது. அவர் நினைத்தது போல அவ்வளவு அசௌகரியமாக இருக்கவில்லை. தங்கியிருந்த விடுதிக்கு இருவரும் மிக தாமதமாகத் திரும்பினர். அடுத்த நாள் ஊருக்குப் புகைவண்டி ஏறினர்.

தேவ்நாத்திற்கு உடம்பு சுகமில்லாமல் போகும் என்ற எண்ணம் இருந்து, சில நாட்களில் அதிலிருந்து மீண்டார். இன்னொருபுறம் திரைப்படக் குழுவினர் இருந்தாலும், இல்லையென்றாலும் கல்கத்தாவிற்கு இன்னொரு முறை செல்லத் திட்டமிட்டார். இந்த முறை ஜோரசங்கோவின் மீது நம்பிக்கை வைக்கத் திட்டமிட்டார். ஹர்கட்டாலேனின் பெண் பெயரை

இத்தனை நாளும் மறந்திருந்தார். இன்று திடுமென ஞாபகம் வந்தது. அது திலோத்தமாக வானொலி நிலைய பெண்ணின் பெயர் குசும். அவருடைய மனைவி பெயர் பசந்தி, அவரின் மூச்சு கவிதையாகும்.

அவரின் வாழ்க்கையில் நடந்த மாற்றங்கள் மெதுவானவை. ஆனால் அவை நிச்சயமானதும், தவிர்க்க முடியாததுமாகும். இப்போது அலுவலகத்திற்குச் சரியாக போவதில்லை. வீட்டிற்குத் திரும்பும் நேரமும் நிச்சயமாக இல்லை. உணவுப் பழக்கங்களும் முறையற்றதாகிவிட்டன. வீட்டுச் செலவிற்கு அவன் மனைவிக்கு தரும் பணம் முறையாக இல்லையாதலால், வீட்டில் நிம்மதி இல்லை. இறுதியாக ஒரு நாள் பசந்தி அவளின் அப்பா வீட்டிற்குப் பெட்டி துணிமணியுடனும் 14 வயது மகனுடனும் சென்று விட்டாள். குடி காரணமாக, கொஞ்சம் கொஞ்சமாக வாழ்க்கை சிதைந்து கொண்டிருப்பதை தேவ்நாத் உணரவில்லை.

அதன்பின் விஷயங்கள் வேகமாய் நடந்தன. அவரின் அலுவலகத்தில் இருந்து விளக்கம் கேட்கப்பட்டது. அதற்குப் பதிலளிக்க அவர் அக்கறை படவில்லை. சீக்கிரம் வேலையிலிருந்து தற்காலிக நீக்கம் செய்யப்பட்டார். மீண்டும் அலுவலகம் செல்வதற்குத் தேவையில்லை என்பதை அது நிரூபித்தது. வீட்டில் உட்கார்ந்தோ மதுபான கடையில் உட்கார்ந்தோ இருந்தாலும் பாதி சம்பளம் கிடைத்துவிடும். கவிதை நீண்ட நாளாகவே அவரைக் கைவிட்டு விட்டது. பாடலும் அவரைத் துரத்தி விட்டது. நான்கு வரிப் பாடல் எழுத இப்போது வெகு சிரமப்பட வேண்டியிருந்தது. இறுதியாக அவர் எழுதியதைக் கூட யாரும் பாராட்டவில்லை. மெதுவாக பொறுமை இழந்தவராகி எரிச்சல்பட்டார். யாராக இருந்தாலும் காரணமில்லாமல் பலருடன் சண்டையிட்டார்.

வானொலி நிலையத்தில் பில்கள் தயாரிக்கும் ஒரு எழுத்தரிடம் சண்டை போட்டார். அவரின் பாடல்களுக்காக வர வேண்டிய பணம் வர நாள் எடுத்தது மட்டுமின்றி, அக்கவுண்ட் பிரிவில் பலரை அவர் திருப்தி படுத்த வேண்டியிருந்தது. முன்னதாக பணம் வரத் தாமதமானால் கவலைப்பட மாட்டார். ஆனால் இப்போது பில்களைத் தந்தவுடன் பணம் தர வலியுறுத்தினார். தேவ்நாத் பில்லில் ரெவின்யூ ஸ்டாம்ப் ஒட்டி கையெழுத்திடாத

பட்சத்தில் பணம் பெற முடியாது என்று எழுத்தர் சொன்னார். முன்பெல்லாம் எழுத்தரிடம் ரெவின்யூ ஸ்டாம்ப் இருக்கும் என்பதால் ஒவ்வொரு முறையும் பில் தரும்போது ஸ்டாம்பினை தேட வேண்டியிராது. ஆனால் அன்று எழுத்தர் ஸ்டாம்ப் கேட்டான். அவருக்கு முன்பு தரப்பட்ட ஸ்டாம்புகளின் கணக்கு விவரத்தை தேவ்நாத் கேட்டார். சண்டை கிளம்பியது. அடிதடி ஆவதற்கு முன் குசும் வந்து எழுத்தரின் மேஜையில் ஸ்டாம்பை வைத்தாள். நன்றி சொல்வதற்குப் பதிலாகத் தேவ்நாத் அவளின் மீது கோபத்தைக் காட்டினார். பிரச்னை தீர்ந்து எழுத்தர் பண பாக்கியைத் தந்தார்.

சில நாட்கள் கழித்து குசுமிடம் தேவ்நாத் சென்றார். முந்தின சம்பவத்தில் நடந்து கொண்டது பற்றி மன்னிப்பு கேட்டு, உதவியதிற்கு நன்றி சொன்னார். தேனீர் அருந்தக் கூப்பிட்டபோது குசும் வரமாட்டாள் என நினைத்தார். ஆனால் குசும் உடனே ஒத்துக் கொண்டாள். அவள் அவருடன் தேனீர் கடைக்கு வந்து பெஞ்சில் அவரின் அருகில் கொண்டாள். அவளுக்கு அவரின் கவிதைகளோ பாடல்களோ பிடித்திருந்தன என்பதால் அன்று உதவி செய்திருக்கிறாள் என சமாதானப்படுத்திக் கொண்டார். அவர் கொண்டு வந்திருந்த கவிதைத் தொகுப்பை தந்தார் "எனது கவிதைகளை ஏதாவது படித்திருக்கிறாயா" என்று கேட்டார்.

இல்லை என்கிற விதமாக தலையை ஆட்டினாள்.

"எனது பாடல்கள்?" தேவ்நாத் கேட்டார். குசும் மறுபடியும் இல்லை என்றாள். பிறகு அவள் புத்தகத்தைப் பிரித்து, கொஞ்சம் படித்துவிட்டு பக்கங்களைப் புரட்டினாள். வேறு கவிதைக்கு கண்களை ஓட விட்டாள். புத்தகத்தை மூடி வைத்துவிட்டு, "இந்தக் கவிதைகளைப் படிக்கும் போது கதறி அழத் தோன்றுகிறது" என்றாள்.

அவரின் கவிதைகளைப் படித்தபின் யாரும் அப்படியொரு செண்டிமெண்டான அபிப்ராயத்தை சொன்னதில்லை. கதறி அழும் அளவிற்கு அதில் எதுவுமில்லை. அது எதுவாக இருந்தாலும், தேவ்நாத் அந்தப் பெண்ணுடன் பேச விரும்பினார். வாழ்க்கையில் வெகு தாமதமாக அந்த இளம் பெண்ணை அவர் சந்தித்தது எவ்வளவு நகை முரணானது? அவர் இளைஞராக இருந்தபோது சந்தித்திருந்தால்? தேவ்நாத் இவற்றையெல்லாம் நினைத்தார்.

ஆனால் மீண்டும் அந்தப் பெண்ணைச் சந்திக்க முயற்சிக்கவில்லை. ஒரு நாள் அந்தப் பெண்ணுக்காக ஒரு கவிதையை எழுதுவதாய் ஞாபகப்படுத்திக் கொண்டார். பத்திரிக்கையில் பிரசுரிக்க அல்ல, யாரும் பாடுவதற்காக அல்ல, அவள் மட்டும் படிப்பதற்காக.

அதுவும் நடக்கவில்லை. இறுதியாக இரும்பு பற்றி ஒரு கவிதை எழுதினார். இரும்புத் தொழிற்சாலை அமைக்கும் கோரிக்கை மிகவும் தீவிரமாக அச்சூழலில் இருந்தது. மத்தியில் இருந்த அரசாங்கம் வேறு கட்சியுடையது. கூட்டங்கள் கூட்டப்பட்டன. ஊர்வலங்களும் தினமும் அதை எதிர்த்து நடைபெற்றன. அவரின் சில நண்பர்கள் அந்த இயக்கத்தில் உற்சாகமாகச் சேர்ந்து கொண்டனர். எதிர்ப்புக் கவிதை அல்லது பாடலை எழுதும்படி கேட்டனர். அவர் எவ்வளவு முயன்றும, அப்போது ஒரு வரி கூட வரவில்லை. தனியாக தங்கியிருந்த ஒரு நண்பனின் வீட்டில் அவரை அடைத்து வைத்து, “கவிதை இல்லையென்றால், குடிக்க எதுவும் இல்லை” என்றனர்.

இப்படியாக அவரின் புகழ்பெற்ற கவிதை பிறந்தது.

நாளடைவில் மாநிலத்தில் இரும்புத் தொழிற்சாலை வந்த போது, இரும்பு பற்றிய அவரின் கவிதைக்கு பொருத்தப்பாடு இல்லையென்று தேவ்நாத் நினைத்தார். ஆனால் கனவினூடே வெளிச்சம் தந்தது சீக்கிரம் மறைந்துவிடவில்லை. அதற்கு முன் நன்கு பல கவிதைகளை எழுதி இருந்தாலும் மக்கள் அவரை அவரின் கோஷம் தொனிக்கும் கவிதை வரிகளுக்காகவே தற்போது அறிந்திருந்தனர். புதிய கவிதைத் தொகுப்பு வருகிறபோது அவரின் இரும்புக் கவிதைக்கு அதில் இடமிருந்தது. அதிஷ்டகரமாக யாரும், “இரும்பு கவிஞன்” என்ற பட்டத்தை அவருக்கு வழங்கவில்லை.

ஒருநாள் அவரின் அலுவலகத் தலைமை எழுத்தர் அழைத்து, “உங்கள் சர்வீஸ் பற்றி விசாரணை பெரும்பாலும் முடிந்துவிட்டது. உங்கள் மீது சுமத்தப்பட்ட குற்றங்களுக்கு நீங்கள் பதில் தராததால் உங்களைப் பணியிலிருந்து நிச்சயம் பணிநீக்கம் செய்வார்கள். நீங்கள் சர்வீஸில் இருந்த வருடங்களுக்கு பென்சன் கிடைக்கும். வேலையை ராஜினாமா செய்துவிட்டு பென்சனைப் பெற்றுக் கொள்ளுங்கள் என்பது எனது அபிப்ராயம்” என்றார்.

நீண்ட காலமாக தேவ்நாத் தலைமை எழுத்தருடன் வேலை செய்திருக்கிறார். அவரின் வேலையை ஒழுங்காகச் செய்திருக்கிறார்.

அவரை விரும்புவார். பல சமயங்களில் உதவி செய்திருக்கிறார். ஆனால் புது வாழ்க்கையை ஆரம்பித்த பின்பு, தேவ்நாத்திற்கு அவருடனான உறவு சுமூகமாக இல்லை. இன்று அவரிடமிருந்து அறிவுரை வந்தது நன்றி உணர்ச்சி மேலிடச் செய்தது. எதுவும் யோசிக்காமல் உடனே ராஜினாமா கடிதத்தை எழுதிக்கொடுத்தார். அவரின் மனைவி அவரைவிட்டுச் சென்று விட்டபின் குடும்பப் பிரச்னைகளிலிருந்து விடுபட்ட காரணத்தால் அவரின் வேலை சிரமத்திலிருந்து விடுதலை பெறுவதைக் கண்டார்.

பேட்டியாளர்கள் அடிக்கடி அவரை, "கவிதை எழுதுவதற்கு உங்கள் வேலையை ராஜினாமா செய்யப் போகிறீர்களா" என்று கேட்பார்கள். அலுவலகத்திற்குச் செல்லாததால் அவரை வேலையிலிருந்து நீக்கி விட்டார்கள் என்பதை எல்லோரும் அறிந்திருந்ததால், இது சாதாரண கேள்வியேயாகும். கவிஞன் என்ற வகையில் இறந்து போனவர் அவர் என்பதை ஒவ்வொருவரும் அறிந்ததே. அவ்வகைப் பேட்டிகள் இலக்கியத் தரமானவையல்ல. வாசகர்களுக்கு சுவாரஸ்ய கதை தரும் விருப்பத்தின் விளைவுதான் அது. ஒரு நாள் அவரின் கிராமத்திற்கு ஒரு ஜீப்பில் ஏதோ தொலைக்காட்சி வரிசையிலிருந்து சிலர் வந்தனர். இளம் இலக்கிய விரிவுரையாளர் ஒருவரை பேட்டியெடுக்க கூட்டி வந்திருந்தனர் என்பது நல்ல விஷயம். வாகனத்திலிருந்து கீழே இறங்கியபோது ஒரு கூட்டம் அவர்களைச் சுற்றிக் கொண்டது. கிராமத்தினர் திடுமென மரியாதையுடன் தேவ்நாத்தை பார்த்தனர். தயாரிப்பாளர், காமிரா ஒளிப்பதிவாளர், ஒலிப்பதிவாளர் ஆகியோர் அவர் வீட்டை ஆக்கிரமித்தனர்.

கேமிராவில் பேட்டி தருவதற்கு முன் ஏதோ நல்ல உடையணிய தேவ்நாத் விரும்பினார். அவர்கள் அதற்கு உடன்படவில்லை. இருப்பதுபோல இருந்தால் படம் யதார்த்தமாக இருக்கும் என்றனர்.

தேவ்நாத்திற்கு அந்தப் படத்தில் ஆர்வம் இல்லை. ஆனால் சில தினங்கள் முன்பு தொலைக்காட்சி வரிசையொன்றின் ஒரு பிரதிநிதி இந்தியாவில் தயாரிக்கப்பட்ட வெளிநாட்டு மது மூன்று பாட்டில்களைப் பரிசளித்துப் பேட்டிக்கு சம்மதம் அளிக்க புகழ்ச்சியுரை பேசினார். இளம் விரிவுரையாளர் இலக்கியம் சம்பந்தமாக, அழகு என்பது பற்றி என்ன புரிந்து

கவிதையின் நீண்ட பயணம் 251

கொண்டிருக்கிறீர்கள், என்பது போல நிறையக் கேள்விகளைக் கேட்டார். அவரின் கவிதையொன்றில் குறிப்பிட்டபடி காதலின் மூன்று முக்கிய விஷயங்கள் என்ன, அவரின் ஒரு குறிப்பிட்ட கவிதையிலிருந்து கடைசி வரியை நீக்கிவிட்டால் நன்றாக இருக்காதா? என்கிற வகையில் கேட்டார். இந்தக் கேள்விகளுக்கு தேவ்நாத்திடம் பதில்களை இல்லை. ஆனால் அவர் திணறிக் கொணடும், அர்த்தமில்லாமல் முனகிக் கொண்டும் இருந்த நேரங்களில் கூட எல்லாவற்றையும் வீடியோ பதிவு செய்தனர். மதுக்கடைக்கு அவரை கூட்டிச் சென்றபோது யதார்த்த நிலையில் படம் பிடிப்பதை அவர்கள் நோக்கமாகக் கொண்டிருப்பதை தேவ்நாத் புரிந்து கொண்டார். தயாரிப்பாளர் அவரை பெஞ் சிலர் உட்காரச் சொல்லி இளம் விரிவுரையாளரிடம் பேசிக் கொண்டிருக்கும் போது தொடர்ந்து குடித்துக் கொண்டிருக்கவும், காமிரா இருப்பதை மறந்து விடவும் சொன்னார்.

ஒன்றரை கோப்பை குடித்த பின் தேவ்நாத் உண்மையில் ஊடுருவும் கேமிராவுக்கு தான் பலியாகி விட்டதை மறந்து விட்டார். விரிவுரையாளர் இலக்கியத்தின் மீது ஆழமான ஈடுபாடு கொண்ட எளிமையானவர். அவர் தேவ்நாத்தின் எல்லாக் கவிதைகளையும் படித்திருக்கிறார். தேவ்நாத் தீவிர படைப்புலகிற்கு மீண்டும் திரும்பி இன்னும் கவிதைளை எழுத வேண்டும் என்று விரும்பினார். ஞாபகத்திலிருந்து சில தேவ்நாத்தின் கவிதை களைப் பாடினார். அவற்றிலிருந்து ஆழமான கருத்துக்களை வெளிக்கொணர்ந்து பேசினார். ஆவணப்படத்தைக் 'கவிஞர் நீடூழி வாழ்க' என்று தலைப்பிட்டு அழைக்க விரும்புவதாகவும், அந்தப் படத்தை தேவ்நாத் நீண்ட வாழ்க்கை பெற்று சரஸ்வதி கடவுளுக்குச் சேவை செய்ய வேண்டும் என்ற நம்பிக்கையுடன் முடிப்பதாகச் சொன்னார்.

போதையேறிய தேவ்நாத் என்ன நடக்கிறது என்பதை அறியும் ஆர்வம் இல்லாமல் இருந்தார். விரிவுரையாளரிடம் பேசுவதை நிறுத்திவிட்டுக் குடிப்பதில் கவனமாக இருந்தார். தயாரிப்பாளர் பெஞ்சிலிருந்து கீழே விழுவதைப் படமெடுக்க விருப்பதாகத் தெரிவித்தார். இதைக் கேட்டு கோபமடைந்த தேவ்நாத் அவர் களுடன் இனி எதுவும் செய்யப் போவதில்லை என்றார். தயாரிப்பாளர் அவரின் ஒப்பந்தத்தை நினைவுபடுத்தினார். தேவ்நாத் உரத்த குரலில் கத்த ஆரம்பித்தார். அவர்களைச் சுற்றி

சிலர் சேர்ந்து கொண்டனர். தயாரிப்பாளர் அவரை மீண்டும் மீண்டும் தூண்டி விட்டார். கேமிரா எல்லா நேரமும் இயங்கிக் கொண்டிருந்தது. தேவ்நாத் அவரின் கொதிப்பான மனநிலையில் படமெடுக்க விரும்புவதைப் புரிந்து கொண்டார். எனவே பெஞ் சில் அமைதியாக உட்கார்ந்தார். தொலைக்காட்சிக் குழுவினர் பேக் செய்து கிளம்பத் தயாரானார்கள். தயாரிப்பாளர் வந்து தேவ்நாத்திற்கு சிரித்தபடி நன்றி சொல்லி விடைபெற்றார். விரிவுரையாளர் கிளம்பும்போது மறுபடியும் அவரைக் கவிதை எழுதக் கேட்டுக் கொண்டு, நாடகத்தன்மையுடன், "கவிதை நீடூழி வாழ்க" என்றார். அவரின் எழுத்தைத் தாண்டி அவர் இல்லை என்பது போல அவரின் கவிதை பற்றி எல்லோரும் பேசினர். அவர் கவிஞராக இல்லாவிட்டால் எதுவுமில்லாதவர். அவரின் பழக்கமானவர்களில் குசுமிற்கு மட்டும் கவிதையில் ஆர்வம் இல்லை. அவளுக்கு இலக்கியத்தில் ஆர்வம் இல்லை. பசந்தி சென்றபின் ஒரு நாள் காலை குசும் அவரின் வீட்டிற்குத் தனியாக வந்தாள். தேவ்நாத்திற்கு சமையல் செய்யும் பையன் அங்கிருந்தான். தேவ்நாத்தைப் பற்றிக் கவலைப்படாமல் எல்லா அறைகளையும் பார்த்து விட்டு, "நீங்கள் ஏன் இப்படி வாழ வேண்டும்? கொஞ்சம் நகருங்கள் நான் எல்லாவற்றையும் ஒழுங்குபடுத்துகிறேன்" என்றாள். சமையலறைக்குள் சென்று சமையலில் பையனுக்கு உதவினாள். தேவ்நாத்திற்கு அவளுக்கு நன்றி சொல்வதா? திட்டுவதா? என்று முடிவு செய்ய முடியவில்லை. இறுதியாகப் படுக்கையில் அமைதியாகப் படுத்துக் கொண்டு அறைகளை ஒழுங்குபடுத்தி பையனிடம் ஒப்படைத்துவிட்டுச் செல்லும்வரை ஒரு புத்தகத்தைப் படித்துக் கொண்டிருந்தார்.

"தேவ்நாத் பேசாவிட்டாலும், எவ்வித அக்கறையும் காட்டாவிட்டாலும் குசும் அதன்பின் இடைவெளிகளில் வந்து போனாள்" ஒருதரம் தேவ்நாத் உடம்பு சுகமில்லாமல் இருந்தபோது அலுவலகத்தில் விடுமுறை போட்டுவிட்டு குசும் அவரைப் பார்த்துக் கொண்டு ஒரு நாள் முழுக்க இருந்தாள். இவற்றை அவர் சகித்துக் கொண்டார். ஆனால் மாலையில் குசும் இரவில் அவள் தங்குவதாகச் சொன்னபோது தேவ்நாத் உறுதியாக மறுத்தார் என்றாலும் குசும் கிளம்புவதற்கு முன் அன்றிரவு வேலைக்காரப் பையன் அங்கு தேவ்நாத்துடன் தங்குவதை உறுதிப் படுத்திக் கொண்டாள்.

பழையதை நினைக்கும்போது தேவ்நாத்திற்கு வாழ்க்கை மீது எந்த புகாரும் இல்லை. இப்போதெல்லாம் அலுவலகமும் இல்லை. கிராமத்திலிருந்து அரிசியும் தானியங்களும் வந்தன. ஒரு ஆள் வீட்டை நிர்வகிப்பதில் சிரமங்கள் எதுவும் இல்லை. வீட்டுச் செலவிற்கும், குடிச் செலவிற்கும் அவரின் பென்ஷன் உதவியது. இடைவெளிகளில் ஒன்றிரண்டு பாடல்களை அவன் விரும்பினாலோ எழுதிப் பணம் பெற்றுக் கொண்டார். பாடல்கள் எழுத வேண்டுகோள் வந்தபோது பாடல்கள் நாகரீகமானவையா இல்லையா அல்லது பாடல்கள் பயன்படுமா? என்று கவலைப்படவில்லை. படங்களுக்கு வசனங்கள் எழுத வாய்ப்புகள் வந்தன. கவிஞராக அவர் இறந்து விட்டிருந்தாலும், அவரது பேனாவில் இன்னும் பொறிகள் இருப்பதால் மக்கள் விரும்புவதாக அறிந்து கொண்டார்.

வீட்டுக்காரன் வாடகை வீட்டைக் காலி செய்யும்படி கேட்ட போது அவரது சுலபமான வாழ்க்கையில் முதல் அடி விழுந்தது. அலுவலகத்தில் சேர்ந்ததிலிருந்து தேவ்நாத் அந்த வீட்டில்தான் வசித்து வந்தார். அவ்வப்போது வாடகை உயர்த்தப்பட்டாலும், வாடகை வெகு குறைவாகவே இருந்தது. வீட்டை வாடகை அதிகமாகிவிட்டதால் தேவ்நாத்திற்கு இன்னொரு வீட்டை எடுக்க இயலவில்லை. மேலும் வேலையில்லாமல் இருப்பவன், குடிகாரனான ஒருவன் வீட்டை வாடகைக்கு பிடிப்பது மிகவும் சிரமம். கொஞ்ச காலத்திற்கு வீட்டுக்காரனிடம் வீடு பார்த்துக் கொண்டிருப்பதாகவும் கிடைத்தபின் காலி செய்வதாகவும் சொல்லி அவனை அலட்சியப்படுத்தி வந்தார். இன்னொரு வீடு பார்க்க எந்த முயற்சியையும் செய்யவில்லை. வீட்டுக்காரன் அவரைக் கட்டாயப்படுத்தினான். அதிஷ்டகரமாக தேவ்நாத்தின் வயதான தந்தை கிராமத்தில் அந்தச் சமயத்தில் அவரின் துயரங்களுக்கு முடிவாக இறந்து போனார்.

தேவ்நாத் அவரது பெற்றோருக்கு மூத்த மகனாவார் அவரது சகோதரர்களும், சகோதரிகளும் அவருக்கு மரியாதை தந்தனர். பிரபலமான கவிஞனாகவும், திரைப்படப் பாடலாசிரியனாக வும் ஆன பின்பு அவருடன் நெருங்கிய உறவு வைத்திருந்தனர். தேவ்நாத் சீரழிந்தபோது அவரிடமிருந்து விலகிக் கொணடனர். அவ்வப்போது கடிதங்களும், குடும்ப விழாக்களுக்கு அழைப்பிதழ் களும் அனுப்புவதோடு அவர்களது உறவு இருந்தது. தேவ்நாத்

வருவதில்லை. குடும்ப விசேஷங்களுக்கும், அவர்கள் இதுபற்றி மகிழ்ச்சியாக இருப்பதாக தோன்றியது. தந்தை மரணத்திற்குப் பிறகு சகோதரர்கள் ஒன்று சேர்ந்து தேவ்நாத் கிராமத்திற்குத் திரும்பி அவர்களின் வீட்டையும், நிலத்தையும் பார்த்துக் கொள்ள வேண்டும் என்ற திட்டத்தைச் சொன்னார்கள்.

தேவ்நாத்திற்கு குசும் இன்னொரு பிரச்னையாக இருந்தாள். அவள் மீது அன்பையோ காதலையோ அவன் காட்டாமல் அவர் அவளது பிடியில் இருந்தார். அவரை நன்கு கவனித்துக் கொண்ட பெண் அவள். தேவ்நாத்தின் நண்பர்கள் தீவிரமாக, விளையாட்டில்லாமல், அப்பெண்ணைத் திருமணம் செய்து கொள்ளும்படி அறிவுறுத்தினர். தேவ்நாத் சிரித்து நிராகரித்தார். அவரது வயதிலும், நிலையிலும் அவளை எப்படி திருமணம் செய்து கொள்ள முடியும்? குசும் அந்த விஷயத்தை எப்போது எடுத்ததோ, விவாதித்ததோ இல்லை. அவர் மது அன்பு செலுத்துவதிலும் அவனைப் பார்ப்பதிலும் எந்த எதிர்பார்ப்பும் இல்லாமல் அவள் திருப்தி அடைந்திருந்தாள். தேவ்நாத் அவளை விரும்பனார். அதற்குப்பிறகு வேறு எந்த எண்ணமும் இல்லை. குசும் திருமணம் செய்து கொண்டு அந்த நகரத்தை விட்டு வெளியேறிய போது தேவ்நாத் சில நாட்களுக்குச் சோகமாக இருந்தார். பிறகு அவருக்குள்ளே அவர், "எல்லாம் நன்மைக்கே சந்தோஷமாய் இரு குசும்' என்றார்.

கிராமத்திற்கு திரும்பும் முடிவெடுத்தபோது லேசாக உணர்ந்தார். தேவ்நாத். பள்ளி நாட்களிலிருந்து அவரது வாழ்க்கை நகரத்தில் கழிந்தது. ஆனால் நகரத்தோடு இணைந்த வாழ்க்கை சிறு பகுதிதான் அவரது வாழ்க்கையில் நகரத்தில் ஒரு குறிப்பிட்ட பகுதியிலும் வாழ்ந்ததும், குறிப்பிட்ட நண்பர்களுடன் பொழுதைக் கழித்ததுமானது. இப்போது கிராம சூழலுக்குத் திரும்புகிறார். கிராமத்தைப் பற்றி நினைக்கிறபோது சுலபமான, எளிமையான, அழகான, லட்சிய வாழ்க்கையை மனதில் சித்திரமாகக் கொண்டு வந்திருந்தார். கவிதைகளில் அவரின் சிறிய கிராமத்தை கொண்டு வந்த கிராம சித்திரிப்பைச் செய்தவர்கள் கச் ரெளட்ராய், மற்றும் ருபாசி. வங்களாகத்தில் ஜீவானந்த தாஸ்.

ஆனால் அவர் அங்கு அடைந்தபோது அது அவரின் கற்பனை கிராமத்திலிருந்து வெகுதூரத்தில் இருந்ததைக் கண்டார். கோடையில் கிராமம் சிரமமானதாகவும் கவர்ச்சியற்றதாகவும்

இருந்தது. மழைக் காலங்களில் சேறும் குப்பையுமாக இருந்தது. மக்கள் அவரிடம் பணத்தைப் பற்றியும், நில சொத்து பற்றியும் பேசினர். எவ்வளவு சம்பாதிக்கிறான், அவரது நிலத்திலிருந்து வரும் வருமானம், அவரது மரணத்திற்கு பிறகு யாருக்கு அவர் வீடு சொந்தமாகும் என்பதைப் பற்றியெல்லாம் விளக்கமாய் ஒவ்வொருவரிடமும் சொல்ல வேண்டியிருந்தது- அதன் காரணமாக கிராம மக்களுடனான அவரது உறவு அசௌகரியமானது. அவரது உலகம் ஹரிமாஸ்டர் குடும்பத்தோடும் மதுபானக் கடையோடும் சுருங்கியது. வெளி உலக வாழ்க்கையோடு அவரது தொடர்பு என்பது பென்சன் பணத்தை வங்கியிலிருந்து பெறுவதும் அவ்வப்போது தபால் எழுதுவதும் ஆகும்.

அவரைப் பற்றின ஆவணப்படம் எப்போது ஒளிபரப்பாகும் என்பது பற்றி கிராமத்தினர் அவரைக் கிண்டலடிப்பர். தேவ்நாத் திடம் பதிலில்லை. ஒரு நாள் விரிவுரையாளரிடமிருந்து ஒரு கடிதம் வந்தது- அன்பான கவிஞரே, நான் உங்களுடன் சம்பந்தம் கொண்ட ஆவணப்படம் அகாலதீயமாக முடிந்துவிட்டது என்பதை வருத்தத் துடன் தெரிவிக்கிறேன். உங்களுடனான கேள்வி பதில் பகுதியை அவர்கள் படத்திலிருந்து நீக்கிவிட்டார்கள். இலக்கியப் பகுதியில் அதைக் காட்டுவதற்குப் பதிலாக "சமூகக் கேடுகள்" என்ற நிகழ்ச்சி யின் கீழ் அதைக் காட்டத் திட்டமிட்டுள்ளனர். எனவே நான் படத்தின் தயாரிப்பாளருக்கு ஒத்துழைக்க வேண்டாம் என்று முடிவு செய்துவிட்டேன். அவர்களிடமிருந்து நீங்களும் விலக வேண்டும் என நினைக்கிறேன். ஆனால் நீங்கள் தொடர்ந்து எழுத வேண்டும். கடவுள் சரஸ்வதியை உங்களுக்கு ஆசி வழங்க நான் பிரார்த்திக்கிறேன். கவிதை நீடூழி வாழ்க."

நீண்ட காலம் முன்பு குசும் கடிதத்தைப் படித்ததுபோல் தேவ்நாத் அந்தக் கடிதத்தை அக்கறையில்லாமல் படித்தார். இனி எந்த உறவும் எந்த நடவடிக்கையும் வாழ்க்கையில் இல்லை. உடல், மன பொருளாதாரச் சிக்கல்கள் இல்லாமல் மீதி வாழ்க்கையைக் கழிப்பதைப் பற்றி அவர் சிந்திக்க வேண்டும். அவரது வீட்டின் சிறு உலகம், ஹரி மாஸ்டர், மதுக்கடை என்று அவரின் மீதியுள்ள வாழ்க்கையைச் சுலபமாகக் கழிக்கலாம். இது சமூகத்திற்கு வெளியே வந்த வாழ்க்கை கவிஞரின் வாழ்க்கை என்ற முறையிலும்.

சூரியன் மறைந்து விட்டான். புல்வெளியில் குளிர்கால மாலை பரவிக் கொண்டிருந்தது. இன்று மதிய உணவை

எடுத்து வர மறந்திருந்தான். ஹரி மாஸ்டர் வீட்டில் இன்னும் கொஞ்ச நேரம் அவர்கள் காத்திருந்துவிட்டு, அக்கறையைக் கைவிடுவர். அவர்கள் மிகவும் நல்லவர்கள். ஹரி மாஸ்டருக்கு எதிராக அவரது சொந்த சகோதரர்கள் உட்பட கிராமத்தினர் தவறானவற்றை அவர் மனதில் செலுத்த முயன்றனர். "ஹரி மாஸ்டர் அவரின் சொத்தின் மீது கண் வைத்திருக்கிறார்" என்றனர் அவர்கள். தேவ்நாத் அவர்கள் சொன்னதைக் கேட்டார். ஆனால் மௌனமாக இருந்தார். அவர்களிடமிருந்து பெரும் அன்பு எப்போதும் கடன்பட வைத்திருக்கிறது என்பதை ஏன் ஒவ்வொருவரிடமும் அவர் விளக்க முயற்சி செய்ய வேண்டும்? அவர்கள் விரும்புமாறு அவர்கள் நினைத்துக் கொள்ளட்டும். என்ன விரும்புகிறார்களோ அதைச் சொல்லட்டும். எதன்மீதும் யார் மீதும் அவருக்குப் புகாரில்லை. கவிஞனின் ஏகாந்த வாழ்க்கையை அவர் விரும்பினார். பிரக்ஞை பூர்வமானதைத் தவிர மற்ற எல்லாவற்றையும் விட்டுவிட்டார்.

குசும் எழுதியிருந்தாள்: இன்று என்னை உங்களைப் பற்றின நினைவு தொந்தரவு செய்வதால் எனது முதல் கடிதத்தை எழுதுகிறேன். எனது மகன் வளர்ந்து வருகிறான். என் குடும்பத் தினர் நலம். ஆனால் நான் உங்களை அடிக்கடி நினைத்துக் கொள்கிறேன். நம்புவாயா? உன்னிடத்தில் வரச் சொன்னால் நான் எல்லாவற்றையும் அந்த கணத்திலேயே விட்டு விட்டு உங்கள் பின்னால் வந்து விடுவேன்."

தேவ்நாத் வீட்டிற்குப் போக எழுந்தார். கடையின் ஓரத்திற்கு அப்பாலிருந்த நட்பு ரிக்ஷாவை அவர் கடை ஓரத்தில் காண முடிந்தது. இப்போது வீட்டிற்கு அவர் திரும்புவார். இனி எந்த பாடலும் எந்த கவிதையும் எந்த வார்த்தையும், அல்லது மெட்டும் அவருடன் இருக்காது. எல்லாவற்றையும் இங்கேயே விட்டு விட்டார். ஆனால் கவிதையின் விசேஷ உலகம், எப்போதோ அவருக்கென்று சிருஷ்டிக்கப்பட்டது. அவருடன் உள்ளது. மேலும் அவர் அவரின் மீதியுள்ள வாழ்க்கையை மகிழ்ச்சியுடன் அந்த குறுகிய உலகத்திற்குள் கழிப்பார் என்பதை அவர் அறிந்திருந்தார்.

* * *